கௌரி லங்கேஷ்
மரணத்துள் வாழ்ந்தவர்

கௌரி லங்கேஷ்

மரணத்துள் வாழ்ந்தவர்

தேர்வும் தொகுப்பும்

சந்தன் கௌடா

தமிழில்: **பொன். தனசேகரன்**

கௌரி லங்கேஷ் (1962-2017): கௌரி லங்கேஷ் பத்திரிகேயின் ஆசிரியர். ஆங்கில அச்சு ஊடகங்களில் இதழாளராகப் பணியைத் தொடங்கி தி டைம்ஸ் ஆஃப் இந்தியா, சண்டே இதழ்களில் பணியாற்றினார். 1990களில் புது தில்லியில் ஈடிவி செய்தித் தொலைக்காட்சியில் செய்திப் பிரிவின் தலைவராக இருந்தார். இரண்டாயிரத்தில் அவரது தந்தை பி. லங்கேஷ் மறைந்த பிறகு, லங்கேஷ் பத்திரிகே செய்தி வார இதழின் ஆசிரியராகப் பொறுப் பேற்றார். 2003ஆம் ஆண்டில் கர்நாடகச் சமூக நல்லிணக்க அமைப்பில் சேர்ந்த பிறகு, கர்நாடகச் சமூக இயக்கங் களில் முக்கியமானவராக உருவானார். சிக்மகளூர் மாவட்டத்தில் பழமைவாய்ந்த பாபாபுடன்கிரி தர்காவைக் கைப்பற்றுவதற்காகச் சங்கப் பரிவாரங்கள் மேற்கொண்ட பிரசாரங்களை எதிர்த்துக் கர்நாடக சமூக நல்லிணக்க அமைப்பு போராடியது. நீதி, சமத்துவம், அன்பு ஆகியவற்றுக் கான போராட்டங்களில் பத்திரிகையாளராகவும் சமூகச் செயல்பாட்டாளராகவும் முன்னணியில் இருந்தார். 2017 செப்டம்பர் 5ஆம் தேதி வீட்டுக்கு வெளியே அடையாளம் தெரியாத நபர்களால் சுட்டுப் படுகொலை செய்யப்பட்டார்.

சந்தன் கௌடா: பெங்களூருவில் உள்ள அஸிம் பிரேம்ஜி பல்கலைக்கழகத்தில் பேராசிரியராகப் பணிபுரிகிறார். யு.ஆர். அனந்தமூர்த்தியின் ‘பரா’ நாவலை ஆங்கிலத்தில் மொழிபெயர்த்துள்ளார். *Theatres of Democracy: Selected Essays of Shiv Visvanathan* என்ற நூலையும் தொகுத்துள்ளார்.

கௌரி லங்கேஷ்
மரணத்துள் வாழ்ந்தவர்

தேர்வும் தொகுப்பும்
சந்தன் கௌடா

தமிழில்
பொன். தனசேகரன்

காலச்சுவடு பதிப்பகம்

அன்பார்ந்த வாசகருக்கு,

வணக்கம்.

காலச்சுவடு நூலை வாங்கியமைக்கு நன்றி.

நூலின் உள்ளடக்கம், உருவாக்கம், அட்டைப்படம் இன்ன பிற அம்சங்கள் பற்றிய உங்கள் கருத்துகளையும் ஆலோசனைகளையும் காலச்சுவடு வரவேற்கிறது. தகவல், எழுத்து, வாக்கியப் பிழைகள் தென்பட்டால் கட்டாயம் தெரிவித்து உதவுங்கள். நூல் தயாரிப்பில் கடும் குறைபாடு இருப்பின் மாற்றுப் பிரதி உங்களுக்குக் கிடைக்கக் காலச்சுவடு ஏற்பாடு செய்யும்.

மின்னஞ்சல்: publisher@kalachuvadu.com

காலச்சுவடு நாகர்கோவில் அலுவலகத்திற்குக் கடிதம் அனுப்பலாம்.

தங்கள்

எஸ்.ஆர். சுந்தரம் (கண்ணன்)

பதிப்பாளர் — நிர்வாக இயக்குநர்

First Published by Navayana Publishing Pvt Ltd in November 2017

கௌரி லங்கேஷ்: மரணத்துள் வாழ்ந்தவர் ❖ தொகுப்பாசிரியர்: சந்தன் கௌடா ❖ © கவிதா லங்கேஷ் ❖ தமிழில்: பொன். தனசேகரன் ❖ மொழிபெயர்ப்புரிமை: பொன். தனசேகரன் ❖ முதல் பதிப்பு: ஜனவரி 2018, திருத்தப்பட்ட இரண்டாம் பதிப்பு: ஜூலை 2018, நான்காம் பதிப்பு: செப்டம்பர் 2023 ❖ வெளியீடு: காலச்சுவடு பப்ளிகேஷன்ஸ் (பி) லிட்., 669, கே.பி. சாலை, நாகர்கோவில் 629001 ❖ அட்டைப் புகைப்படம்: பானு பிரகாஷ் சந்திரா, தி வீக்

kauri lankeesh: maraNattuL vaazntavar ❖ Compilation Chandan Gowda ❖ © Kavitha Lankesh ❖ Tamil Translation: Pon. Dhanasekaran ❖ Translation © Pon.Dhanasekaran ❖ Language: Tamil ❖ First Edition: January 2018, Revised Second Edition: July 2018, Fourth Edition: September 2023 ❖ Size: Demy 1 x 8 ❖ Paper: 18.6 kg maplitho ❖ Pages: 256

Published by Kalachuvadu Publications Pvt. Ltd., 669 K.P. Road, Nagercoil 629001, India ❖ Phone: 91-4652-278525 ❖ e-mail: publications @kalachuvadu.com ❖ Printed at Clicto Print, Jaleel Towers, 42 KB Dasan Road, Teynampet Chennai 600018

ISBN: 978-93-86820-45-7

09/2023/S.No. 826, kcp 4706, 18.6 (4) uss

பொருளடக்கம்

கௌரி லங்கேஷ்: கால வரிசை	- 9
அணிந்துரை	- 11
முன்னுரை	- 15
கன்னட எழுத்துகள்	- 25
ஆங்கில எழுத்துகள்	- 91
நேர்காணல்	- 159
இவர்களைப் பற்றி கௌரி	- 169
கௌரியைப் பற்றி இவர்கள்	- 209
கவிதை: 'நாங்கள் எல்லோரும் கௌரி' - கவிதா லங்கேஷ்	- 254

நன்றி

மூத்த பத்திரிகையாளர்களும் நண்பர்களுமான ஏ. ராயப்பன், தி. கூடலரசன், மோகன் ராமமூர்த்தி, முகமறியாமல் நட்புடன் உதவிய மொழிபெயர்ப்பாளர் கே. நல்லதம்பி.

பொன்.தனசேகரன்

கௌரி லங்கேஷ்
காலவரிசைக் குறிப்புகள்

பிறப்பு : 29 ஜனவரி 1962, ஷிமோகா

படிப்பு : தி ஹோம் ஸ்கூல், பெங்களூர் (1967-74)

விஜயா உயர்நிலைப் பள்ளி, பெங்களூர் (1974-77)

பியுசி, நேஷனல் காலேஜ், பசவனகுடி, பெங்களூர் (1977-79)

பி.ஏ. (இதழியல், வரலாறு, சுற்றுலா), சென்ட்ரல் காலேஜ், பசவனகுடி, பெங்களூர் (1979-82)

முதுநிலை டிப்ளமோ (மாஸ் கம்யூனிக்கேஷன்), இந்தியன் இன்ஸ்டிட்யூட் ஆஃப் மாஸ் கம்யூனிக்கேஷன், புதுதில்லி (1983-84)

இதழியல் பணி : *தி டைம்ஸ் ஆஃப் இந்தியா*, பெங்களூர் மற்றும் புதுதில்லி (1985-90)

சண்டே (1990-1993; 1994-1998)

செய்திப் பிரிவுத் தலைவர் (சீஃப் ஆஃப் பீரோ), ஈடிவி நியூஸ், புதுதில்லி (1998-2000)

ஆசிரியர், *லங்கேஷ் பத்திரிகே* (பிப்ரவரி 2000 - பிப்ரவரி 2005)

ஆசிரியர், *கௌரி லங்கேஷ் பத்திரிகே* (மார்ச் 2005- செப்டம்பர் 2017)

மறைவு : 5 செப்டம்பர் 2017, பெங்களூர்

அணிந்துரை

கௌரி லங்கேஷ், தான் வாழ்ந்த இந்தியாவை நம்பினார். ஜனநாயக மரபை அவர் நம்பினார். இரண்டையும் கட்டுப்படுத்தக்கூடிய அதிகாரத்தைச் சமரசமற்று விமர்சனம் செய்தாலும்கூட, மற்ற குடிமக்களைப் போல அவரும் அதன் மீது இயல்பான நம்பிக்கை வைத்திருந்தார். அதனால்தான், தான் சஞ்சரித்த உலகில் வீட்டு வாசல் அருகே அவரை வீழ்த்த முடிந்தது. அச்சம் இருந்தாலும் கூட, நம்பிக்கையின்றித் தப்பியோடிவிட அவர் விரும்பவில்லை. எழுபது ஆண்டுகளுக்கு முன் ஜனநாயகம், சுதந்திரம், குடிமக்களின் நலன் இவைபற்றி அற்புதமான கனவுகளைக் கொண்டிருந்த நாட்டின் மீது லட்சக் கணக்கான இந்தியர்களைப் போல அவரும் நம்பிக்கை வைத்திருந்தார். அவரது சொல் செயல் ஒவ்வொன்றிலும் அந்த உள்ளார்ந்த நம்பிக்கை புலப்பட்டது. விவாதங்கள், வாக்குவாதங்கள், போராட்டங்கள் ஆகியவற்றிலும் அது உள்ளடங்கி இருந்தது. சக குடிமக்களைப் போல் மோகன்தாஸ் கரம்சந்த் காந்தி, பீமராவ் ராம்ஜி அம்பேத்கர் போன்ற தேசத் தலைவர்களின் பாரம்பரியத்தில், தேசத்துக்காக உருவாக்கிய அரசியலமைப்புச் சட்டத்தில் நம்பிக்கை வைத்திருந்தார். அத்தகைய இந்தியாவுக்காக முழுமூச்சுடன் போராடினார்.

ஆனால் லட்சக்கணக்கான இந்தியர்களைப் போல அவரது நம்பிக்கை ஏமாற்றப்பட்டுவிட்டது. நாட்டை ஆள்பவர்கள் இன்று கைக்கொண்டிருக்கும் கள்ள மௌனத்தைப் பார்த்துக் கொண்டுதானேயிருக்கிறோம். ஒவ்வொரு குடிமகனும் கொல்லப்படுவதெல்லாம் முக்கியத்துவம் பெற்ற நிகழ்வாகிவிடுமா என்று கேட்கலாம். ஆனால், இந்தியா எப்படியிருக்க வேண்டும் என்பதன் பிரதிநிதியாக இருந்த கௌரி மதச்சார்பற்றவராக, ஜனநாயகத்தில் நம்பிக்கைகொண்ட பொதுஅறிவு ஜீவியாக திகழ்ந்தார். அவரது படுகொலை சாதாரணமானது அல்ல. நாட்டை ஆள்வோர் கவனத்தில் கொள்ளவேண்டிய ஒன்று. ஏனெனில் அவர் ஜனநாயகக் கருத்துகளை வளர்த்தெடுத்தவர். மூத்த பத்திரிகையாளர். சுதந்திரத்துக்காகவும் நேர்மைக் காகவும் மக்களுக்காகவும் வரிந்துகட்டிக்கொண்டு பேசியவர். அந்த வகையில் ஒரு மனிதரின் கொலை என்பதையும் தாண்டி இச்சம்பவம் முக்கியத்துவம் பெறுகிறது. அவர் எந்த நெறிகளுக்காக நின்றாரோ, அதை அழிக்கவும் திட்டமிட்ட செயல்பாடுகள் நடக்கின்றன. எதிர்ப்பாளர்களை அடக்கும் கருவியாகச் சாவைப் பயன்படுத்தும் செயல் பாசிசத்தின், கோழைத்தனத்தின் குறியீடு.

கௌரியின் படுகொலை, நமது தேசமானது வெறுப்பு, பேராசை, வன்முறை, போர்வெறி இவற்றின் பாழ்குழியில் தள்ளப் பட்டிருக்கும் துயர நிலையைத்தான் வெளிப்படுத்துகிறது. விடுதலை பெற்ற எழுபதாவது ஆண்டில் உள்ள நமது நாடு, பீதியை ஏற்படுத்தும் திருப்புமுனையை எட்டியுள்ளது - நாம் நம்பிய, விரும்பிய ஜனநாயகமும் பன்முக இந்தியாவும் இல்லாமல் போய்விடும் அபாயம் இது.

பாசிசத்துக்கு எதிராகத் தேசம் மேற்கொண்டுள்ள போரில் கௌரியின் மரணம்கூட, உறுதியான திருப்புமுனையின் அடையாளக் குறியீடாகத் தெரிகிறது என்பதை ஓர் இந்தியனாக இன்னமும் நான் நம்புகிறேன். கௌரி மீண்டும் எங்களிடையே நடமாட மாட்டார் என்பதுதான் சோகம். ஆனால் தனது நம்பிக்கை களுக்காக கௌரி தனது இன்னுயிரையே கொடுத்திருப்பது, எதிர்பாராத வழிகளில் எதிரொலிக்கும்; அவரது இறப்புவரை அவரைப் பற்றி அறிந்திராத பலரின் இதயங்களிலும் அந்த எதிரொலி கேட்டுக்கொண்டே இருக்கும் என்று நாட்டின் மர்மமான போக்குகளைக் கவனித்துவரும் ஒரு குடிமகன் என்ற முறையில் எனது எளிய உள்ளுணர்வு இதைச் சொல்கிறது. அவர்மீது நிகழ்த்தப்பட்ட இந்தக் கொடுமையை அவ்வளவு எளிதாக மன்னித்து விடாத ஓர் இந்தியா இன்னமும் இருக்கிறது. அந்த இந்தியா

காணாமல் போய்விடவில்லை. இதைக் கருத்தில் கொள்ள வேண்டும்.

கௌரி கன்னடத்திலும் ஆங்கிலத்திலும் எழுதிய எழுத்துகளைச் சந்தன் கௌடா தொகுத்து இந்தப் புத்தகத்தை உருவாக்கியிருப்பது பாராட்டத்தகுந்தது. கௌரி உயிருடன் இல்லாவிட்டாலும் அவரது உறுதியான உள்ளம், எங்குமுள்ள வாசகர்களைச் சென்றடைந்து சுதந்திரம், மனிதநேயம், ஜனநாயகம் இவற்றைப் பற்றி பேசும். குரல் கொடுப்பதைக் குணமாகக் கொண்ட செயல்பாட்டாளரான அவரது பரந்த ஈடுபாடுகளை அவரது இந்த எழுத்துகள் பிரதிபலிக்கின்றன. குரல் கொடுப்பதை தனது உரிமையாக நம்பியது மட்டுமல்ல, தனது கடமையாகவும் கருதியவர் அவர். மனிதகுல வரலாற்றில் உன்னத நிலையில் வைக்கப்பட்டுள்ள சீரிய மதிப்பீடுகளுக்காகக் குரல்கொடுத்து தம் உயிரை இழந்த பெண்கள் மற்றும் ஆண்களின் ஒளிவீசும் வரிசையில் தன்னை அவர் இணைத்துக்கொண்டு விட்டார். வாழ்க்கையை நேசித்த அவரது உயிரிழப்பு, முற்றுகையிடப்பட்ட நிலையில் தற்போது இருக்கும் இந்தியாவில் ஒரு மாற்றத்தைக் கொண்டுவரும் என்று உறுதியாக நம்புகிறேன்.

கொல்லம் **பால் சக்கரியா**
22 அக்டோபர் 2017

முன்னுரை

நியாயத்துக்கு எப்போதும் கூட்டாளி

கௌரி லங்கேஷின் வாழ்க்கையையும் எழுத்துகளையும் அறிமுகப்படுத்துகிறது இந்தப் புத்தகம். உலகத்தைப் பற்றி அவரது பார்வை என்ன? பலரையும் அவர்பால் ஈர்த்த அவரது கருத்துலகின் தன்மை என்ன?

இந்தப் புத்தகத்தில் உள்ள கௌரியின் கட்டுரைகள் அவரது சமூக, அரசியல் பார்வைகளையும் ஒரு செயல்பாட்டாளாராக அவரது அக்கறைகளையும் வெளிப்படுத்துகின்றன. இந்த எழுத்துகள் மூலம் அவரது தார்மீக உணர்வு, விரக்தி, நம்பிக்கைகளைப் புரிந்துகொள்ள முடியும். கௌரியின் சுயவரலாற்றுக் கட்டுரைகள் அவரது குழந்தைப் பருவ அனுபவங்களையும், தனிப்பட்ட உறவுகளில் அவர் கொண்டிருந்த அன்பையும் உறுதியையும் அறியத் தருகின்றன. சுதந்திர உணர்வு கொண்ட வளரிளம் பெண் என்ற நிலையிலிருந்து சமூகச் செயல்பாடுகளில் தன்னை இணைத்துக்கொண்ட ஒரு செயல்பாட்டாளராக அவர் மாற்றம் பெற்ற விதத்தை சில அஞ்சலிக் கட்டுரைகள் சொல்கின்றன.

அவரது தொடக்ககால இதழியல் எழுத்துகளிலிருந்த அதிகாரத்திற்குத் தலைவணங்காத் தன்மை, நகைச்சுவை உணர்வு, சந்தர்ப்பங்களை உணர்ச்சிபூர்வமாக வெளிப்படுத்தும் இயல்பு ஆகியவை இறுதிவரை கௌரியிடம் இருந்தன.

ஆங்கிலப் பத்திரிகையாளராகப் பணிபுரிந்து பதினைந்து ஆண்டுகளுக்கு *(1985-2000)* பிறகு,

*2000*ததின் தொடக்கத்தில் அவரது அப்பா இறந்த பிறகு, அவரது 'லங்கேஷ் பத்திரிகே' வார இதழின் ஆசிரியரானார். அதுவரை கன்னடத்தில் அவர் எப்போதும் எழுதியதில்லை. ஆனால், அவரது அப்பாவின் பாரம்பரியத்தைத் தொடரும் வகையில் கன்னடப் பத்திரிகையுலகில் அவர் தனது பணியைத் தொடங்கினார். அதைத் தொடர்ந்த பதினேழு ஆண்டுகளில், அவரது கன்னட மொழி பெருமளவில் மேம்பட்டிருந்தாலும் ஆங்கில மொழியில் அவருக்கிருந்த சரளமும் திறனும் கன்னடத்தில் வாய்க்கப் பெறவில்லை. உணர்ச்சிபூர்வமான ஒரு கட்டுரையில், ஆங்கிலத்தில் கல்வி கற்ற ஏராளமான இந்தியர்கள் முன் கண்ணாடியை நிறுத்தி, தான் பள்ளியில் படிக்கும்போது தனது மொழியின் தொடர்பை இழந்ததைப் பற்றியும் அதை மீண்டும் எட்டிப்பிடிப்பதற்குப் போராடி வருவது குறித்தும் அவர் விவரித்துள்ளார்.

ஒரு வார இதழாக, 'லங்கேஷ் பத்திரிகே'யை வகைப் படுத்திப் பார்ப்பது கடினம். விவேகமான அரசியல் விமர்சனங்கள், தீவிரமான இலக்கிய விமர்சனங்கள், அதைப் போலவே இலக்கியப் படைப்புகள், ஆழமான அரசியல் பகடி, பொழுது போக்காகத் திரைப்படச் செய்திகள் போன்றவை இதில் இருக்கும். பால்யத லங்கேஷ் *(1935-2000)* நவீன கன்னட முன்னோடி எழுத்தாளர்களில் ஒருவர். அரசியல், இலக்கியம், திரைப்படம் போன்ற அனைத்திலும் முக்கியத்துவம் வாய்ந்தவராக இருந்தார். வளமான இலக்கியப் பணிகளுடன் குறுகிய காலமே இயங்கிய 'பிரகதி ரங்கா' அரசியல் கட்சியைத் தொடங்கியவர். நான்கு திரைப்படங்களையும் அவர் இயக்கியிருக்கிறார். அதில் ஒன்றான, 'பல்லவி' *(1976)*, சிறந்த கன்னடப் படத்துக்கான தேசிய விருது பெற்றது. 'லங்கேஷ் பத்திரிகே' விளம்பரங்களை ஏற்பதில்லை என்பதும் அரசு உதவிகளைப் பெறுவதில்லை என்பதும் பிரபலம். சந்தாதாரர்களை முழுமையாக நம்பியே அந்தப் பத்திரிகை நடந்தது. அப்பத்திரிகை உச்சத்தில் இருந்தபோது இரண்டு லட்சம் பிரதிகள்வரை விற்பனையானது.

பெரிய பத்திரிகைகளின் வழக்கமான எழுத்து நடையை விட்டுவிட்டு 'லங்கேஷ் பத்திரிகே,' வாசக சமூகத்திற்கு நெருக்கமான உரைநடையைக் கையாண்டது. மக்கள் புழக்கத்திலிருந்து எடுக்கப்பட்ட, கூரிய அதனது அரசியல் மொழியை, அந்தச் சூழலுக்கு வெளியே இருப்பவர்கள் புரிந்துகொள்ள முடியாது. குண்டூ ராவை 'கும்' என்றும் பங்காரப்பாவை 'பம்' என்றும் ராமகிருஷ்ண ஹெக்டேவை 'குள்ளநரி' என்றும் அரசியல் பிரமுகர்களுக்குச் சுருக்கப் பெயர்களை வைத்துக் குறிப்பிட்டு, இந்த முதலமைச்சர்களை வெளிச்சம் போட்டுக்காட்டி,

அதிகாரத்தை அதன் உச்சாணியிலிருந்து கீழிறக்கி சகஜமாக்கி, மக்கள் சமூகத்தின் பகுதியாக்கினார் அவர். அதிகாரம், அதிகார மையங்கள் மீதான விமர்சனங்கள் 'லங்கேஷ் பத்திரிகே'யின் பக்கங்களை ஆக்கிரமித்தன.

கௌரியும் அந்தப் பாரம்பரியத்தைத் தொடர்ந்தார். அரசின் பொறுப்பற்ற செயல்பாடுகளையும், தவறு செய்யும் அரசியல்வாதிகள், மற்ற அரசியல் பிரமுகர்கள், நேர்மையற்ற தொழிலதிபர்களையும் அவரது இதழ் பரிசீலனைக்கும் கண்டனத் துக்கும் உட்படுத்தியது. தொடக்க ஆண்டுகளில் இலக்கிய உள்ளடக்கமும் கட்டாயம் இருக்க வேண்டும் என்று முயற்சி செய்தார். சிறுகதைகள் வந்து சேராதபட்சத்தில் தானே ஒரு சிறுகதையை மொழிபெயர்த்து இலக்கியப் பக்கம் தொடர்வதை உறுதிப்படுத்துவார்.

வார இதழை நடத்தும் பணியோடு, சொந்தக் கட்டுரைகளை எழுதுவதிலும் அவர் சுறுசுறுப்பாக ஈடுபட்டார். பெனாசிர் புட்டோவின் வாழ்க்கை பற்றிய சிறு நூலொன்றை எழுதினார். இத்ரீஸ் ஷாவின் *Tales of the Dervishes* நூலின் மொழிபெயர்ப்பையும் பிரான்ஸ்வா ஸகன், குஷ்வந்த் சிங், இஸ்மத் சுக்தாய், மாப்பசான், ஓ.ஹென்றி, கேட் சாப்பின் ஆகியோரின் சிறுகதைகள் அடங்கிய கப்பு மல்லிகே (கருப்பு மல்லிகை) என்ற சிறுகதைத் தொகுப்பையும் கொண்டு வந்திருக்கிறார். 1997இல் குறுகிய காலம் அமெரிக்காவில் இருந்தபோது கே.பி. பூரணச்சந்திர தேஜஸ்வியின் ஜுகாரி க்ராஸ் கன்னட நாவலை ஆங்கிலத்தில் மொழிபெயர்த்தார். (அதன் கையெழுத்துப் பிரதியைத் தேடி எடுக்க வேண்டும்.)

கர்நாடகத்தில் இந்துத்துவ வலதுசாரிகள் அணி திரண்ட காலகட்டத்தில்தான் 'லங்கேஷ் பத்திரிகே'யின் ஆசிரியராக கௌரியின் பணியும் தொடங்கியது. இந்துக்களும் முஸ்லிம்களும் வழிபடும் சூஃபி ஞானி பாபாபுடன் மற்றும் இந்து தெய்வமான தத்தாத்ரேயா ஆலயத்தை 2003இல் இந்துத்துவா வலதுசாரிகள் கைப்பற்றுவதைத் தடுக்க நடத்திய போராட்டம் குறித்த அவரது எழுத்துகள், கடினமான அரசியல் உலகில் சமூகச் செயல்பாட்டாளராக அவர் புதிதாக அடியெடுத்து வைத்ததைக் காட்டின. அதைத் தொடர்ந்த ஆண்டுகளில், மாநிலத்தில் இந்துத்துவ வலதுசாரிகளின் வன்முறை வளர்ந்து வந்தபோது, அதை எதிர்கொள்வதே அவரது முக்கியமான பணியாகிவிட்டது. கர்நாடக சமூக நல்லிணக்க அமைப்பின் *(Karnataka Communal Harmony Front)* பணிகளில் தீவிரப் பங்கேற்பாளராக இருந்த அவர், வலதுசாரிகளின் அணிதிரட்டலுக்கு எதிராகப் பல போராட்டங்களை நடத்தினார். உண்மையில், அவர் எழுதிய

கடைசித் தலையங்கம், நாட்டில் 'போலிச் செய்திகள்' குறித்த கவலையை வெளிப்படுத்துவதாக இருந்தது.

கௌரியுடன் நீண்டகாலம் இணைந்து பணியாற்றிய சமூகச் செயல்பாட்டாளர்களான கே. பணிராஜ், ரஹமத் தரிகெரே ஆகியோரின் கட்டுரைகள் கௌரி எப்படி சமூக செயல்பாட்டாளராக உருவானார் என்பது குறித்த பயனுள்ள தகவல்களைத் தருகின்றன. தொடக்கக்காலத்தில் கன்னட மொழியில் போதிய திறன் இல்லாமல் இருந்தபோதிலும்கூட, பாபாபுடன்கிரியில் பிரமாண்டமான எதிர்ப்புக் கூட்டத்தைக் கூட்டும் திறனை அது பாதிக்கவில்லை. பெண்கள், தலித்துகள், பழங்குடியினர், முஸ்லிம்கள், பாதிக்கப்படக்கூடிய இதர மக்களின் பிரச்சினைகளில் தீவிர ஆர்வம் காரணமாக, சமூக நீதிக்கான தனது உணர்வுகளை அவரால் ஆழப்படுத்திக்கொள்ள முடிந்தது.

கௌரியின் வார இதழ் துணிச்சலான, அதிக ஆபத்தான இதழியலை முன்வைத்தது. 'யார் உதைத்தது? யாரை? எங்கே?' என்று தெளிவுடன் அவரது நிருபர்கள் செய்திகளைத் தருவார்கள். சக்தி வாய்ந்தவர்களின் தீய செயல்கள் குறித்து எழுதும்போது ஏராளமான அவதூறு வழக்குகள் தேடி வந்தன. அதன் விளைவாக, கௌரி தனது மதிப்புமிக்க நேரத்தைக் கர்நாடகம் முழுவதுமுள்ள தாலுகா, மாவட்ட நீதிமன்றங்களுக்குப் பயணிப்பதிலேயே கழிக்க வேண்டியதிருந்தது. அவரது கருத்துகளின் மீதான போற்றுதல் காரணமாக, மாநிலம் முழுவதும் இருந்த பல வழக்கறிஞர்கள் அவருக்காக இலவசமாக வாதாடினார்கள்.

ஜனநாயகத்தின் சார்பில் எதிர்ப்பைத் தெரிவிப்பதுடன் சுதந்திர உணர்வு, விமர்சன இதழியல் பண்பு, உயிர்ப்புடன் கூடிய போராட்ட உணர்வு போன்ற அப்பாவின் பாரம்பரியத்தையும் அவர் பெற்றிருந்தார். அரசியல் வார இதழில் இலக்கிய உணர்வு களையும் அவரது அப்பா வளர்த்து வந்ததை அவர் தெரிந்து வைத்திருந்தார். அவரளவுக்குத் தன்னால் செல்ல முடியாது என்பதை உணர்ந்திருந்த அவர், தனது அப்பாவைப் போலவே கருத்துகளை வெளிப்படையாகச் சொல்வதிலும் ஜனநாயக மதிப்பீடுகளைக் கைக்கொள்வதிலும் மனத்திருப்தி அடைந்தார். அரசியல் விவாதங்களின் மீது இந்த வார இதழுக்கு முன்பைவிட அதிக சாய்வு இருந்தது பற்றி அவர் கவலைகொள்ளவில்லை. "பாம்பு சட்டையை உரிப்பது போல இந்தப் பத்திரிகையும் தொடர்ந்து மாறிக்கொண்டிருக்க வேண்டும் என எனது அப்பா எப்போதும் சொல்வார்," என்று அவர் நினைவுகூர்ந்திருக்கிறார்.

கர்நாடகத்தில் நக்ஸலைட்டுகள்மீது வெளிப்படையாக அவர் காட்டிய அக்கறை, வார இதழின் உரிமையாளராக இருந்த அவரது சகோதரருடன் கருத்து மோதலை ஏற்படுத்தியது.

அதனால் 2005இல் 'கௌரி லங்கேஷ் பத்திரிகே' என்ற புதிய வார இதழைத் தொடங்கினார்.

அரசியல் விஷயங்களில் வெளிப்படையாக அவர் கருத்து களைத் தெரிவித்தது மோசமான விளைவுகளை ஏற்படுத்தியது. மாநிலத்தில் பாதிக்கப்பட்ட சாதியினருக்காகவும் மதத்தினருக் காகவும் நடந்த போராட்டங்களுக்கு அவர் காட்டிய ஆதரவு மிரட்டல்களை வரவழைத்தது. முதலில் பயந்த அவருக்கு, விரைவிலேயே மிரட்டல் கடிதங்கள், தொலைபேசி மிரட்டல்கள் பழக்கமாகிவிட்டன. அரசிடமிருந்து பாதுகாப்பு பெறுவது எளிதானது. ஆனால், தனது சுதந்திரத்தில் சமரசம் செய்துகொள்ள வேண்டி வரும் என்றும் அரசுக்குக் கடன்பட்டது போல அர்த்தமாகிவிடும் என்றும் அவர் நினைத்தார். இந்த தார்மீக நெறி அவருக்கு இருந்ததால், பெங்களூரில் பத்திரிகையாளர்களுக்கு முக்கிய இடத்தில் அரசு வழங்கிய பிளாட்டுகளைப் பெறுவதில் அவர் ஈடுபாடு காட்டவில்லை.

அவரது அப்பாவைப் போலவே கௌரியின் ஆர்வமும் இதழியல், அரசியல், திரைப்படம், இலக்கியம். நாடகம்...என்று விரிந்து பரந்தது. தில்லியில் பத்திரிகையாளராக இருந்தபோது அவர் அமெரிக்கா, தென்னாப்பிரிக்கா, ஐரோப்பா ஆகிய இடங்களுக்குச் சென்றிருக்கிறார். இதழியல் படிப்பதற்கான உதவித் தொகை பெற்று 1993-94இல் பாரீசில் வாழ்ந்திருக்கிறார். கர்நாடகத்தில் கன்னட மொழி ஊடக ஆசிரியர்களுக்கு வழக்க மாகக் கிடைக்காத அனுபவம் இது. அவரது எழுத்துகளில் இந்த அனுபவங்கள் பிரதிபலித்தன. ஒபாமாவின் தேர்தல் வெற்றியை அவர் வரவேற்றார். அல்கோரின் பருவநிலை மாற்றம் குறித்த ஆவணத்தையும் கென்ய சமூகச் செயல்பாட்டாளர் வங்காரி மத்தாயியின் சுற்றுச்சூழல் பணிகளையும் அவர் பாராட்டினார். இவை குறித்த புரிதல் அவருக்கு இருந்தது.

அவரது வார இதழில் ஏராளமான தலைப்புகளில் 850க்கும் மேற்பட்ட தலையங்கக் கட்டுரைகளை அவர் எழுதினார். மாநில - தேசிய பிரச்சினைகள், உள்ளூர் சர்ச்சைகள், வெளிநாட்டிலும் நமது நாட்டிலும் பல்வேறு இடங்களில் நடந்த துணிச்சலான சமூகச் செயல்பாடுகள், திரைப்பட விமர்சனங்கள், புத்தக விமர்சனங்கள், விளையாட்டு நிகழ்வுகள், சுயவரலாறு உள்ளிட்ட வாழ்க்கை வரலாற்றுச் சித்திரங்கள், பொது வாழ்க்கை பிரபலங்கள் மற்றும் பத்திரிகையுடன் நீண்டகாலத் தொடர்பில் இருந்தவர்களைப் பற்றிய இரங்கல் கட்டுரைகள் ... என்று சொல்லிக்கொண்டே போகலாம். அதிகாரத்தில் இருப்போரிடம் அவருக்கிருந்த கருத்து மோதல்கள் கட்சி வேறுபாடுகளைக் கடந்தவை என்பதை அவரது கட்டுரைகள் தெள்ளத் தெளிவாகக் காட்டுகின்றன; எல்லா கட்சிகளையும் ஒன்று போலவே விமர்சிப்பவை அவை.

இந்த எழுத்துகள் பல்வேறு வகையான வடிவங்களில் இருக்கும். பெரும்பாலும் தனது கருத்துகளுக்கு ஆதரவாகத தர்க்கரீதியாக விளக்கம் சொல்வது போல இருக்கும். சில நேரங்களில் குறிப்பான வாதங்களுக்குப் படிப்படியாகப் பதில் கொடுக்கும் வகையில் இருக்கும். சில நிகழ்வுகளின்போது தார்மீக நெறிகளுடன் நிகழ்வுகள் மறுபடியும் கட்டமைத்துச் சொல்லப்படும். சில நேரங்களில் உண்மைக்கதை வடிவில் இருக்கும். சில நேரங்களில் கிராமியக்கதை வடிவில் இருக்கும். சில சமயங்களில் கற்பனை உரையாடல்போல அல்லது கற்பனைக் கடிதம்போல இருக்கும். கிண்டல் தொனியுடன் அல்லது சமூக விமர்சனத்துடன் அவை இருப்பதையும் பார்க்க முடியும். எதிரெதிர் நிலைகளைச் சொல்லி வாதங்களை முன்வைப்பது அவருக்கு விருப்பமான ஒன்று. நகரங்களில் மலக்கழிவுகளை மனிதர்களே அகற்றும் அவலம் குறித்து அக்கறை செலுத்தாமல் நமது நாடு விண்வெளி ஆராய்ச்சிக்காகப் பல ஆயிரம் கோடிகளைச் செலவிடுவது எந்தவிதத்தில் நியாயம்? இதற்காகும் செலவை இயந்திரங்கள் மூலம் தூய்மைப் பணி செய்வதற்காக ஆகும் செலவோடு ஒப்பிட்டுப் பார்த்தால் தூய்மைப் பணிக்கு மிகக் குறைவாகவே செலவாகும். பழமையான ஒரு கிளப்புக்கு மது உரிமம் ரத்து செய்யப்படும்போது அது ஊடகங்களின் கவனத்தைப் பெரிதும் கவர்கிறது. குடிசைப் பகுதி மக்கள் அகற்றப்படும்போது அப்படி இல்லையே? நம்மைச் சுற்றி ஏராளமாகச் சூழ்ந்துள்ள வன்முறை கவனிக்கப்பட வேண்டும் என்பதற்காகச் சமூக அநீதியை மறக்க வேண்டுமா என்பது போன்ற கேள்விகள் இருக்கும். கௌரியின் எழுத்துகளில் தனிப்பட்ட அவசர உணர்வு இருந்தாலும், வறட்டு அறிவுரைகள் எப்போதும் இருக்காது.

சமூகச் செயல்பாட்டாளராக அவர் வெளிப்படுத்திய கோரிக்கைகள், இந்திய அரசியலமைப்புச் சட்ட நெறிமுறைகளுக்கு உட்பட்டே இருந்தன. ஹரியானா சட்டப்பேரவையில் முதலமைச்சர், பேரவைத் தலைவருக்கான இருக்கைகளைவிட சமண முனிவருக்கு உயரமான இருக்கையளித்தது போன்று ஏற்க முடியாததாக இருந்தால், அவர் வாதிடுவார். பாதிக்கப்பட்டுள்ள மக்களின் உரிமைகள் மீது ஆழ்ந்த அக்கறை செலுத்துவார். சமூகச் செயல்பாட்டாளர் என்ற முறையில் சட்டத்திற்கு உட்பட்டதாகவே அவரது கோரிக்கைகள் இருக்கும். என்றாலும், சட்டம் அவரது சமூகச் செயல்பாட்டுக் கனவுகளை வற்றச் செய்துவிடவில்லை. பிரச்சினைகளை மனித நேயத்தோடு அணுகும் படியும், மனமாற்றத்தை கோரியும் அவரது கட்டுரைகள் இருக்கும். பல கட்டுரைகளில் சமூக, அரசியல் வேறுபாடுகளால் மனிதர்கள் எப்படி ஒதுக்கிவைக்கப்படுகிறார்கள் என்பதைக் கதை வடிவில் சொல்லி வலியுறுத்தும் விவேகம் அவருக்கு இருந்தது.

இரக்கம் அல்லது மிருகத்தனம் குறித்த சம்பவத்தைச் சொல்லி முடித்த பிறகு, வாசகர்களின் மனம் கலங்காதா, ஆத்திரத்தால் கொதிக்காதா என்ற கேள்விகளுடன் அவை முடியும். அவரது சில பத்திகளின் தலைப்புகளில், "சாதியைத் தாண்டிப் பார்க்க முடியாதவர்கள் மனிதர்களாக இருக்க முடியாது", "மனிதநேயம் கொடுமைகளை வெற்றி கொள்ளும்" என்பது போல 'மனிதன்' 'மனிதநேயம்' என்ற வார்த்தைகளைச் சேர்த்திருப்பார்.

கௌரியின் மனிதநேயம், தார்மீக நெறி சார்ந்து தன்னை உருவாக்குவதில் அவரை நிலைநிறுத்தச் செய்தது; சித்தாந்தக் கட்டுக்குள் அவரை இறுகச் செய்துவிடவில்லை. மனிதம் மீதான அவரது பிணைப்பு சித்தாந்த மரபைக் காட்டிலும் உள்ளுணர்வு சார்ந்த அவரது நம்பிக்கையிலிருந்தே பெரிதும் உருவானது. சமூகச் செயல்பாட்டில் ஈடுபடஈடுபட, சமயம் மீதான அவரது அக்கறையின்மையும் எதிர்ப்புணர்வும்கூட மாற்றம் பெற்று, இந்திய வாழ்க்கையில் சமயம் வகிக்கும் முக்கியப் பங்கை அவர் உணர்ந்துகொள்ளத் தொடங்கினார். பிந்தைய ஆண்டுகளில் அது அவருக்கு வசதியாக இருந்தது. எடுத்துக்காட்டாக, சமூகப் பணிகளை அங்கீகரிக்கும் வகையில் மடத்தலைவர்களுடன் ஒரே மேடையில் பங்கேற்றிருக்கிறார். அவர் ஏற்பாடு செய்த நிகழ்ச்சிகளுக்கும்கூட அவர்களை அழைத்திருக்கிறார். அவர்களின் சமூகச் செயல்பாடுகளின் இறையியல் வேர்களைவிட, அவர்களின் ஜனநாயகத் தன்மையை அவர் மதித்தார். இறையியல் எண்ணங்களைவிட, ஒரே மாதிரியான இந்து சமூகம் என்ற கருத்தை மறுக்கும் வகையிலான அரசியல் ஆர்வத்தினால் தூண்டப்பட்டு அவர், லிங்காயத்துகள் தங்கள் மதத்தைத் தனி மதமாகப் பிரித்து அறிவிக்க வேண்டும் என்ற சமீபத்திய கோரிக்கையை ஈடுபாட்டுடன் ஆதரித்தார்.

பதிப்பாளராக கௌரியின் குறிப்பிடத்தக்கப் பணி இன்னமும் கவனம் பெறவில்லை. அவரது அப்பாவின் சிறுகதைகள், நாடகங்கள், கவிதைகள், சுயசரிதை, நாவல்கள், விமர்சனங்கள் போன்ற இலக்கியப் படைப்புகள் தொடர்ந்து கிடைக்கச் செய்வதற்காக அந்த வெளியீடுகளுடன், இதுவரை தொகுக்கப்படாத அவரது எழுத்துகளையும் சில தொகுப்புகளாக அவர் வெளியிட்டார். அத்துடன் கன்னட நாவல்கள், கட்டுரைகளை வெளியிட்டார். இந்திய மொழிகள் சிலவற்றிலிருந்து கன்னடத்துக்கு மொழிபெயர்ப்புகளையும் கொண்டுவந்தார். குஷ்வந்த் சிங், ஜி. கல்யாண் ராவ், பெருமாள் முருகன், டி.என். ஜா, சதத் ஹஃசேன் மாண்டோ, ஃபெய்ஸ் அகமது ஃபெய்ஸ், கமலா தாஸ், ஜிம் கார்ப்பெட், கென்னத் ஆன்டர்சன், கே. பாலகோபால், ஏ. ரேவதி, ஆனந்த் டெல்டும்ப்டே போன்ற சமூகச் செயல்பாட்டாளர்களின் புத்தகங்கள் இதற்கு எடுத்துக்காட்டு.

கௌரியின் பல்லாண்டுப் பணிகள் காரணமாகக் கர்நாடகத் திலும் அதற்கு வெளியேயும் நூற்றுக்கணக்கான சமூகச் செயல்பாட்டாளர்கள் அவருக்கு நெருக்கமானார்கள். பலர் அவரது தனிப்பட்ட நண்பர்களாவும் ஆனார்கள். சில நேரங் களில் சில கன்னட எழுத்தாளர்கள் தீவிரமாக அரசியல் விவாதங் களில் பங்கேற்கும்போது, பத்திரிகையாளர் என்ற முறையில் பொறுப்புடன் அவரும் தீவிரமாக இறங்குவார். அவரது நிலைப்பாட்டை ஏற்றுக்கொள்ளாதபோதும் அல்லது அவர் பிடிவாதமாக இருப்பதாகக் கருதியபோதும்கூட அவரது தன்னலமற்ற உயர்ந்த குறிக்கோள்கள், அன்பான குணம், துணிச்சல் போன்றவை அவரை மாநிலம் முழுவதுமுள்ள உணர்வுப்பூர்வமான இளைஞர்கள் பெரிதும் நேசிக்கச் செய்தது. நியாயமான காரணங்களுக்காகப் போராடுபவர்கள் அவரைத் தனது சகாவாக ஏற்பதற்குத் தயாராக இருந்தார்கள். பெரிய பத்திரிகைகள் அவர்களைப் பொருட்படுத்தாவிட்டாலும்கூட அவரது வார இதழ் அவர்களுக்கு இடமளித்தது.

பணியும் சமூகச் செயல்பாட்டுக் கடமைகளும் அவரைச் சூழ்ந்துகொண்டதைப் பார்ப்பதற்குக் எனக்குக் கவலையாக இருந்தது. பல மாதங்கள் அவை ஓய்வு எடுத்துக்கொள்வதற்குக்கூட அவரை அனுமதிக்கவில்லை. சமீபத்தில் ஒருநாள் அவரிடம் பேசும்போது, "அரசியலுக்கு இடையே தனக்கான நேரத்தையும் ஒதுக்கிக்கொள்வதில் லோகியா உறுதியாக இருந்தார். உங்களது அப்பாவும் மாலை நேரங்களை நண்பர்களுக்காக ஒதுக்கி வைப்பதில் உறுதியாக இருந்தார்," என்று புதுவழியில் நான் முயற்சி செய்தேன். "ஆம். நான் ஒரு நாள் ஓய்வு எடுத்துக்கொள்ள வேண்டும்" என்று அவர் பதிலளித்தார். ஆனால், அதை எப்போதும் செய்ததில்லை. கடந்த ஆண்டில் அபூர்வமாக தில்லி சென்றபோது, ஜவஹர்லால் நேரு பல்கலைக்கழகத்துக்குச் செல்வதற்கு நேரத்தை ஒதுக்கினார். அந்த வளாக வாழ்க்கை அவருக்கு ஆர்வமூட்டியது. "அங்கு படித்திருக்க வேண்டும்," என்ற தனது விருப்பத்தை வெளிப்படுத்தினார்.

சமீபத்திய ஆண்டுகளில், வார இதழை நடத்துவதில் கடுமையான நிதி நெருக்கடி இருந்தது. குறிப்பாக, விளம்பரங்களை வெளியிடுவதில்லை என்பதும் நன்கொடைகள் பெறுவதில்லை என்பதும் பத்திரிகையின் கொள்கை. புத்தக விற்பனையிலிருந்து (கைடு ப்ரகாஷண என்ற துணைப் பதிப்பகத்தின் மூலம் வெளிவந்த, போட்டித் தேர்வு எழுதும் மாணவர்களுக்கான மாத இதழ் உள்பட) கிடைக்கும் வருவாயைப் பத்திரிகைக்குப் பயன்படுத்த கௌரி முயன்றார். இந்த ஆண்டு தீபாவளி இதழிலிருந்து, தனது வார இதழில் ஆண்டுக்கு ஒரு முறை

அரசு விளம்பரங்களுக்கு இடமளிக்க அவர் சமீபத்தில் முடிவு செய்திருந்தார். அது உண்மையிலேயே வலி நிறைந்த முடிவாக இருந்திருக்கும். நிதியுதவி பெறுவதற்கு லாப நோக்கில்லாத மீடியா ஃபவுண்டேஷன்களை அணுகலாம் என்று ஒவ்வொரு முறையும் நான் சொல்லும்போதும், "சரி, பார்க்கலாம்," என்று அவர் கூறுவார். அந்த யோசனையில் அவருக்கு விருப்பமில்லை என்பதில் எந்தச் சந்தேகமும் இல்லை.

○

ராஜராஜேஸ்வரி நகரில் கௌரியும் நானும் அருகருகேயுள்ள வீடுகளில் வாழ்ந்து வந்தோம். எனது பிஎச்டி கள ஆய்வுக்காக *(2001 - 04)* ஒவ்வொரு நாள் மாலையிலும் நாங்கள் சந்திப்போம். அப்போதுதான் அவர் 'லங்கேஷ் பத்திரிகே'யின் ஆசிரியராகப் பொறுப்பேற்றிருந்தார். அவரது பணி மாலையில் சீக்கிரமே முடிந்துவிடும் என்று கருதக்கூடாது. அவரது இரவு உணவு, நள்ளிரவுக்குப் பிறகுதான். அவரது வீட்டிலோ அல்லது எனது வீட்டிலோ, நாங்கள் இருவரும் மட்டுமோ அல்லது நண்பர்களுடனோ, உள்ளூர் வம்புப் பேச்சிலிருந்து உலக விவகாரம் வரை விரிந்து எங்களது பேச்சு தொடரும். நான் மேலோட்டமாக முடிவுக்கு வருவதை வேடிக்கையாகப் பார்ப்பார். ஆழமான பார்வை கொண்ட பத்திரிகையாளரும் எனது நெருங்கிய நண்பருமான அவரைப் பொருத்தவரை வெளித் தோற்றத்தைவிட ஏதாவது வித்தியாசமாக அடிமனதில் துடிப்புடன் அசைந்துகொண்டிருக்கும்.

கருணையுடன் விருந்தளிப்பதில் மகிழ்ச்சியடையும் கௌரி, விருந்தினர்களை அவரது வீட்டில் இயல்பாக உணரச் செய்துவிடுவார். அவரது வீட்டில் நேர்த்தி குலைந்திருப்பதை எப்போதும் பார்க்க முடியாது. புத்தக அலமாரிகள், அறைகளிலுள்ள மேஜை நாற்காலிகள், சமையலறை என எங்கும் தூய்மையாக இருக்கும். குறிப்பாக, முன்பக்கத் தோட்டத்தின் மீது அதிக கவனம் செலுத்துவார். அவர் கொல்லப்படுவதற்கு இரு வாரங்களுக்கு முன், நான் அவரது வீட்டுக்குச் சென்றிருந்த போது புதர் மண்டிக்கிடந்த செடி கொடிகள் அப்புறப்படுத்தப் பட்டிருந்ததைக் கவனித்தேன். பாம்புகளுக்குப் பயந்து அவரது தாய் அந்தப் புதர்களை அகற்றியிருக்கிறார். பாம்புகளின் அச்சுறுத்தல் எப்போதும் தெரிந்ததுதான். ஆனால், கௌரி அதைப் பொருட்படுத்தவேயில்லை.

பெங்களூர்
22 டிசம்பர் 2017

சந்தன் கௌடா

கன்னட எழுத்துகள்

நூரின் இதயத்துடிப்பு

பெங்களூருவில் அறுவைச் சிகிச்சைக்காக பஸ்ஸில் வந்த பாகிஸ்தானியக் குழந்தை

இந்திய – பாகிஸ்தான் எல்லையில் உள்ள வாஹா கிராமத்தில் ஒவ்வொரு நாள் மாலையிலும் விசித்திரமான நடைமுறை இருந்து வருகிறது. இரு நாடுகளுக்கும் அந்த எல்லையில் ஐந்துஅடி உயரக் கதவுகள் நிற்கின்றன. அருகே இரு நாட்டுக் கொடிகளும் காற்றில் படபடக்கின்றன. அந்த நிகழ்ச்சியின்போது, எல்லையின் இருபுறமும் இருந்தும் ஒருவருக்கு அடுத்து ஒருவர், "நல்ல நாள்! எப்படி இருக்கிறீர்கள்?"என்று கேட்கிறார்கள். 1999இல் நான் வாஹாவுக்குச் சென்றபோது, மூத்த இந்திய ராணுவ அதிகாரி ஒருவர் என்னை பாகிஸ்தானிய ராணுவ அதிகாரி ஒருவரிடம் அறிமுகப்படுத்தி வைத்தார். இரு நாடுகளுக்கும் இடையே உள்ள யாருக்கும் உரிமையற்ற நிலப்பகுதியில் நான் அடியெடுத்து வைத்தேன். பாகிஸ்தான் ராணுவ அதிகாரி முன்னால் வந்தார். வடக்கிலுள்ள கார்கில் மலைப்பகுதியில் (பிரச்சினைக்கு உரிய காஷ்மீர் பகுதி) இரு நாடுகளுக்கும் இடையே போர் நடந்துவந்த போதிலும்கூட, இருவரும் கைகுலுக்கிக் கொண்டோம்.

நாள் முழுவதும் ஒருவருக்கொருவர் இணக்க மாக இருந்தாலும், மாலை வந்தவுடன் இரு நாடு களின் போர்வீரர்களுக்கு இடையே ஒருவிதமான போட்டி ஏற்பட்டு விடுகிறது. சாதாரண இந்தியர் களும் பாகிஸ்தானியர்களும் அந்த வாயில் அருகே

கூடுகிறார்கள். தினசரி வழக்கம்போல தேசியக் கொடிகளை இறக்கும் பணி தொடங்குகிறது. இதனைத் தொடர்ந்து இந்திய, பாகிஸ்தான் வீரர்கள், வடிவமைக்கப்பட்ட பயிற்சியாக, தங்களது பூட்ஸ் கால்களைத் தூக்கி ஆக்ரோஷமாக தரையில் மிதிப்பார்கள். எந்தப் பக்கத்து வீரர்களுக்கு போரில் நாட்டம்? எந்தப் பகுதியில் உள்ளவர்களின் பூட்ஸ்கள் ஆக்ரோஷமாக சப்தம் எழுப்புகின்றன? இதுபோன்றவற்றைக் கவனித்தபடியிருக்கும் மக்கள், தங்களது நாட்டின் வீரர்களுக்கு ஆதரவாகக் கைதட்டுகிறார்கள். கோஷங்களை எழுப்புகிறார்கள். வீரர்களுக்கு இடையே சிறிய போர் வெடிக்க இருப்பதன் தொடக்கம்போல உணரச் செய்கிறது இது.

விநோதமாகக் கண்டது இதோ: கொடியை இறக்கும் சம்பிரதாயம் முடிந்ததும், இந்திய, பாகிஸ்தானிய வீரர்கள் தங்களது எல்லைக் கதவுகள் அருகே விரைகிறார்கள். அவர்கள் ஒருவருக்கொருவர் ஆர்வத்துடன் கூர்ந்து பார்த்துக்கொள்கிறார்கள். அவர்களிடையே பகைமை உணர்வு தெரிவதில்லை. அதற்குப் பதிலாக, 'நீயும் என்னைப்போலதான்' என்ற உணர்வு நிலவுகிறது. 1947இல் பிரிவினை நேரத்தில் பிரிந்த உறவினர்களைப் பார்க்க முடியும் என்று மக்கள் நம்புகிறார்கள். சில இந்தியர்களும் பாகிஸ்தானியர்களும் வாஹா எல்லைப் பகுதிக்கு அவ்வப்போது வந்து போகிறார்கள். எல்லையின் மறுபுறம் தங்களுக்குப் பழக்கமான முகங்கள் தெரிகின்றனவா என்பதை மௌனமாக நின்று பார்க்கிறார்கள். வீரர்கள் விரட்டும்போதுதான் அவர்கள் வீடு திரும்புகிறார்கள்.

இந்த நினைவுகளை மீண்டும் கொண்டுவந்தாள் நூர் பாத்திமா. அவளுக்கு வெற்றிகரமாக அறுவைச் சிகிச்சை நடந்த செய்தி தொலைவில் உள்ளவர்களுக்கும் பரவியது. அவளுக்கு இந்தியர்கள் தார்மீகமாகவும் பொருளாதாரரீதியாகவும் ஆதரவு வழங்கியதைக் கண்டு மகிழ்ந்தேன். அரசியல்வாதிகள் கொடுக்க முடியாத உதவியை அவர்கள் அவளுக்கு வழங்கினார்கள். இந்தக் கருணையைக் கண்டு நூரின் பெற்றோர் நெகிழ்ந்து போனார்கள்.

ஏழை இந்தியக் குழந்தைகளுக்கு உதவுவதற்காக நூரின் அப்பா உருவாக்கிய நட்புறவு நிதிக்கு (தோஸ்ட் ஃபண்ட்), ஏராளமான இந்தியர்கள் நன்கொடை வழங்கினர். லாகூரில் வாழ்ந்து, பிரிவினைக்குப் பிறகு இந்தியாவில் குடியேறிய தொழிலதிபர் ஒருவர் ரூ.12 லட்சம் வழங்கினார். பாகிஸ்தானைச் சேர்ந்த முஸ்லிம் ஒருவர் உருவாக்கிய நிதிக்கு, இந்திய இந்து ஒருவர் நிதி வழங்கிய பெருந்தன்மை, இரு நாட்டு மக்களும் நட்பையும் நல்லிணக்கத்தையும் விரும்புகிறார்கள் என்பதையே காட்டுகிறது.

நாட்டிலுள்ள மக்களை சாதி, மத அடிப்படையில் பிரிப்பதற்கான முயற்சிகள் நடந்துவந்த நேரத்தில், சாதாரண மக்கள் மத வேறுபாடுகள் தங்களைப் பிரிக்க முடியாது என்பதை நிருபித்துக் காட்டியிருக்கிறார்கள். பாகிஸ்தான் மீதான இந்தியாவின் விரோதம் அதன் பாதுகாப்புத் தொடர்பானதுதான். அந்த நாட்டு மக்களுக்கோ அல்லது அவர்களது மதத்துக்கோ எதிரானதாக இதை விரிவுபடுத்த முடியாது என்பதையே நூரின் கதை தெளிவுபடுத்துகிறது.

நூர் என்கிற குழந்தை வேறு நாட்டைச் சேர்ந்தவர் என்பதை இந்தியர்கள் பொருட்படுத்தவில்லை. குஜராத் வன்முறையின் போது பாதிக்கப்பட்ட முஸ்லிம்களுக்கு ஆதரவு தரத் தயங்கிய இந்த இந்தியர்கள், பாகிஸ்தானைச் சேர்ந்த முஸ்லிம் பெண்ணுக்கு ஆதரவாக இருந்துள்ளனர். நமது இதயம் வெறுப்புணர்வால் நிறைந்து கிடக்கவில்லை. இதை நூர் பாத்திமா நம்மைப் பார்க்க வைத்துள்ளாள்.

ஆசிரியர் குறிப்பு: *2003ஆம் ஆண்டில், திறந்த இதய அறுவை சிகிச்சைக்காக இரண்டு வயது நூர் பாத்திமாவை அவரது பெற்றோர்கள் பெங்களூருவில் உள்ள நாராயணா இருதயாலயா இதயநோய் சிகிச்சை மருத்துவமனைக்கு அழைத்துவந்தனர். 1999இல் தில்லிக்கும் லாகூருக்கும் இடையே நட்புறவு பஸ் (தோஸ்தி பஸ்) பயணம் தொடங்கப்பட்டது. 2001இல் இந்திய நாடாளு மன்றத்தின்மீது நடந்த தற்கொலைப்படைத் தாக்குதலுக்குப் பிறகு ரயில் மற்றும் விமானச் சேவை நிறுத்தப்பட்டதால், பாகிஸ்தானுக்கும் இந்தியாவுக்கும் இடையே போக்குவரத்துக்கு இது ஒன்றுதான் வழியாக இருந்தது. நூரின் பெங்களூரு பயணம் ஊடகங்களில் மிகப்பெரிய கவனம் பெற்றது. பரவலாக அவளுக்கு நல்வாழ்த்துகளுடன் நிதியுதவியும் கிடைத்தது. வெற்றிகரமாக அறுவைச் சிகிச்சை நடந்தது குறித்த செய்திகள் உற்சாக மகிழ்ச்சியை ஏற்படுத்தின. அறுவைச் சிகிச்சைக்கான செலவுகளை மருத்துவமனை தள்ளுபடி செய்ததும், இந்தியாவிலுள்ள ஏழைக் குழந்தைகளுக்கு இதய அறுவைச் சிகிச்சை செய்வதற்கு உதவும் வகையில் அந்தப் பணத்தைக் கொண்டு நிதியை ஏற்படுத்தினார் நூரின் தந்தை.*

இந்தக் கட்டுரை, 2003ஆம் ஆண்டு ஜூலை 30 *லங்கேஷ் பத்திரிகே*யில் வெளியானது. சந்தன் கௌடாவின் ஆங்கில மொழிபெயர்ப்பு *நியூயார்க் டைம்ஸ்* இதழில் 2017ஆம் ஆண்டு செப்டம்பர் 25ஆம் தேதி வெளியானது.

பாபாபுடன்கிரியில் நான் என்ன பார்த்தேன்?

தெற்கு அயோத்தி என்று குறிப்பிட்டு தர்காவை முற்றுகையிட்ட காவிப்படை

கர்நாடகத்தை இன்னொரு குஜராத்தாகவும், பாபாபுடன்கிரியை அயோத்தியாகவும் மாற்றும் காவிப்படையினரின் முயற்சியைத் தடுத்து நிறுத்து வதற்காக சிக்மகளூரிலும் பாபாபுடன்கிரியிலும் நாங்கள் இரண்டு வாரங்கள் சமூக நல்லிணக்கக் கூட்டங்கள் நடத்தியபோது சில ஆச்சரியமான விஷயங்கள் நடந்தன. எதிலிருந்து தொடங்க!

நல்லிணக்கத்தின் அடையாளமாகத் திகழும் பாபாபுடன்கிரியைப் பாதுகாப்பதற்கு ஏற்கெனவே ஆதரவு தெரிவித்திருந்த எழுத்தாளர் கிரிஷ் கர்னார்ட், என்னிடம் தொலைபேசியில் தொடர்புகொண்டு, “டிசம்பர் 7, 8 தேதிகளில் நடைபெறும் சமூக நல்லிணக்க மாநாட்டுக்கு முன்னதாக, அங்குள்ள யதார்த்த நிலைமைகளைப் புரிந்து கொள்வதற்காக நாம் அங்கு சென்று வரலாமா?” என்று கேட்டார்.

“இது நல்ல யோசனை. நாம் போகலாம்”, என்றேன் நான். கர்னார்ட், டாக்டர் கே. மருள சித்தப்பா, ஜி.கே. கோவிந்தராவ், சூத்ர ஸ்ரீனிவாஸ்,

பேராசிரியர் வி.எஸ். ஸ்ரீதரா ஆகியோரும் நானும் டாடா குவாலிஸ் காரில் சிக்மகளூர் நோக்கிக் கிளம்பினோம்.

செல்லும் வழியில், பாபாபுடன்கிரியின் தனித்தன்மை குறித்தும், காவிப்படையினரால் அதைச்சுற்றி ஏற்படுத்தப்பட்டுள்ள விஷச்சூழலைப் பற்றியும் நாங்கள் விவாதித்தோம். இந்த ஆண்டில் பாபாபுடன்கிரியில் பஜ்ரங்தள குரங்குகள் இடையூறு செய்யத் தயாராகி வருவதில் எந்த ரகசியமும் இல்லை. கடந்த ஆண்டில் எடுக்கப்பட்ட படங்களை ஸ்ரீதர் காண்பித்தார். 'நட்புக்கு உறுதி. ஆனால், அழிப்பதற்குத் தயார்' என்ற கோஷத்துடன் வைக்கப் பட்டிருந்த பேனர், ஒரு புகைப்படத்தில் இருந்தது.

இதைப் படித்தபோது, கர்னார்ட் சீற்றம்கொண்டார். "யாரை அவர்கள் அழிக்க விரும்புகிறார்கள்? அவர்கள் பயன்படுத்தும் வார்த்தைகளைப் பாருங்கள். அடியாள் பலம், ரத்த ஆறு, எதிரிகளை அழித்தல் . . . இவை கன்னடத்தில் இருக் கின்றனவா?" என்று அவர் முழங்கினார். "பசவண்ணர், ஷெரீப், கனகதாசர், குவெம்பு போன்றவர்கள் உருவாக்கியது நமது கலாச்சாரம். மதத்தின் மையம் பரிவு. இதுதான் கர்நாடகத்தில் மதத்தின் அடிப்படை. ஆனால், பஜ்ரங் தள அமைப்புகளுக்கு, மோடி, தொக்காடியா மொழி மட்டும்தான் தெரியும்" என்றார் மருளசித்தப்பா.

தத்தபீடத்தில் சிலையை நிறுவுதல், அர்ச்சகரை நியமித்தல், தத்தபீடத்தைச் சுற்றியுள்ள கல்லறைகளை அழித்தல், அந்தப் பகுதி முழுவதையும் இந்துக்களின் புனித இடமாக அறிவித்தல் போன்ற பஜ்ரங் தளத்தின் கோரிக்கைகளையும் அந்தப் புகைப்படம் காட்டியது.

இந்த ஆண்டும் அதே கோரிக்கைகளைப் பஜ்ரங் தளம் முன்வைக்கும். அவர்களுக்குப் பாரதீய ஜனதா கட்சி முழு ஆதரவு அளிப்பதாக அறிவித்துள்ளது. ஆனால், பஜ்ரங் தளம் முன்வைக்கும் ஒவ்வொரு கோரிக்கையும் உச்சநீதிமன்றத்தின் தீர்ப்பை நேரடியாக மீறுவதாக உள்ளது. இதில், ஏதாவது ஒரு கோரிக்கை ஏற்கப்பட்டால்கூட, அது நீதிமன்ற அவமதிப்பாகும். பாஜக ஆதரவாளர்கள் இதுபற்றிய செய்தியை அறியாமல் இருப்பதில் எந்த ஆச்சரியமும் இல்லை.

பாபாபுடன்கிரி குறித்த உச்சநீதிமன்றத்தின் தீர்ப்பைப் பற்றி நாங்கள் விவாதித்தோம். அந்த உச்சநீதிமன்றத் தீர்ப்புப்படி, 1975ஆம் ஆண்டு ஜூன் மாதம் வரை என்னவிதமான சடங்குகள் கடைப்பிடிக்கப்பட்டனவோ அவை தொடரலாம். புதிதாகச் சடங்குகள் அனுமதிக்கப்படமாட்டாது. பாபாபுடன்கிரியில்

கடைப்பிடிக்கப்பட்டுவரும் சமய நடைமுறைகளையும் அது பட்டியலிட்டுள்ளது.

இந்துக் கோவிலில் இருப்பதைப் போன்று பல சடங்குகள், இங்கு கடைப்பிடிக்கப்படுகின்றன:

1. பாதுகைகளுக்குப் பூக்கள் படைத்தல்.

2. விளக்குகள் ஏற்றுதல்.

3. பக்தர்களுக்குத் தீர்த்தம் வழங்குதல்.

4. காணிக்கையாகத் தேங்காய் உடைத்தல்.

5. இந்துமட மதத்தலைவர்களுக்கு மரியாதை. செலுத்துதல்.

6. மயில் தோகை கொண்டு தலையை வருடிப் பக்தர்களை ஆசீர்வதித்தல்.

இந்தப் புண்ணிய ஸ்தலத்தின் தனித்தன்மை வாய்ந்த நல்லிணக்கச் சிறப்பியல்புகளை உச்சநீதிமன்ற நீதிபதிகள் தங்களது தீர்ப்பில் (1975இல்) பாராட்டியுள்ளனர். அடிக்கடி உதிர்க்கப்படும் ராம்–ரஹீம் என்ற வெற்று வார்த்தை, இங்கு பாரம்பரியமாக இருந்துவருகிறது என்று அந்தத் தீர்ப்பில் அவர்கள் கூறியிருக்கிறார்கள்.

எல்லாவற்றுக்கும் மேலாக, இந்தப் புண்ணிய ஸ்தலத்தின் பரம்பரை நிர்வாகியான ஷாகாத்ரீ எடுத்துள்ள நிலைப்பாட்டைப் பாராட்ட வேண்டும் என்று நீதிபதிகள் மேலும் தெரிவித்துள்ளனர். இந்தப் புனித இடம் முஸ்லிம்களுக்கு மட்டுமல்ல, இந்து பக்தர்களுக்கும் சொந்தமானது என்று முஸ்லிம் ஆன அவரே சொல்லியிருக்கிறார். பாதுகைகள், அணையா விளக்கு (நந்ததீபா) இருந்தபோதிலும்கூட, இந்துக்களுக்கு மட்டுமான இடம் என்று வழக்குத் தொடர்ந்த இந்துக்களும் உரிமை கொண்டாடவில்லை என்பதும் அதற்கு இணையாகப் பாராட்ட வேண்டிய விஷயம்.

பல நூறு ஆண்டுகளாக இந்த இடத்தில் வழிபாடு நடத்திவரும் முஸ்லிம்கள், இந்த இடம் தங்களுக்கு மட்டுமானது என்று எப்போதும் உரிமை கொண்டாடியது கிடையாது என்பதையும் நீதிமன்றம் குறிப்பிட்டுள்ளது. இதற்கிடையே, இந்த இடத்துக்கு உரிமை கொண்டாட வக்ஃப் போர்டு முயற்சி செய்கிறது. மதங்களுக்கும் ஜாதிகளுக்கும் இடையே பிளவுகள் ஏற்படுவதால்தான், இந்த உலகம் நொறுங்கிப் போகிறது. குரு தத்தாத்ரேய பாபாபுடன் ஸ்வாமி தர்கா, உண்மையான மதச்சார்பற்ற தன்மைக்கு மிகச்சிறந்த உதாரணம் என்று நீதிபதிகள் கூறி இருக்கிறார்கள்.

இதுபோன்ற இடத்தில் தீய நடவடிக்கையாக, பாஜக போன்ற பழமைவாத இந்துத்துவக் கட்சியும், எப்போதும் பிரச்சினை செய்யும் அதன் கையாளான பஜ்ரங் தளமும், அர்ச்சகரை நியமிக்க வேண்டும் என்று வலியுறுத்தி வருகின்றன (பிராமணராகத்தான் அவர் இருப்பார் என்பதை நான் வலியுறுத்தத் தேவையில்லை). அதை இந்துக்களுக்கான புனித இடமாக அறிவிப்பதற்கு அவர்கள் முனைப்புடன் உள்ளனர்.

இந்த யோசனையைக் கிண்டல் செய்த கிரிஷ் கர்னார்ட்,"தத்த ஜெயந்தி (தத்தரின் விழா) அல்லது தத்த மாலை (தத்த மாலா) நமது பாரம்பரியமே இல்லை. இது மதம் கிடையாது. ஆனால், இந்த நடைமுறைகளுக்குப் பின்னால் மதத்தின் பெயரால் அரசியல் உள்ளது. ஜாதி அமைப்பை நிராகரித்த நித பாரம்பரியத்தைச் சேர்ந்த தத்தாத்ரேயவை பிராமணமயமாக்குவதற்கான சதி இதன் பின்னணியில் உள்ளதை நாம் எளிதாகப் புரிந்துகொள்ள முடிகிறது" என்றார்.

குரு தத்தாத்ரேய பாபாபுடன்சுவாமி தர்காவுக்கு என்று தனி வரலாறு உண்டு. அக்காலத்தில் உள்ளூர் குலத் தலைவர்களின் கையில் சிக்கி வதைபட்டுக் கொண்டிருந்த சூத்திரர்களுக்கும் தலித்துகளுக்கும் உதவியாக இருந்து பாராட்டுப்பெற்ற தாதா ஹயத், அரேபியாவில் சந்திர த்ரோனா மலையிலிருந்து வந்தவர். தாதா ஹயத்தின் அன்பு, பரிவு, சகிப்புத்தன்மை ஆகிய வற்றால் ஈர்க்கப்படட சிலர் இஸ்லாமுக்கு மாறினர். அதே சமயம், மற்றவர்களில் பலர் தங்களது பழைய மதத்தின் தொடர்பு களைத் துண்டித்துக்கொள்ளாமல், தாதா ஹயத்தின் பக்தர்களானார்கள். அவரை தத்தாத்ரேயவின் அவதாரம் என்று அழைத்தார்கள். எனவே, இந்து பக்தர்கள் தாதா ஹயத்திடம், தத்தாத்ரேயவைக் கண்டார்கள். முஸ்லிம் சூஃபி ஞானிகளின் பெயர்களுக்குப் பின்னால் இந்துப் பெயர்களைக் கொடுப்பது பொதுவான வழக்கம். எடுத்துக்காட்டாக, பீஜப்பூர் சூஃபி ஞானி குவாஜ அமீனுதீன் அல்லாவை பிரம்மா நந்தாயிகே சுவாமி என்று இந்து பக்தர்கள் அழைத்தனர். டின்டினி மொயித்தீன், இந்துக்களுக்கு முனியப்பா.

காலப்போக்கில் தாதா ஹயத், தத்தாத்ரேயா ஆகிய இரண்டு பெயர்களும் ஒன்றாகிவிட்டன. தர்காவின் நில ஆவணங்களில் ஷாகாத்ரீ என்ற பெயர் ஜகத்குரு என்று அழைக்கப்பட்டது. இந்து அரசர்களும் முஸ்லீம் அரசர்களும் பல நூற்றாண்டுகளாகப் பக்தர்களாக இருந்தார்கள். ராணி சென்னம்மா காலத்தில் இந்த தர்காவிற்குப் பணம் பொங்கிவழிந்தது. இதனைப் பரிபாலனம் செய்ய ஹைதர் அலியும் வருவாய்க்கான ஆதாரங்களை

வழங்கினார். நூற்றுக்கணக்கான ஏக்கர் நிலங்களை திப்பு சுல்தான் வழங்கினார். மூன்றாவது ஸ்ரீகிருஷ்ணராஜ உடையார், சூஃபி ஆசிரியர்களிடம் (பிர்) யோசனைகளைப் பெற இந்தத் தர்காவுக்குப் பலமுறை வந்திருக்கிறார். அதுமட்டுமல்ல, மைசூர் மகாராஜா 16 இந்துமத அமைப்பு நிர்வாகிகளுக்கும் ஸ்ரீ குரு தத்தாத்ரேய பாபாபுடன் சுவாமி ஜகத்குருவுக்கும் சிறப்புச் சலுகைகளை வழங்கினார். எந்த முஸ்லிம் மதத் தலைவருக்கும் இந்தச் சலுகை வழங்கப்பட்டது கிடையாது.

இப்படிப்பட்ட இடத்தில், ஹோமம், யோகா, யக்ஞம், பூஜை போன்று மற்ற பிரயோஜனமில்லாத சடங்குகளைச் செய்ய விரும்புகிறது காவிப்படை.

***லங்கேஷ் பத்திரிகே,* 3 டிசம்பர் 2003**

சிறையில் களிப்பு

வெறுப்பைச் சந்திக்கும் அன்பு மாற்றங்கள் தடுப்பு, குறித்த நேரத்தில் பத்திரிகைப்பணி முடிப்பு

சமூகங்களிடையே நல்லிணக்கம், கர்நாடகத்தின் கலாச்சாரக் குணம். மாநிலத்திலுள்ள பெரும்பாலான மக்கள் அதனைப் பாதுகாக்கவே விரும்புகிறார்கள். சிக்மகளூரில் நடைபெற்ற நல்லிணக்க மாநாட்டுக்குப் பேராதரவு இருந்ததும், நிகழ்ச்சியைத் தொடர்ந்து அவர்கள் சிறை சென்றதுமே இதற்கு ஆதாரம்.

2003ஆம் ஆண்டு டிசம்பர் 7ஆம் தேதி மாநாடும், அதைத்தொடர்ந்து இரண்டு நாள் சிறைவாசமும் மறக்க முடியாத அனுபவங்கள். மாவட்ட நிர்வாகம் எங்களது நகரத்தில் எங்களது அணிவகுப்பை நிறுத்தி நூற்றுக்கணக்கானவர்களைக் காவலில் வைத்தது. “மீண்டும் கட்டுவோம்! நாங்கள் மீண்டும் கட்டுவோம் ... உடைந்த இதயங்களை ... உயர்ந்த கனவுகளை ... நாங்கள் நிச்சயமாகக் கட்டுவோம்” என்று பிரபலமான பாடலைப் பாடிக்கொண்டே நாங்கள் அனைவரும் சிறைக்குச் சென்றோம். அந்த நாளை நினைவு கொள்ளும்போது, இப்போதும்கூட என் கண்கள் ஈரமாகின்றன.

கூட்டமாகப் பஸ்ஸில் ஏற்றிய போலீசார், புதிதாகக் கட்டப்பட்ட சிக்மகளூர் சிறைச்சாலைக்கு எங்களைக் கொண்டுசென்றார்கள். செல்லும் வழியெல்லாம் நாங்கள் வெள்ளைக் கொடியை அசைத்தபடி ஜன்னல் வழியே துண்டுப் பிரசுரங்களை

வீசிக்கொண்டே சென்றோம். எங்களது ஊர்வலத்தை அரசு தடுக்க முயன்றது. ஆனால், அந்த நகரத்தின் முக்கிய வீதிகள் வழியாக எங்களை அழைத்துச் சென்றது எங்களுக்கு வசதியாகப் போனதாக எனக்கு உறைத்தது. அதற்கு பதிலாக, நாங்கள் தெருக்களில் நடந்து சென்றிருந்தால், எங்களுக்குக் குறைவான கவனமே கிடைத்திருக்கும்.

சிறைச்சாலை புதிது. ஆனால் அனைத்து அடிப்படை வசதிகளும் போதாது. 250 பேருக்காகக் கட்டப்பட்டது அந்த இடம். ஆனால், எங்களில் ஆயிரத்துக்கும் மேற்பட்டோர் ஆடுகளைப்போல அடைத்துவைக்கப்பட்டோம். அங்கு குடிநீர் வசதி இல்லை. பெண் கைதிகளுக்குத் தனி மறைவிடம் இல்லை. உணவு, தண்ணீர் அல்லது படுக்கை போன்ற எதற்காகவும் நாங்கள் தர்ணா செய்யவேண்டியிருந்தது.

இறுதியாக, தூய்மை சிக்கமகளூரு (ஸ்வச்சா சிக்கமகளூரு—சுத்தமான சிக்கமகளூரு) என்று ஒட்டப்பட்டுக் குப்பையை ஏற்றிச்செல்வதற்கான பெரிய பீப்பாய்களில் குடிதண்ணீர் வந்தது. முன்னூறு பேருக்கு மட்டும்தான் உணவு போதுமானதாக இருந்தது. நாங்கள் படுக்கைகள் கேட்டோம். மெல்லிய போர்வைகளும் அதைவிட மெல்லிய படுக்கை மேல்விரிப்புகளும் கிடைத்தன.

ஆனால், இந்தச் சிரமங்கள் எல்லாம் எங்களது நம்பிக்கையையோ அல்லது ஆர்வத்தையோ குலைக்கவில்லை. அதற்கு மாறாக, அந்த இரண்டு நாட்கள் எங்களை நெருக்கமாக்கியது. இந்தப் போராட்டத்தைத் தொடர ஊக்கமளித்தது. எங்களது மனத்துக்கு ஊட்டமளித்தது. சிறையில் நாங்கள் கஷ்டப் படுவோம் என்று நினைத்து, எழுத்தாளர்களும் சமூகச் செயல் பாட்டாளர்களுமான கே. ராமதாஸ், பானு முஷ்டாக் ஆகியோர் அக்கறையுடன் விசாரித்தனர். “இல்லை. எந்தப் பிரச்சினையும் இல்லை. உண்மையில் இது நல்ல அனுபவம். நீங்களும் இங்கு வர வேண்டும் என்று வாழ்த்துகிறேன். இங்கு எங்களது நேரம் எப்படிக் கழிந்தது என்று நான் சொன்னால், நீங்கள் என்னைப் பார்த்து நிச்சயம் பொறாமைப்படுவீர்கள்” என்று அவர்களிடம் உறுதியாகச் சொன்னேன்.

இந்த சிறைச்சாலையே குட்டி கர்நாடகத்தைப்போல காட்சியளித்தது. இங்கு, கர்நாடகம் முழுவதிலுமிருந்து இளம் பையன்கள், பெண்கள், முற்போக்குச் சிந்தனையாளர்கள், கம்யூனிஸ்ட்கள், முஸ்லிம் சமூகத் தலைவர்கள், கலைஞர்கள், பத்திரிகையாளர்கள், ஆசிரியர்கள், சமூகச் செயல்பாட்டுப் பெண்கள், விவசாயிகளின் தலைவர்கள், அரசியல்வாதிகள் இருந்தனர்.

இதில் வேடிக்கை என்னவென்றால், பஜ்ரங் தளம் ஏற்பாடு செய்திருந்த தத்தரின் விழாவில் (தத்த ஜெயந்தி) கலந்து கொள்வதற்காக வந்த சிலரும் சிறையில் இருந்தனர். அவர்களும் எப்படியோ எங்களது வாகனத்தில் ஏற்றப்பட்டு, எங்களுடன் சிறைக்குள் தள்ளப்பட்டுவிட்டனர். எங்களுடன் இரண்டு நாட்கள் இருந்த அவர்கள் சமூக நல்லிணக்கக் குறிக்கோளுக்காக மாறியவர்கள்போலத் தெரிந்தது. ஒரே இடத்தில் அனைவரும் நெருக்கியடித்துக்கொண்டு நேரத்தைக் கழித்த நாங்கள் அனைவரும் உண்மையாகவே முன்பின் தெரியாதவர்கள். எனினும், ஒற்றுமை உணர்வுடன் எல்லோரும் இருந்தார்கள். எந்த நேரத்திலும் எந்த அசம்பாவிதமும் ஏற்படவில்லை.

ஞாயிற்றுக்கிழமை நான் கைது செய்யப்பட்டேன். அந்த நாள் இரவே பத்திரிகை அச்சுக்குச் செல்ல வேண்டும். நான் சிறையில் இருந்தபடி பத்தியை எழுதினாலும்கூட, பெங்களூருவுக்கு பேக்ஸ் செய்வது சாத்தியமில்லை. இதில் மேலும் மோசமான விஷயம் என்னவென்றால், எனக்கு உதவுவதற்காக வந்த ஹசன் நிருபர் சந்திரசூட்டும், என்னுடன் சிறையில் இருந்தார். எனவே, எனது பத்திக்கான விஷயங்களை அலுவலகத்துக்கு எனது செல்போன் மூலம்தான் சொல்ல வேண்டும்.

போன் மூலம் நான் எனது பத்திக்கான விஷயங்களை சொல்லிக்கொண்டிருந்தபோது, மூத்த போலீஸ் அதிகாரி சுபாஷ் பரணி வந்தார்.

"உங்களது பத்திரிகையை அச்சுக்கு அனுப்ப இன்றுதான் காலக்கெடு. சரியா?" என்று அவர் கேட்டார். "இன்று இரவே எல்லோரையும் விடுதலை செய்ய நாங்கள் திட்டமிட்டுள்ளோம். நீங்கள் விரும்பினால் இப்போதே வெளியே போகலாம்" என்றார்.

"இன்று நான் அலுவலகத்துடன் தொடர்புகொள்ள வேண்டிய தேவையுள்ளது. எனது போனிலுள்ள பேட்டரியில் சார்ஜ் குறைந்துகொண்டே வருகிறது. ஹோட்டலில் எனது அறையிலிருந்து சார்ஜரை எடுத்துக் கொடுத்தால் போதும்" என்று சொன்னேன்.

அதற்கு அவர் சம்மதித்தாலும், எதுவும் நடக்கவில்லை. மன்னர் ஆணையிட்டாலும் அரண்மனைக் காவலர்கள் அதனைச் செய்யாமல் போய்விடுவது போன்ற நிலை ஆகிவிட்டது. எனது சார்ஜரைக் கொண்டுவர காவலர்கள் அனுமதிக்கவில்லை. "நீங்கள் இங்கிருந்து செல்லலாம். ஆனால் திரும்பி வர முடியாது" என்று அவர்கள் சொன்னார்கள். நீங்கள் செல்லலாம் என்று சமூக நல்லிணக்கக் குழு, அனைத்திந்திய இளைஞர் சம்மேளனம்

ஆகிய அமைப்புகளின் இளம் செயல்பாட்டாளர்கள் சொன்ன போதிலும்கூட, அனைவரும் விடுதலை செய்யப்படும்வரை நான் விடுதலையாக விரும்பவில்லை.

இதைக் கேட்ட பரணி, இறுதியாக ஹோட்டல் அறையிலிருந்து எனது சூட்கேஸை எடுத்துவர ஏற்பாடு செய்துவிட்டார். எங்களிடம் நூற்றுக்கு மேற்பட்ட செல்போன்கள் இருந்தன. செல்போனை சார்ஜ் செய்ய அனுமதிப்பது என்பது எங்களை வெளி உலகத்துடன் தொடர்பு கொள்வதற்கு அனுமதிப்பதைப் போன்றது. எனவே, அடுத்த நாளில் சிறைத்துறை அதிகாரிகள் மின்சார இணைப்பைத் துண்டித்துவிட்டனர்.

போராட்டத்தில் எங்களுடன் நின்றவர்கள், சிக்மகளூர் முஸ்லிம்கள். சூஃபி பாரம்பரியத்தைப் பிரதிநிதித்துவப்படுத்தும் சிக்மகளூர் பாபாபுடன்கிரி, பெரும்பாலான சிக்மகளூர் நகர முஸ்லிம்களுக்கு அது முக்கிய வழிபாட்டுத் தலம் அல்ல. எனவே, இந்தச் சர்ச்சையிலிருந்து பொதுவாக அவர்கள் ஒதுங்கி இருந்தார்கள். ஆனால், காவிப்படையினர் மிகவும் சக்திவாய்ந்த வர்களாக வளர்ந்துவரும் சூழ்நிலையில், சிக்மகளூரில் நடைபெற்ற சமீபத்திய நிகழ்வுகள், வகுப்புவாதக் கலவரங்கள் நடந்தால் தாங்கள் பாதிக்கப்பட வேண்டியிருக்கும் என்பதை அவர்களுக்கு உணரச் செய்திருந்தன. இந்தப் புரிதல் காரணமாக, சிக்மகளூரில் சமூகங்களிடையே நல்லிணக்கத்தைப் பாதுகாப்பதற்காக முன்முயற்சிகளை எடுக்கச் செய்தது.

அதற்கு முந்திய நாள், சிக்மகளூரிலுள்ள அனைத்து மசூதிகளிலும் எங்களது பேரணி வெற்றி அடைவதற்காக சிறப்புத் தொழுகைகள் நடைபெற்றன. ஆயிரத்துக்கு மேற்பட்டவர்கள் கைது செய்யப்பட்டதைக் கேள்விப்பட்ட அவர்கள், எங்களுக்கு உணவு ஏற்பாடு செய்வதற்காக 40 ஆயிரம் ரூபாய் திரட்டினார்கள். பற்றாக்குறையாக இருக்கும் என்றெண்ணி உணவு, பாட்டில் தண்ணீர் ஆகியவற்றையும் அனுப்பிவைத்தனர். கம்பளி ஆடைகள், காபி, டீ ஆகியவற்றையும், கடும் குளிர் இருந்தால், சிகரெட்டுகளும் பீடியும்கூடக் கொடுத்தனுப்பினார்கள். எங்களுக்கு ஏதாவது தேவை இருந்தால், அதற்காகச் சிறைச்சாலைக்கு வெளியே முஸ்லிம் இளைஞர் குழுவை நிறுத்திவைத்திருந்தார்கள். இந்த அனைத்துச் செயல்பாடுகளுக்கும் தலைமைவகித்த யூசுப் ஹாஜிக்கு நாங்கள் என்றென்றும் நன்றியுடையவர்கள்.

சிறையில் இருந்தபோதிலும், நாங்கள் பாடினோம். ஆடினோம். விவாதித்தோம். இரண்டு நாட்கள் போனதே தெரியவில்லை. நான் என்னுடன் எடுத்து வந்த, அப்போது வெளி

யாகியிருந்த காப்ரியேல் கார்சியா மார்க்வெஸ் சுயசரிதையில் ஒரு பக்கம் கூடப் படிக்கவில்லை.

பல மறக்க முடியாத நிகழ்வுகள். இந்த இரண்டு நாட்களில் பத்திரிகையில் பத்தி எழுதுவதற்காக நான் பட்ட அவதிகளைப் பார்த்து, அங்கு இருந்தவர்களில் பத்திரிகையின் விசுவாசமான வாசகர் ஒருவர் அழுதே விட்டார். 'பாபா தத்தா ஏக் ஹை' என்று நாங்கள் கோஷம் எழுப்பியபோது, ஒரு குறும்புப் பையன், 'லார தத்தா ஏக் ஹை' என்று கத்தினான். பொழுது விடியும் நேரத்தில் நான் உறங்கிக்கொண்டிருந்தபோது, எனது சற்று விசாலமான அறையில் அமைதியாக நுழைந்த முஸ்லிம் இளைஞன், தொழுகை நடத்தத் தொடங்கினான். சாதி, சமயங்களை எதிர்கொள்ளும் வகையிலான பழைய கோஷங்களை நாம் நிறுத்திக் கொள்ள வேண்டும். ஏனெனில், நாம் சிறையில் நெருக்கியடித்துக்கொண்டு இருந்த பிறகு இதனை எப்படியோ சாதித்துவிட்டோம். அதற்குப் பதிலாக உணவை வலியுறுத்திப் புதிய கோஷங்களை எழுப்ப வேண்டும் என்று ஓர் இளைஞன் பொறுமையின்றிச் சொன்னான். அடுத்தநாள் தங்களது தேர்வு நடைபெற இருப்பது குறித்து மாணவர்கள் கூச்சலிட்டார்கள்.

இரவில், குளிர்ந்த நிலவு வெளிச்சத்தில், சிறைச்சாலையின் முற்றத்தில் ஆங்காங்கே சிறு குழுக்களாக அமர்ந்து தீயின் வெப்பத்தில் மக்கள் குளிர் காய்ந்தார்கள். இந்தக் காட்சிகளையும் கூட மறக்க முடியாது.

சிறைச்சாலையில் இளம் ஆண்களும் பெண்களும் எங்களுடன் நேரத்தைச் செலவிட்டதைப் பற்றி நான் சிந்திக்கும்போது, எனது இதயம் புதிய உற்சாகத்தால் நிரம்பி வழிகிறது. திடீரென்று கிடைத்த இந்த புதிய வாழ்க்கை என்னை மேலும் உந்திச் செலுத்துவதாக நான் உணர்ந்தேன். உண்மையான அர்த்தத்தில் பார்த்தால், அது நல்லிணக்கத்தின் உறைவிடம். புதிய நட்புகள் உருவான இடம். இது எனக்கு மட்டும் கிடைத்த அனுபவமில்லை. என்னுடன் இணைந்து இருந்த நூற்றுக்கணக்கான மக்களும் என்னைப் போன்றே உணர்ந்திருப்பார்கள் என்பதில் எனக்கு எந்த சந்தேகமும் இல்லை.

***லங்கேஷ் பத்திரிகே*, 24 டிசம்பர் 2003**

அனைத்தையும் விஞ்சிய தாயின் அன்பு

2002ஆம் ஆண்டில் காப்பாற்றப்பட்ட ஒரு முஸ்லிம் குழந்தை இந்துவாக வளர்க்கப்பட்டது

நமது நாட்டுக்கு இன்னமும் எதிர்காலம் இருக்கிறது. ஜாதி, மத வித்தியாசங்களைத் தாண்டி இங்கு மக்கள் இருக்கிறார்கள். பாசத்துக்கும் மனித நேயத்துக்கும் மதிப்பு இருக்கிறது என்பதை விளக்கும் உண்மைக் கதையை நான் சொல்லப் போகிறேன். விவேக் என்ற முசாபர் என்கிற எட்டு வயதுப் பையனை மையமாகக் கொண்டது இந்தக் கதை. முசாபரைப் பெற்றவர்களான சலீம் மற்றும் அவரது மனைவி ஜபுன்னிஸா, விவேக்கை கடந்த ஆறு ஆண்டுகளாக வளர்த்த இந்துத்தாய் வீணா பாட்னி ஆகியோர் மற்ற கதாபாத்திரங்கள்.

விவேக் என்கிற முசாபரின் கதை ஆறு ஆண்டு களுக்கு முன் தொடங்கியது. அன்று, 2002ஆம் ஆண்டு பிப்ரவரி 28ஆம் தேதி. அதற்கு முந்திய நாள் கோத்ராவில் 59 பேர் தீயில் கொளுத்தப்பட்டனர். சபர்மதி எக்ஸ்பிரஸ் ரயிலில் பல பெட்டிகள் தீப்பிடித்து எரிந்தன. அதன் விளைவாக, இந்து தேசிய வாதிகள் குஜராத்தில் முஸ்லிம்களைத் தாக்கத் தொடங்கினார்கள்.

அந்த நாளில் சலீம், அகமதாபாத்திலுள்ள குல்பர்க் சங்கத்திற்கு தனது பாட்டியைப் பார்ப்பதற்காகச்

சென்றபோது, தனது இரண்டுவயதுக் குழந்தை முசாபரையும் தூக்கிச் சென்றார். அதன்பிறகு, காங்கிரஸ் எம்பியான எஹஸான் ஜஃப்ரியின் வீட்டை இந்துத் தேசியவாதக் கும்பல் தாக்கியது. ஜாஃப்ரியின் உடல் துண்டுதுண்டாக வெட்டப்பட்டது. அவரது வீடு தீக்கிரையாக்கப்பட்டது.

மனிதநேயமற்ற அந்தக் கும்பலிடமிருந்து சலீம் தப்பித்து ஓடினார். அவர் திரும்பிவந்தபோது, அவரது பாட்டியின் இறந்த உடலைக் கண்டார். ஆனால், அவரது மகன் முசாபர் அங்கு இல்லை. அவனைப் பற்றிய தடயம் எதுவும் கிடைக்கவில்லை.

படுகொலையைத் தொடர்ந்து அந்த நாளும், அதைத் தொடர்ந்து இரண்டு மாதங்களும் 300 முஸ்லிம்கள் உயிர் இழந்தனர். முசாபர் போன்ற குழந்தைகள் உள்பட 400க்கும் மேற்பட்டவர்கள் காணாமல் போனார்கள்.

சலீமும் ஜபுன்னிஸாவும் முசாபரை எல்லா இடங்களிலும் தேடினார்கள். போலீசிலும் அவர்கள் புகார் கொடுத்தனர். தனது மகன் எப்படியும் பாதுகாப்பாக இருப்பான் என்றாவது ஒருநாள் அவனைக் கண்டுபிடித்துவிடுவோம் என்ற நம்பிக்கையுடன் அவர்கள் வாழ்ந்தார்கள்.

அவர்களுக்குத் தெரியாத விஷயம் என்னவென்றால், ஒரு போலீஸ்காரர் சொல்லி, பிரவீன் பாட்னி, முசாபரைத் தனது உறவினர்களிடம் எடுத்துச்சென்றார். விக்ரம், வீணா பாட்னி தம்பதிகள் குழந்தை இல்லாதவர்களும் இல்லை. அத்துடன் வசதியானவர்களும் இல்லை. அவர்களுக்கு வளர்ந்த நான்கு குழந்தைகள் இருக்கிறார்கள். விக்ரம் தினசரிக் கூலி. மீன் விற்று வருவாய் ஈட்டுபவர் வீணா.

இரண்டு வயது முசாபருக்கு தான் யார் என்பது குறித்தும் எங்கிருந்து வந்தோம் என்பது குறித்தும் எதுவும் தெரியாது. பாட்னி தம்பதிகளின் பராமரிப்பில் வந்ததும், அவனுக்கு விவேக் என்று பெயர் சூட்டினர். அதிக அன்புடன் வளர்க்கப்பட்டான். அவனுக்காக வீணா தாலாட்டுப் பாடுவார். தனது கைகளால் உணவை ஊட்டிவிடுவார். கையைப் பிடித்துக்கொண்டு நடத்திச் செல்வார். தனது சொந்த மகனைப்போல அவனை வளர்த்தார்.

மற்றொரு புறம், சலீம், ஜபுன்னிஸா தம்பதிகள், தீஸ்தா செத்தல்வாத் உதவியுடன் முசாபரைத் தேடுவதைத் தொடர்ந்தனர். இறுதியாக அவன் இருக்கும் இடத்தைக் கண்டுபிடித்து, அவனைத் திருப்பித் தரும்படி கேட்டனர். இது உங்கள் குழந்தைதான்

என்பதை நிரூபிக்க வேண்டும் என்று வீணா சொன்னதும், விவேக் என்கிற முசாபருக்கு டிஎன்ஏ சோதனை நடத்தப்பட்டது. அதில், சலீம் – ஜபுன்னிஸா தம்பதிகளின் மகன் விவேக் என்பது நிரூபணமானது.

கடந்த ஆறு ஆண்டுகளாக அந்தப் பையனை வளர்த்த வீணா, அவனைப் பெற்றவர்களிடம் ஒப்படைக்கச் சம்மதிக்கவில்லை. சலீமும் ஜபுன்னிஸாவும் நீதிமன்றத்தை அணுகினர். ஆனால் அவர்களது துரதிர்ஷ்டம், அந்தப் பையன் பெற்ற பெற்றோரை மறந்தது மட்டுமல்லாமல், தனது வளர்ப்புத் தாய் வீணாவுடன் இருக்க விரும்புவதாக நீதிபதியிடம் கூறிவிட்டான். சட்டப்படி, ஒரு பெற்றோருக்குப் பிறந்த குழந்தை அவர்களுக்கே சொந்தம் என்றாலும்கூட, மனவருத்தத்துக்கு ஆளாகக்கூடாது என்பதால், அந்தக் குழந்தை வீணாவுடன் இருக்க முடிவு செய்யப்பட்டது.

தனது மகன்மீது வீணா கொண்டிருந்த அன்பை சலீமும் ஜபுன்னிஸாவும் உணர்ந்திருந்தனர். ஆனால், தங்களுக்குப் பிறந்த குழந்தையை அவர்களால் மறந்து விட்டு மௌனமாக இருக்க முடியவில்லை. உயர்நீதிமன்றத்தில் மேல்முறையீடு செய்ய முடிவு செய்த சலீம் அந்த மனுவில். “வீணா அவனுக்கு மூத்த அம்மாவாக இருட்டும். எனது மனைவி இளைய அம்மாவாக இருக்கட்டும். அவரை எனது அண்ணியாகக் கருதி, கவனித்துக்கொள்கிறேன். ஆனால், எங்களது குழந்தை மீண்டும் எங்களுக்கு வேண்டும் என விரும்புகிறோம்” என்று குறிப்பிட்டிருந்தார்.

பெர்தோல்ட் பிரக்டின் பிரபல நாடகமான, ‘தி காகசியன் சாக் சர்க்கிள்’ என்ற நாடகத்தில், பெற்ற தாய் தனது மகனைத் தன் பக்கம் இழுக்கத் தயாராகிறாள். ஆனால், வளர்த்த தாய், அவனைக் காயப்படுத்தாமல் இருக்க தனது பக்கம் இழுக்க மறுக்கிறாள். ஆனால், பைபிளில் உள்ள சாலமன் கதையில், குழந்தை யாருக்கு என்ற தகராறில், குழந்தையை இரண்டாக வெட்டி, ஆளுக்கு ஒன்றை பங்கிட்டுக்கொள்ள மன்னர் சாலமன் உத்தரவிடுகிறார். “எனது குழந்தையைக் கொல்ல வேண்டாம். அவளிடமே கொடுத்துவிடுங்கள்” என்று பெற்ற தாய் அழுகிறாள்.

பெற்ற தாயின் அன்பா அல்லது வளர்த்த தாயின் அன்பா – இவற்றில் எது பெரியது என்பதை முடிவு செய்வது எளிதல்ல என்பதையே இது உணர்த்துகிறது. விவேக் என்கிற முசாபர் வழக்கு ஒரு காரணத்துக்காக முக்கியத்துவம் வாய்ந்ததாகிறது. ஜாதி, மதம், அந்தஸ்து என்று கண்மூடித்தனமாக மக்கள் இருக்கும் இந்தக் காலத்தில், இந்த சின்னப் பையனுக்காக இரண்டு

தாய்கள் தங்களது தாயன்பு, பாசம், மனிதநேயம் ஆகியவற்றை வெளிப்படுத்தியிருப்பது அவர்களை உயரச் செய்கிறது.

குஜராத்தில் மதத்தின் பெயரால் வெறுப்பையும் ரத்தம் சிந்துவதையும் போதுமான அளவுக்குப் பார்த்துவிட்டோம். இதயத்துக்குள் மனிதநேயம் இருப்பதையும் உணர்த்த இச்சம்பவம் உதவும்.

கௌரியின் நம்பிக்கை பொய்த்துவிட்டது. 2016 ஜூன் மாதம் இந்தியன் எக்ஸ்பிரஸ் செய்திப்படி, 16 வயது விவேக், பெற்றெடுத்த தனது பெற்றோர்களைப் பார்க்கச் செல்லவில்லை. அவர்களது உணவுப் பழக்கங்கள் போன்றவை அவனுக்குப் பிடிக்கவில்லை. அவர்களுடனான உறவை அறுத்துக்கொண்டதுபோல அவன் தோன்றுகிறான்.

கௌரி லங்கேஷ் பத்திரிகே, 10 ஆகஸ்ட் 2008

அஜ்ஜம்புராவில் காளிங்கராயா

பசுவின் சாணியை விற்கும் பாஜக, அம்ரித் மஹல் மாடுகள் ரகத்தைப் புறக்கணிக்கிறது

அவனது பெயர் காளிங்கராயா. அவனது பெயரைச் சொல்லி திப்பேசாமி அழைத்ததும் 250 பேர் இருந்த அந்தக் கூட்டத்தில் அவன் முன்னால் வந்து தன்னை எங்களிடம் அறிமுகப்படுத்திக் கொண் டான். ஆனால், சில நொடிகளில், எங்களைப் பார்த்து வெட்கப்பட்டு அவன் ஓடத் தொடங்கினான்.

"அவன் அவ்வளவு அழகாக இருக்கிறான்" என்று நான் ஆச்சரியப்பட்டு, அவனது உயரம், கம்பீர மான திமில், கட்டான உடல், கண்ணியமான நடத்தை, லயமான ஓட்டம் ஆகியவற்றைப் புகழ்ந் தேன்.

அஜ்ஜம்புராவில் உள்ள அம்ரித் மஹல் புல்வெளியில் உள்ள மாடு காளிங்கராயா. நேற்றைக்கு முந்திய தினம்தான் முதல்முறையாக காளிங் கராயாவையும் மற்ற மாடுகளையும் பசுக்களையும் கன்றுகளையும் அவை இருக்கும் புல்வெளியில் பார்க்கிறேன். அந்தப் புல்வெளியைப் பார்க்க வரும்படி, எனது தத்து சகோதரன் அஜ்ஜம்புராவில் உள்ள வெங்கடேஷ் வலியுறுத்தி வந்தான். அம்ரித் மஹால் புல்வெளி ஏமாற்றுக்கார சுவாமியிடமோ அல்லது வேறு சில மோசடிக்காரர்களிடமோ சிக்கிவிடாமல் இருக்க வெங்கடேஷும் அவனது நண்பர்களும் ஒரு குழுவை அமைத்தார்கள்.

1989இல் இந்தக் கால்நடை இனப்பெருக்க மையத்தைப் பார்வையிட்ட எனது அப்பா, அம்ரித் மஹல் ரக மாடுகளைப் பற்றி புகழ்ந்து கட்டுரை எழுதியுள்ளதை உங்களுக்கு நினைவுபடுத்த விரும்புகிறேன். இதுகுறித்துச் சிலசமயங்களில் சந்திரே கௌடா எழுதியுள்ளார். என்னிடமும் பேசியுள்ளார். இவையெல்லாம்தான் இந்த மையத்தைப் பார்க்க வேண்டும் என்ற விருப்பத்தை எனக்கு ஏற்படுத்தியது. அத்துடன், அம்ரித் மஹல் உள்நாட்டு ரக மாடுகளுக்கு கொடுக்கப்பட்டுள்ள பெயரும் அங்கு செல்ல வைத்தது. வளமான, அழகான பெயர் இல்லையா இது?

விஜய நகர அரசர்கள், திப்பு சுல்தான் முதல் பிரிட்டிஷார் வரை அம்ரித் மஹல் இன மாடுகளை பாதுகாத்துப் பராமரிக்கப் பெருமளவு ஆதரவு அளித்தனர். அதற்கேற்ற பொதுஅறிவு ஒவ்வொருவருக்கும் இருந்தது. பணத்துடன், ஆயிரக்கணக்கான ஏக்கர் நிலம் ஒதுக்கீடு செய்யப்பட்டிருந்தது. ஆனால், சுதந்திரத்துக்குப் பிறகு, குறிப்பாக அரசியல் தலைவர்கள் இதை வைத்து எப்படிப் பணம் சேர்ப்பது என்று ஆட்டம் போடத் தொடங்கிவிட்டனர். அந்த மாட்டு இனம் புறக்கணிக்கப்பட்டது. அஜ்ஜம்புரா மையம் தவிர மாநிலத்தில் ஐந்து, ஆறு மாவட்டங்களில் அம்ரித் மஹல் மாடுகளுக்காக மையங்கள் உருவாக்கப்பட்டன. குறிப்பாக அம்ரித் மஹல் மாடுகள் பிரச்சினைகளில் சிக்கியுள்ளன. அதன் விளைவாக, வளர்க்கப்படும் மாடுகள் நலிவடைந்து, இந்த அற்புதமான இனம் அழிந்துபோகும் நிலை உருவானது.

சமீபகாலம் வரை நிலைமை இந்த அளவு மோசமாக இல்லை. மாநிலத்தில் ஒவ்வொரு முறையும் அரசு பொறுப்பேற்கும்போது, கால்நடைத்துறை அமைச்சர் செய்யும் முதல் காரியம் அம்ரித் மஹால் மையத்தைப் பார்வையிடுவதுதான். ஆனால், இது முரணாகக் காட்சியளிக்கிறது. பாஜக ஆட்சிக்கு வந்து ஓராண்டாகியும்கூட, பசு பாதுகாப்புக்கு முன்னுரிமை என்று பிரகடனம் செய்த போதிலும், பாரம்பரிய இனத்தைப் பாதுகாப்பதாகப் பொய் சொல்லும் நாணயமற்ற சாமியாருக்கு அரசு நிதியிலிருந்து கோடிக்கணக்கான ரூபாய் பணத்தை வழங்கினாலும், கால்நடைத்துறை அமைச்சர் ரேவு நாயக் பெலமாகி இதுவரை அஜ்ஜம்புராவுக்கு வந்து பார்வையிடவில்லை.

இரண்டு நாட்களுக்கு முன்னதாக இந்த 'கால்நடை அமைச்சர்' (முறைசார பயன்பாட்டில்) பெலமாகி, பிரூர் அதிகாரிகளுடன் அடையாளக் கூட்டத்தை நடத்தினார். அஜ்ஜம்புரா மையத்தில் இந்தக் கூட்டம் ஏன் நடத்தப்படவில்லை என்று கேட்டதற்கு, அஜ்ஜம்புரா கட்டடம் பழுதாகியுள்ளது என்று அதிகாரிகள் பதில் சொன்னார்கள். ஆர்எஸ்எஸ். உருவாக்கிய யாருக்கும்

தெரியாத அமைப்பான மிருகக் கருணை சங்கத்தைச் (ப்ராணி தயா சங்கா) சேர்ந்த காவி உடையணிந்த சாமியாரும் இந்தக் கூட்டத்தில் கலந்துகொள்ள அழைக்கப்பட்டார். அதிகாரிகள் கூட்டத்தில் சாமியார் கலந்துகொண்டது குறித்து வெங்கடேஷும் அவரது நண்பர்களும் கேள்வி எழுப்பியதைத் தொடர்ந்து, அந்த சாமியார் காரில் ஏறி அங்கிருந்து அகன்றார்.

இதைவிட, இந்த விவகாரத்தில் மேலும் அதிர்ச்சியளிக்கக்கூடிய விஷயம் என்னவென்றால், இந்தக் கூட்டத்தில் பெலமாகியும் அவரது 'கால்நடை அதிகாரிகளும்' எடுத்த முடிவுகள்தான். பல நூற்றாண்டுகளாக அம்ரித் மஹல் ரக மாடுகளை பாதுகாப்பதில் முக்கியப் பங்கு வகித்தது அஜ்ஜம்புரா மையமாக இருந்தபோதிலும், அதற்குப் பதிலாக அண்டை மாவட்டத்தில் உள்ள மைய மேம்படுத்துவது என்று முடிவெடுத்ததுதான். அத்துடன், இந்த இன மாடுகளைப் பாதுகாப்பதற்காக ஒதுக்கீடு செய்யப்பட்ட ரூ.10 கோடியில் அஜ்ஜம்புரா மையத்தின் மேம்பாட்டுக்கு எந்தத் தொகையும் பகிர்ந்து அளிக்கப்படவில்லை. இந்த மையத்தை அழிப்பதற்கான முயற்சியே இந்த ஏமாற்றுவேலை என்று முடிவுக்கு வந்த மக்கள் ஆத்திரமடைந்தனர். சிக்மகளூரில் உள்ள ஜனநாயகச் செயல்பாட்டுக் குழுக்கள், அஜ்ஜம்புரா உள்ளூர் மக்கள் இந்த முடிவை எதிர்த்துப் போராடத் தற்போது தயாராகியுள்ளார்கள்.

நான் அங்கு சென்று பார்த்தபோது, அஜ்ஜம்புரா மைய அதிகாரி ரங்கநாத் இருந்தார். இந்த மையத்துக்குப் பாதுகாப்பான வேலிகூட இல்லாமல் உள்ளது என்பதுடன் இந்த மையத்தில் உள்ள பிரச்சினைகளை விளக்கிய ரங்கநாத், பிரச்சினைகளைத் தீர்க்க சாத்தியமான வழிகளையும் சொன்னார். அஜ்ஜம்புரா மாடுகளின் மீது உண்மையிலேயே அக்கறை கொண்டவராக ரங்கநாத் தோன்றினார். ஆனால், அரசுக்குத் தெளிவான திட்டமோ அல்லது போதிய நிதி ஒதுக்கீடோ இல்லாதபோது அல்லது போதிய தொழில்நுட்ப அலுவலர்களும் ஊழியர்களும் நியமனம் செய்யப்படாத நிலையில், ஆக்கிரமிப்புக்கு ஆளான புல்வெளிகள் மீட்கப்படாத சூழ்நிலையில், அவரால் எந்த அளவுக்குச் செய்ய முடியும்?

அஜ்ஜம்புரா மையம் எதிர்கொள்ளும் பல பிரச்சினைகளில் ஒன்று, பெல்லாரி (ஜாலிகிட) வனப்பகுதி தொடர்பானது. இந்தப் புல்வெளி முழுவதையும் சுற்றிக் குத்துச்செடிகள் இருப்பதால், மாடுகளின் மேய்ச்சலுக்குச் சிரமம் உள்ளது. இவற்றை அகற்றுவதற்கு மட்டுமே ஒரு கோடி ரூபாய் செலவாகும் என்றால்,

அம்ரித் மஹல் புல்வெளி அனைத்துப் பிரச்சினைகளையும் தீர்க்க எவ்வளவு மேலும் தேவைப்படும்? அரசுக்கு நிதிப் பற்றாக்குறை இல்லை. சுரங்கத் தொழில் பெருமுதலாளியான ரெட்டிக்காக ரூ.300 கோடி செலவில் சாலை வசதி செய்து கொடுக்க முடிகிறபோது, முக்கியத்துவமில்லாத சாமியாருக்குக் கோடிகளில் ஒதுக்கீடு செய்ய முடிகிற போது, அம்ரித் மஹலைப் பாதுகாப்பதற்கு அரசால் உறுதியாகப் பணம் செலவிட முடியும். ஆனால், இந்த இனத்தைப் பாதுகாப்பதில் அரசுக்கு அக்கறை இல்லை. அதற்குப் பதிலாக, பசுவைப் பாதுகாப்பது என்ற பெயரால் சங்கப் பரிவாரத்தைச் சேர்ந்த ஒரு சாமியாருக்கு அவசரஅவசரமாக ஆயிரக்கணக்கான ஏக்கர் நிலத்தை வழங்கி யுள்ளது. பசுக்களைப் பாதுகாப்பது குறித்த பணிகளுக்காக அரசு இதைச் செய்துள்ளது எனத் தம்பட்டம் அடித்துக்கொள்ள உதவலாம். ஆனால், உண்மையில் கோடிக்கணக்கான ரூபாய் மதிப்புடைய ரியல் எஸ்டேட் வர்த்தகத்தை எளிதாக அடைய இது அனுமதிக்கிறது.

அம்ரித் மஹல் மையத்தில் சில மாடுகள் இருப்பதற்குக் காரணம், திப்பேசாமி போன்ற சிலரின் முயற்சிகள்தான். கடந்த இருபது ஆண்டுகளில் இங்குள்ள மாடுகள் ஒவ்வொன்றுக்கும் பெயர் வைத்து, அவற்றைத் தூரத்திலிருந்தே அடையாளம் கண்டுபிடித்துவிடுவார். அதைவிட முக்கியம் என்னவென்றால், ஒவ்வொரு மாடும் எந்த மையத்தைச் சேர்ந்தவை என்பதையும் அது எந்த ஆண்டு பிறந்தது என்பதையும் அவரால் சொல்ல முடியும். திப்பேசாமி போன்ற அதிகாரிகளையும் திறன் வாய்ந்த ஊழியர்களையும் அரசு நியமிக்க வேண்டும். அத்துடன், அம்ரித் மஹல் மாடுகள், மற்ற கால்நடைகளைப்போல, உணவைத் தேடி ஒரு மையத்திலிருந்து மற்றொரு மையத்துக்கு இடம் பெயர்கின்றன. எனவே, அனைத்து மையங்களையும் மேம்படுத்தத் தகுந்த திட்டங்களை அரசு உருவாக்க வேண்டியது அவசியம். பல நூறு ஆண்டுகளாக நடுநாயகமான மையமாக இருந்து வரும் அஜ்ஜம்புரா மையத்தை மீண்டும் மேம்படுத்த வேண்டும்.

இதில் எதுவும் வீண் செலவு இல்லை. ஒரு ஜோடி அம்ரித் மஹல் காளைகள் தற்போதுகூட ஒரு லட்ச ரூபாய் ஈட்டித்தரும். இவற்றைப் பேணி வளர்த்தால், அவற்றை விற்பனை செய்வதன் மூலம் இந்த இனத்தைப் பாதுகாக்கத் தேவையான பணம் கிடைத்துவிடும். ஒரு சில ஆண்டுகளில் இந்த மையங்கள் சுயசார் புள்ளவைகளாக மாறிவிடும்.

இத்தகைய வெற்றியைப் பெற, அரசியல் உறுதி வேண்டும். அக்கறை இருப்பதுபோல பாசங்கு செய்வதோ அல்லது போலி

முழக்கங்களை எழுப்புவதோ தேவையில்லை. அற்புதமான அம்ரித் மஹல் இன மாடுகளைப் பராமரிக்க வேண்டும் என்று பெலமாகியும் எடியூரப்பாவும் உண்மையிலேயே அக்கறை உள்ளவர்களாக இருந்தால், அவர்கள் தங்களது அரசியல் உறுதியை உடனடியாக வெளிப்படுத்த வேண்டும்.

இல்லாவிட்டால், அஜ்ஜம்புரா மக்கள் அவர்களையும் அவர்களது காவி நண்பர்களையும் நிச்சயமாக விரட்டியடிப் பார்கள், பெலமாகியுடன் வந்த காவி உடை அணிந்த சுவாமிஜி அண்மையில் விரட்டி அடிக்கப்பட்டதைப்போல.

கௌரி லங்கேஷ் பத்திரிகே, 15 ஜூலை 2009

ஏ.பி. ஷா: மக்கள் நீதிபதி

நம்மைச்சுற்றி அழுகலும் முடைநாற்றமும் வீசிக்கொண்டிருக்கும் இந்த நேரத்தில், நாணயமான, மக்களுக்கு ஆதரவான ஒரு நீதிபதியின் கதை, இந்த நாட்டின் எதிர்காலம் மீதான நம்பிக்கையை உயிர்ப்புடன் வைக்க உதவும். அவரைப் பற்றி *இந்து* நாளிதழில் அண்மையில் வந்த கட்டுரையைப் படித்த பிறகு, அவரைப் பற்றி கொஞ்சம் ஆய்வு செய்தேன். அதை உங்களுடன் பகிர்ந்துகொள்ள விரும்புகிறேன்.

அவரது பெயர் நீதிபதி அஜித் பிரகாஷ் ஷா. சமீபத்தில் தில்லி உயர்நீதிமன்ற நீதிபதியான அவர் ஓய்வு பெற்றபோது, வழக்கம்போல பிரிவு உபசார நிகழ்ச்சியில் கலந்துகொள்ளும் நீதிபதிகளும் வழக்கறிஞர்களும் மட்டுமல்ல. டஜன் கணக்கில் சாதாரண குடிமக்கள், முற்போக்குச் சிந்தனை யாளர்கள், சமூகச் செயல்பாட்டாளர்களும் அவர் களுடன் கலந்துகொண்டனர்.

இந்த நாட்டிலுள்ள நூற்றுக்கணக்கான நீதிபதி களில் நீதிபதி ஷாவிற்கு என்ன தனிச்சிறப்பு என்று என்னைக் கேட்டால், அவரது தீர்ப்புகளிலுள்ள உணர்வுதான் என்று சொல்லுவேன்.

அவற்றில் சிலவற்றைப் பார்க்கலாம். சமீபத்தில், தில்லி நகரின் அழகைக் கெடுக்கும் வகையில் இருப்ப தாகக் கூறி, அங்குள்ள பிச்சைக்காரர்களை அவர் களது சொந்த மாநிலங்களுக்குத் திருப்பி அனுப்ப தில்லி அரசு முடிவு செய்தது. அதைப்பற்றி பத்திரிகை களில் செய்திகள் வெளிவந்தன. மனிதாபிமானற்ற

இந்த முடிவைக் கேள்வி கேட்டு, சில குடிமக்கள் நீதிமன்றத்தை நாடினர். தில்லி அரசின் முடிவை ரத்துசெய்து தீர்ப்பு வழங்கியது மட்டுமல்லாமல், பிச்சைக்காரர்கள் எந்தக் குற்றமும் செய்ய வில்லை என்றும் அவர்கள் குற்றவாளிகள் இல்லை என்றும் நீதிபதி ஷா தீர்ப்பில் கூறினார். குற்றவாளிகள் சுதந்திரமாக நடமாடுவது போலத் தென்படும் நகரில் பிச்சைக்காரர்களை மட்டும் நகரைவிட்டுத் துரத்துவதற்கு முயல்வது ஏன் என்று அவர் கேள்வி எழுப்பினார். பிச்சைக்காரர்களை நகரை விட்டு வெளியே அனுப்புவது மனிதப் பண்புகளுக்கு மாறானது என்றார் அவர்.

கடந்த மாதம், வட இந்தியாவில் நூற்றுக்கணக்கான மக்கள் கடும் குளிரால் இறந்துபோனார்கள். தில்லியில் வெப்பநிலை நான்கு டிகிரி செல்ஸியஸ் அளவுக்குக் குறைந்துவிட்டது. அதேசமயம், பூசா சாலையில் உள்ள ஏழைகளுக்கான தங்குமிடத்தைத் தில்லி அரசு அழித்து அவர்களை வீடற்றவர்களாக்கியது. இதற்குக் காரணம் வெளிப்படை. அடுத்த பத்து மாதங்களில் தில்லியில் காமன்வெல்த் விளையாட்டுப் போட்டிகள் நடக்கவுள்ள சூழ்நிலையில், ஏழைகளுக்கான தங்குமிடத்தை வெளிநாட்டுப் பிரதிநிதிகள் பார்த்தால் அது தேசத்துக்குப் 'பெரிய' அவமானம். அதனால், இதனை இடித்துத்தள்ளி தலைநகரின் 'அழகை' மேம்படுத்த, ஜேசிபி இயந்திரங்கள் வரவழைக்கப்பட்டன. வறுமையை அகற்ற அரசின் வழி இதுதான்.

குளிரில் ஏழைகள் வெளியே துரத்தப்பட்டதைப் பற்றி பத்திரிகைகள் விரிவாக எழுதின. இதையறிந்த நீதிபதி ஷா, நீதிமன்றத்தை யாரும் அணுகுவதற்கு முன்பே, பாதிக்கப்பட்டவர் களுக்குத் தங்குமிடத்தை அளிக்க உடனடியாகத் திட்டங்களை உருவாக்க வேண்டும் என்று தில்லி மாநகராட்சிக்கு ஆணை பிறப்பித்தார்.

பெருமுதலாளிகள் அல்லது அரசின் முரண்பாடான நடவடிக்கைகள் குறித்துப் பொதுநல வழக்குகள் வந்தால், நீதிபதி ஷா, பொதுமக்களின் சார்பாக உறுதியாக நிற்பார். அப்போலோ மருத்துவமனைக்கும் அரசு சாரா ஓர் அமைப்புக்கும் இடையே 12 ஆண்டுகளாக நடந்துவந்த ஒரு வழக்குக் குறித்து முடிவுசெய்யும் போது, நீதிபதி ஷா சுகாதாரம் மக்களின் அடிப்படை உரிமை என்றும் அதை யாரும் மறுக்க முடியாது என்றும் கூறினார். அப்போலோ மருத்துமனையில் உள் நோயாளிகளுக்கான படுக்கைகளில் மூன்றில் ஒரு பங்கும் வெளி நோயாளிகளுக்கான படுக்கைகளில் 40 சதவீதமும் ஏழைகளுக்குக் கட்டணம் இல்லாமல் வழங்க வேண்டும் என்றும் உத்தரவிட்டார்.

மும்பை உயர்நீதிமன்றத்தில் நீதிபதியாகப் பணியாற்றிய போதும், இதுபோல வரலாற்று முக்கியத்துவம் வாய்ந்த தீர்ப்புகளை அவர் வழங்கியுள்ளார். எடுத்துக்காட்டாக, மும்பையில் சிவசேனையும் பாரதீய ஜனதா கட்சியும் முழு அடைப்பு (பந்த்) நடத்தியபோது, அதற்குத் தடை விதித்து, அந்தக் கட்சிகளுக்கு அபராதமும் விதித்தார். சட்டப்படி, எந்த அரசியல் கட்சிக்கும் அவ்வாறு செய்வதற்கு உரிமை இல்லை என்று தனது தீர்ப்பில் குறிப்பிட்டார். அரசியலமைப்புச் சட்டப்படி மும்பை குடிமக்களுக்கு உத்தரவாதம் வழங்கியுள்ள உரிமைகளை மீறும் வகையில் அவர்களது நடவடிக்கை உள்ளது என்றும் அந்த அரசியல் கட்சிகள் தலா ரூ.20 லட்சம் அபராதம் செலுத்த வேண்டும் என்றும் தீர்ப்பளித்தார். அதைவிட முக்கியமானது என்னவென்றால், இந்தப் பணம் மும்பையில் பொது நோக்கங்களுக்காகப் பயன்படுத்தப்பட வேண்டும் என்றும் அவர் உத்தரவிட்டார்.

மற்றொரு சந்தர்ப்பத்தில், பஞ்சாபில் பயங்கரவாதம் குறித்த திரைப்படத்தையும் அயோத்தி பிரச்சினை குறித்த 'ராம் கீ நாம்' என்ற ஆனந்த் பட்வர்த்தனின் ஆவணப் படத்தையும் தூர்தர்ஷனில் ஒளிபரப்புவதைத் தடைசெய்ய மகாராஷ்ட்ர அரசு முயன்றபோது, நீதிபதி ஷா அதற்கு விலக்கு அளித்தார். அந்தப் படங்களை ஒளிபரப்புவதற்கு வகைசெய்து ஆணை பிறப்பித்தார்.

நீதிபதி ஷாவின் மற்றொரு தீர்ப்பு, 30 அப்பாவிக் குழந்தைகளுக்குப் புதிய உலகத்தைத் திறந்து காட்டியது. மும்பையிலுள்ள பைகுலா சிறைச்சாலையில் கைதிகளாக இருந்த தாய்மார்களுடன் 30 சிறுகுழந்தைகளும் தங்கியிருந்தனர். அவர்களில் பெரும்பாலோர் சிறைச்சாலையைத் தாண்டி வெளி உலகைப் பார்த்ததே கிடையாது. இதுகுறித்த பொதுநல வழக்கைத் தொடர்ந்து, சிறைச்சாலை அதிகாரிகள், ஊழியர்கள் குடியிருப்பு அருகே அந்தக் குழந்தைகளுக்காக அங்கன்வாடி மையம் அமைக்க நீதிபதி ஷா உத்தரவிட்டார். அந்த அங்கன்வாடிக்குத் தேவையான சாமான்களையும் விளையாட்டுப் பொருள்களையும் சிறைத்துறை அதிகாரிகளே வழங்க வேண்டும் என்றும் அங்கன்வாடி ஆசிரியர்களுக்கான ஊழியர் சம்பளச் செலவை அரசே ஏற்க வேண்டும் என்றும் அவர் உத்தரவிட்டார். பணியில் எத்தகைய படைப்பாக்கச் சிந்தனை இது!

சென்னை உயர்நீதிமன்றத்தின் தலைமை நீதிபதியாக இரண்டு ஆண்டுகாலம் இருந்தபோது, குடும்ப நீதிமன்றங்களில் குழந்தைப் பராமரிப்பு வசதிகள், மாவட்டங்களில் தியான மையங்கள், நீதிபதிகளுக்குப் பரவலான பயிற்சித் திட்டங்கள்

போன்ற நீதித்துறைக் கட்டமைப்பு வசதிகளை மேம்படுத்த முயன்றார்.

கடந்த இரண்டு ஆண்டுகளில், தில்லி உயர்நீதிமன்றத் தலைமை நீதிபதியாகப் பணியாற்றியபோது, உரிய நேரத்தில் மக்களுக்கு ஆதரவாக வழங்கிய தீர்ப்புகள் நீதிபதி ஷாவைப் பிரபலப்படுத்தின. அவை ஏழை, அடித்தட்டு மக்களுக்கு உதவிகரமாக இருந்தன.

ஆனால், அவரது அனைத்துத் தீர்ப்புகளிலும் மிகவும் விவாதிக்கப்பட்ட வரலாற்று முக்கியத்துவம் வாய்ந்த தீர்ப்பு, குற்றவியல் தண்டனைச் சட்டத்தின் 377வது பிரிவின் கீழ், சுயபாலின சேர்க்கைக்குத் தண்டனையிலிருந்து விலக்கு அளித்ததுதான். குடிமக்களின் அடிப்படை உரிமைகளுக்கு எதிராக 150 ஆண்டு காலமாக சுயபாலினச் சேர்க்கைக்கு இருந்து வந்த தடையை அவரது தலைமையிலான நீதிபதிகள் அமர்வு (டிவிஷன் பெஞ்ச்) நீக்கியது. இந்த வரலாற்று முக்கியத்துவம் வாய்ந்த தீர்ப்பு மூலம், பாலினச் சேர்க்கை என்பது தனிப்பட்ட சுதந்திரம் என்பதை நீதிபதி ஷா உறுதிப்படுத்தியதோடு ஜனநாயகத்தின் அடிப்படைப் பண்புகளையும் நிலைநிறுத்தினார்.

நீதிபதி ஷாவைப் பற்றி மேலும் ஒரு விஷயத்தைக் குறிப்பிட வேண்டியுள்ளது. அனைத்துவகையிலும் அவருக்குத் தகுதி இருந்தபோதிலும், தனது பணிக்காலம் முழுமையும் சமூகநீதிக்காக அக்கறை செலுத்தியபோதிலும்கூட, அவர் உச்சநீதிமன்ற நீதிபதியாக்கப்படவில்லை.

இதுபற்றி, அவரது கடைசி வேலைநாளில், "நான் காயப்பட வில்லை என்று பாசாங்கு செய்ய விரும்பவில்லை. ஆனால், எனது ஏமாற்றம் நீதி வழங்குவதற்கான எனது பொறுப்பில் எப்போதும் எந்தக் குறையும் வைக்கவில்லை" என்று அவர் கூறினார்.

தனது வாழ்நாள் முழுவதும் நீதி வழங்குவதற்காகக் கடும் பாடுபட்ட நீதிபதி ஒருவர் அநீதியால் பாதிக்கப்படுவது என்பது அவலம் இல்லையா?

***கௌரி லங்கேஷ் பத்திரிகே,* 3 மார்ச் 2010**

எனது சகோதரி ரேவதியின் சுயசரிதை

ஆண் உடலிருந்து பயணப்பட்ட பெண், நமக்குக் கற்பிக்கும் அன்பு

அவள் பெயர் ரேவதி. ஐந்து அல்லது ஆறு ஆண்டுகளுக்கு முன்னதாக முதல்முறையாக அழகிய கண்ணுக்கினிய ரேவதியை நான் சந்தித்தேன். பச்சை பார்டருடன் கூடிய வெளிர் மஞ்சள் சேலையைக் கச்சிதமாக அணிந்திருந்தாள். அவளது தலைமுடி சுத்தமாக வாரி முடியப்பட்டிருந்தது. நெற்றியில் குங்குமப்பொட்டு. தோடுகள், சங்கிலி, வளையல் அணிந்திருந்தாள். நடுத்தர வகுப்பு குடும்பத்தைச் சேர்ந்த திருமணமான பெண்ணைப்போல அவள் காட்சியளித்தாள்.

அவள் தன்னுடன் வேலை செய்த ஒருவரைக் காதலித்துத் திருமணம் செய்து கொண்டாள். அதற்கு ஏழு ஆண்டுகளுக்கு முன்பே அவளது கணவரை எனக்குத் தெரியும். ஏதோ காரணத்தால், கணவன் மனைவிக்கு இடையே பிரச்சினைகள் முளைத்தன. அவளைவிட்டுப் பிரிந்து தனது வழியில் செல்ல அவன் முடிவு செய்தான்.

"தயவுசெய்து ஏதாவது செய்து, என்னைவிட்டுப் போகாமலிருக்கும்படி அவரை இணங்கச் செய்யுங்கள்" என்று ரேவதி என்னிடம் கேட்டுக்கொண்டாள். மற்றவர்களின் குடும்ப வாழ்க்கையில் தலையிடுவதை நான் விரும்புவதில்லை. அத்துடன், அவன் ஏற்கெனவே தனது மனதைத் திடப்படுத்திக் கொண்டு

விட்ட நிலையில், தன்னுடன் இருக்கும்படி ரேவதி கட்டாயப் படுத்துவதால் மட்டுமே எந்தப் பிரச்சினையும் தீராது என்பது எனக்குத் தெரியும். "நான் எப்படி உதவ முடியும் ரேவதி? உனக்கும் அவனுக்கும் இடையேதான் பிரச்சினை" என்று என் இயலாமையைத் தெரிவித்தேன்.

அவர்கள் சாதாரண தம்பதிகள் இல்லை. ரேவதி ஒரு திருநங்கை. அவன் இரு பாலின ஈர்ப்புள்ளவன். பிரச்சினை எதுவாக இருந்தாலும் கடைசியில் அவர்கள் பிரிந்துவிட்டனர். ஆனாலும், அவர்கள் இருவரும் எனது நண்பர்களாக இருக்கிறார்கள்.

கடந்த ஆண்டில் பென்குவின் நிறுவனம், ரேவதியின் சுயசரிதையை வெளியிட்டது. அதைக் கன்னடத்தில் வெளியிட விரும்பினேன். ஆனால், கன்னடப் பதிப்புக்காக ஒரு பதிப்பாளரை ரேவதி ஏற்கெனவே முடிவு செய்துவிட்டாள். "அக்கா! ஏன் ஏற்கெனவே சொல்லவில்லை. வேறு யாரோ ஒருவர் வெளி யிடுவதற்கு நான் சம்மதித்துவிட்டேன். இப்போது நான் என்ன செய்வது?" என்று ரேவதி சோகமாகக் கேட்டாள். "பரவாயில்லை, அதை விட்டுவிடு. முடிந்த அளவுக்கு எத்தனை மொழிகளில் உனது கதை வருகிறதோ வரட்டும். அதன்மூலம் திருநங்கைகளின் வாழ்க்கையில் உள்ள சிரமங்களை ஏராளமான மக்கள் அறியட்டும். அதுபோதும்" என்று சொன்னேன்.

அவளது சுயசரிதையை வெளியிடுவதில் ஆர்வம் காட்டிய அந்த வெளியீட்டாளரால் ஏதோ காரணத்தினால் அதனை வெளியிட இயலவில்லை. அப்போது தமிழ்நாட்டில் வாழ்ந்துவந்த ரேவதி என்னுடன் தொடர்புகொண்டு "எனது புத்தகத்தை நீங்கள் வெளியிட முடியுமா?" என்று கேட்டாள். நான் மகிழ்ச்சி யுடன் சம்மதித்தேன். இரண்டு வாரம் கழித்து, கவிஞரும் அவளது நெருங்கிய தோழியுமான சரஸ்வதியுடன் அவள் எனது அலுவலகத்துக்கு வந்தாள். சுயசரிதையைச் சரஸ்வதி மொழி பெயர்ப்பது என்று நாங்கள் முடிவுசெய்தோம். அதற்கான காலக்கெடுவையும் நிர்ணயம் செய்தோம்.

மொழிபெயர்ப்பைச் சிறப்பாகச் செய்தார் சரஸ்வதி. எனக்கு அனுப்புவதற்கு இரண்டு நாட்களுக்கு முன்னதாக, மொழி பெயர்த்த அனைத்தையும் ரேவதியிடம் படித்துக் காட்டினார்.

அந்தப் புத்தகத்தின் முக்கால் பகுதியை நான் ஏற்கெனவே படித்திருந்தேன். அதனைப் படிக்கும்போது, எனது கண்களில் கண்ணீர் கசிந்தது. சோகமாக உணர்ந்தேன். சிரித்தேன். பலமுறை வெட்கப்பட்டேன். தனது கடினமான வாழ்க்கை குறித்த

ரேவதியின் சித்திரிப்பு பிரமாதமாகவும் மனதை உலுக்கும் வகையிலும் இருந்தது.

தமிழ்நாட்டில் சேலம் மாவட்டத்தில், சிறு கிராமத்தில் சாதாரணக் குடும்பத்தில் துரைசாமி என்ற பெயரில் ரேவதி பிறந்தாள். அவள் அபூர்வமானவள். தனது அனைத்து வலிகளுக்கும் இடையே, தனது அடையாள உணர்வைப் பாதுகாக்க உறுதியுடன் தீர்மானித்தாள். சிரமங்களை எதிர்கொண்டபோதிலும்கூட, சுயமரியாதையுடன் வாழவே அவள் விரும்பினாள். பெற்றோரும் சகோதரர்களும் தன்னை அவமானப்படுத்தினாலும்கூட, அவர்களின் அன்புக்காக வாழ்ந்துவந்தாள். கடுமையான வறுமைச் சூழ்நிலையிலும்கூட, சிறிய விஷயங்களில் மகிழ்ச்சியைக் காணும் பெருந்தன்மை அவளுக்கு இருந்தது.

போராடுவதற்குத்தான் வாழ்க்கை. ஆனால், ரேவதியின் வாழ்க்கையே தொடர்ந்த போர் மாதிரி ஆகிவிட்டது.

சிறிய வயதிலேயே ஆணாகிய தனது உடலில் பெண் ஒருத்தி இருப்பதை ரேவதி உணர்ந்திருந்தாள். அதன் பிறகு, அவளது வாழ்க்கை மாறத் தொடங்கியது. தன்னைப் புரிந்துகொள்வார்கள் என்ற நினைப்பில் மற்ற திருநங்கைகளுடன் சேர்ந்துவாழ்வதற்காக வீட்டிலிருந்து ஓடிப்போனாள். அப்போது அவளுக்குப் பதினைந்து – பதினாறு வயதிருக்கும். அவளிடம் பணம் எதுவும் இல்லை. தமிழ் மட்டும்தான் பேசத் தெரியும். இருந்தாலும், தொலைவில் தில்லியில் உள்ள குருவைச் சந்திக்கச் சென்றாள். அங்கு மற்ற திருநங்கைகளுடன் சேர்ந்து, பிச்சை எடுத்து வாழத் தொடங்கினாள். அவளது இருப்பிடத்தைத் தெரிந்துகொண்ட அவளது குடும்பத்தினர் அவளைத் திருப்பியழைத்து பழைய மாதிரியாக்குவதற்குத் திட்டம் போட்டனர். அவளைச் 'சரி'செய்யும் வகையில் அவளது நீண்ட முடியை வெட்ட முயன்றனர்.

ரேவதி மீண்டும் தப்பி, இந்த முறை மும்பை சென்றாள். தனது குருவின் நிதியுதவியுடன் அங்கு பாலின மாற்று அறுவைச் சிகிச்சை மேற்கொண்டாள். தனது விருப்பத்துக்கு மாறாக, பாலியல் தொழிலாளியானாள். தன்னை இழுக்க நினைத்த குடும்பத்தினரைக் கட்டாயம் சந்திக்க வேண்டிய அவசியம் அவளுக்குள் அரித்துக் கொண்டிருந்தது. "இப்போது நான் பெண்ணாக மாறிவிட்டேன். எனது சகோதரர்கள் என்னை ஒன்றும் செய்ய முடியாது" என்று உணர்ந்த அவள், மீண்டும் வீடு திரும்பினாள். ஆனால், மீண்டும் அதே அவமானம், அலைக் கழிப்பு, புறக்கணிப்பு தொடர்ந்தது; அது அவளை எதிர்திசையில் தள்ளியது.

சித்திரவதையைத் தாங்க முடியாமல், இந்த முறை அவள் பெங்களூருக்கு வந்தாள். ஹமாமில் (ஒரு குளியலறை) வேலைக்குச் சேர்ந்து, அங்கு வாழ்வதற்கு முயற்சி செய்தாள்

பாலின சிறுபான்மையினருக்காக 'சங்கமா' என்ற அமைப்பு பெங்களூரில் ஏற்கெனவே இயங்கி வந்தது. இந்த அமைப்பில் சேர்ந்த ரேவதி, திருநங்கைகளின் பாலின சிறுபான்மையினரின் உரிமைகளுக்காகப் போராடுவதில் தன்னை ஈடுபடுத்திக் கொண்டார். அவர்கள் நடத்திய ஒரு போராட்டத்தில் நான் பங்கேற்றபோது அவளை நான் சந்தித்தேன்.

ஒரு நாள், தொலைபேசியில் என்னை அழைத்தாள். "அக்கா, எனது புத்தகம் எப்போது தயாராகும்? இந்தப் புத்தகத்தை வெளியிட யாரை அழைக்கலாம் என்று நினைக்கிறீர்கள்? என்று அவள் கேட்டாள்.

"நான் இப்போதுதான் படித்து, அச்சுப்பிழை பார்த்து வருகிறேன். பக்க வடிவமைப்பு முடிய வேண்டும். அதன் பிறகு மறுபடியும் அச்சுப் பிழை பார்க்க வேண்டும், ரேவதி" என்று நான் பதிலளித்தேன். "அதிருக்கட்டும். வெளியீட்டுக்கு யாரை அழைக்க விரும்புகிறீர்கள்?" என்றாள்.

"அக்கா, இது திருநங்கைளின் கூட்டமாக ஆகிவிடக்கூடாது. மற்ற ஒடுக்கப்பட்ட மக்களைப் போல எனது வாழ்க்கையும் பொதுவானது. அவர்களும் இந்த வெளியீட்டு நிகழ்ச்சியில் பங்கேற்றால் நன்றாக இருக்கும்" என்று அவள் கூறினாள்.

பேசி முடிப்பதற்கு முன்னதாக, "நான் உங்களை அக்கா என்று அழைப்பதைப் பற்றி ஏதாவது நினைத்துக் கொள்கிறீர்களா?" என்று ரேவதி கேட்டாள்.

"ஏன் நான் நினைத்துக்கொள்ள வேண்டும். அக்கா என்று நீ அழைப்பதை நான் விரும்புகிறேன்" என்று சொன்னேன்.

எனது இளைய சகோதரியின் 'தி ட்ரூத் அபவ்ட் மி: தி ஆட்டோபயாகிரபி ஆஃப் ஏ ஹிஜ்ரா' என்ற ஆங்கில நூல் கன்னடத்தில், 'பதுக பயலு' (வாழ்க்கையின் வெளி) என்ற பெயரில் விரைவில் வெளியாக உள்ளது. இது உண்மையிலேயே நெகிழ வைக்கும் வாழ்க்கைக் கதை

கௌரி லங்கேஷ் பத்திரிகே, **13 ஏப்ரல் 2011,**

ஸாவனூரில்
அரசின் புறக்கணிப்பு

வாழ்விடத்தை ஏமாற்றிப் பறிப்பதை எதிர்த்து, தங்கள்மீது மலத்தை ஊற்றி தலித்துகள் போராட்டம்

இன்று தீபாவளி. நம்பிக்கைக்கும் மனநிறைவுக்கும் அடையாளமாகத் திகழும் இந்தப் பண்டிகையை பெங்களூரு மக்கள் பட்டாசு வெடித்துக் கொண்டாடினார்கள். எனினும், தூரத்தில் உள்ள ஒரு நகரத்தில் நம்பிக்கையோ மனநிறைவோ இல்லாமல் நரகத்தில் வாழ்ந்து வரும் 40 பேரைப் பற்றி எனது மனதில் எழுந்தது.

சமீபத்தில் எனது நண்பரும் கவிஞருமான வீரண்ணா மடிவாலா, எனது அலுவலகத்துக்கு வந்திருந்தார். கர்நாடகத்தின் வடக்குப் பகுதியில் உள்ள ஸாவனூர் நகரில் வாழ்ந்து வரும் மலம் அள்ளும் சமூக மக்கள் பற்றி எங்களது பேச்சு திரும்பியது. கடந்த ஆண்டு நவம்பர் 20ஆம் தேதி (2010), பாங்கி என்ற அந்த சமூகத்தைச் சேர்ந்த மூன்று பேர் நகராட்சி அலுவலகத்தின் முன்பு தங்கள் மீது மலத்தை ஊற்றிக் கொண்டு போராட்டம் நடத்தினர். தாங்கள் வசிக்கும் இடத்தை கையகப்படுத்தி எடுத்துக் கொள்வதற்காக உள்ளூர் நிர்வாகம் விடுத்திருந்த மிரட்டலைத் தடுத்து தங்கள் இருப்பிடத்தைக் காப்பாற்றிக் கொள்வதற்கு, தங்களது தலைக்கு

மேல் உள்ள கூரை இடிந்து விழாமல் காப்பாற்றுவதற்கு இந்தப் போராட்டம் உதவும் என்று அவர்கள் நம்பினர்.

இந்தப் போராட்டம் நாட்டையே உலுக்கியது. இந்தப் பிரச்சினை தீர்க்கப்படும் என்று மாநில அரசு விரைந்து உறுதிமொழி அளித்தது. இந்தத் தொகுதியின் சட்டப்பேரவை உறுப்பினரும் பாசனத்துறை அமைச்சருமான பசவராஜ் பொம்மை கண்ணீர் வடித்தார். அந்த சமூகத்தினருக்குத் தேவையான அனைத்தையும் செய்யவும் புதிய வாழ்க்கையை அமைத்துத்தரவும் அவர் உறுதியளித்தார்.

ஆனால், அதன் பிறகு இந்த பாங்கி சமூகத்தினருக்கு என்ன நேர்ந்தது? அவர்களுக்காக அரசு என்ன செய்தது?

பாங்கி சமூகத் தலைவரான மஞ்சுநாத் பாங்கியின் தொலை பேசி எண்ணை, வீரண்ணாவிடமிருந்து வாங்கி, அவரிடம் பேசினேன். அவர் என்ன சொன்னார் என்பதை உங்களிடம் பகிர்ந்து கொள்கிறேன்.

அதற்கு முன்னதாக கொஞ்சம் பின்னணி. இந்தியா சுதந்திரமடைவதற்கு முன்னர், நவாப் மஜீத் கான் ராஜ்யத்தின் ஒரு பகுதியாக ஸாவனூர் இருந்தது. பாங்கி சமூகத்தைச் சேர்ந்தவர்கள் தாங்களே வீடு கட்டிக் கொள்வதற்காக 3 குண்டா நிலத்தை (ஒரு குண்டா நிலம் என்பது 1089 சதுர அடி) நவாப் வழங்கினார். ஆவணங்கள் இல்லாமல் வாய்மொழி உத்தரவின் அடிப்படையில் இது வழங்கப்பட்டது. அந்த இடத்தில் சிலர் வீடுகளைக் கட்டி அதில் வாழத்தொடங்கினர். 1947இல் நாடு சுதந்திரம் அடைந்தது. ஆனால், பாங்கி சமூகத்தினருக்கு மாற்றம் எதுவும் வந்துவிடவில்லை. நவாப் காலத்திலிருந்து பொம்மை ஆட்சிக் காலம் வரை, அவர்கள் கையால் மலம் அள்ளும் தொழிலாளர்களாகவே நீடிக்கின்றனர்.

கையினால் சாக்கடைகளைச் சுத்தம் செய்யும் நடைமுறை நிறுத்தப்பட்டுவிட்டதாக உச்சநீதிமன்றத்தில் கர்நாடக அரசு கூறியது, அப்பட்டமான பொய். இன்றைய தினம் வரை மாநிலத்தின் பல்வேறு பகுதிகளில் கையினால் மலம் அள்ளுவது தொடர்ந்து கொண்டிருக்கிறது. 2011ஆம் ஆண்டு அக்டோபர் 11ஆம் தேதி கோலாரில் சாக்கடையைச் சுத்தம் செய்த மூன்று தலித்துகள் இறந்துபோனது, இதற்கு சாட்சியமாகத் திகழ்கிறது. ஹாவேரி மாவட்டத்தில் ஸாவனூர் போன்று சில இடங்களில் பாதாளச் சாக்கடை அமைப்பு வசதி இல்லாததால், சாக்கடைகளைச் சுத்தம் செய்வது பாங்கி சமூகத்தினரின் தலையில் விழுந்து கிடக்கிறது.

காலவெள்ளோட்டத்தில், பாங்கி சமூகத்தைச் சேர்ந்த 14 குடும்பங்கள் வசிக்கும் கமல் பாங்கடி பகுதி நகரின் மத்தியப் பகுதியாக மாறி, அங்கு ரியல் எஸ்டேட் விலை மிகவும் உயர்ந்து விட்டது. இயற்கையாகவே, இந்தச் சிறிய இடம் உள்ளூர் நிர்வாகத்தின் கண்களை உறுத்தத் தொடங்கியது. எனவே, நிர்வாகப் பதிவேட்டின்படி, அந்த இடம் இப்போதும் காலி மனையாகவே பட்டியலிடப்பட்டுள்ளது. ஊழல் அரசியல்வாதிகளும் அதிகாரிகளும் அதைக் கைப்பற்றுவதற்கான சந்தர்ப்பத்துக்காகக் காத்திருந்தனர். பாங்கி சமூகத்தினர் குடியிருக்கும் பகுதியில் வணிக வளாகம் கட்டுவதற்கு நகராட்சி தீர்மானம் நிறைவேற்றியது. இதுகுறித்து அந்த சமூகத்தினருடன் கலந்து ஆலோசிக்காதது மட்டுமல்ல, அதற்குமாறாக இந்தத் திட்டங்கள் குறித்து அவர்களது காதுக்கு தகவல்கள் எதுவும் சென்றுவிடாமல் இருப்பதையும் நகராட்சி நிர்வாகம் உறுதி செய்தது. சட்டப்படி, ஓர் இடத்தில் முப்பது ஆண்டுகளுக்கு மேலாக தொடர்ந்து யாராவது வசித்து வந்தால், அவர்களுக்குக் குறிப்பிட்ட உரிமைகள் உண்டு. அவர்களைக் கலந்து ஆலோசிக்காமல் அந்த இடத்தை எதுவும் செய்ய முடியாது. ஆனால், நிர்வாகம் இதில் எதையும் செய்யவில்லை. முப்பது ஆண்டுகளுக்கு மேலாக அந்த இடத்தில் பாங்கி சமூகத்தினர் வசிப்பதை நிர்வாகம் ஏற்றுக் கொண்டால், அவர்களுக்கு இழப்பீட்டுத் தொகை வழங்க வேண்டியதிருக்கும். அவர்களை மறுகுடியமர்த்துவதற்கும் திட்டமிட வேண்டும்.

பாங்கி சமூகத்தினரை வெளியேற்றுவதற்கு பலவிதமான தந்திர உத்திகள் கடைப்பிடிக்கப்பட்டன. அந்த சமூகத்தின் பெண்கள் மிரட்டப்பட்டார்கள். அவர்களது வீடுகளின்மீது கல்லெறியப்பட்டது. அவர்களது வீடுகளின் முன்புறத்தில் குப்பைகள் கொட்டப்பட்டன. இதற்கு அவர்கள் மசியவில்லை என்றதும், வீடுகளுக்கான தண்ணீர் விநியோக இணைப்பு துண்டிக்கப்பட்டது.

இதைப் பார்த்து, தங்களை வெளியேற்றுவதற்காக நகராட்சி, எந்த அளவுக்குக் கொலை வெறியுடன் இருக்கிறது என்பதை அந்த சமூத்தினர் உணர்ந்து கொண்டனர். ஏற்கெனவே, இந்தப் பகுதியில் வியாமோஹா சாமி சிலையும் நிறுவப்பட்டுள்ளது. மூன்று ஆண்டுகளுக்கு ஒரு முறை நடைபெறும் திருவிழாவில் (ஜாத்ரா) ஹாவேரி மாவட்டத்தைச் சேர்ந்த இந்தச் சமூகத்தைச் சேர்ந்த அனைவரும் கலந்து கொள்வார்கள். இந்த நிலையில், தங்களது வீட்டையும் கடவுளையும் இழந்து விடுவோமோ என்று அவர்கள் பயந்தார்கள். தங்களை காலி செய்யக்கூடாது என்று மாவட்ட அதிகாரிகளிடம் மனு அளித்தனர். தங்களுக்குப்

பட்டா வழங்கும்படி கோரினர். பாங்கி சமுதாயத்தைச் சேர்ந்தவர்கள் என்பதால், பொதுக் குழாயில் குடி தண்ணீர் எடுக்க அனுமதிக்கப்படுவதில்லை என்பதால், துண்டிக்கப்பட்ட குடிநீர் விநியோக இணைப்பை மீண்டும் வழங்க வேண்டும் என்றும் தாசில்தார், உதவி ஆணையர், மாவட்ட ஆணையர்களிடம் கோரிக்கை மனு அளித்தனர்.

அவர்களின் இந்த மனுக்களுக்கு எந்தவித பதிலும் கிடைக்கவில்லை. இதனால், நம்பிக்கை இழந்த நிலையில்தான் அந்தச் சமூகத்தினர், தங்கள் மீது மலத்தை ஊற்றிக் கொண்டு போராட்டம் நடத்துவது என்று முடிவு செய்தனர். இதுதான் இந்தக் கதையின் பின்னணி.

அதிர்ச்சி தரும் இந்தப் போராட்டத்திற்குப் பிறகு என்ன நிகழ்ந்தது? அவர்களின் பரிதாபகரமான நிலையைப் பார்த்து, அமைச்சர் பசவராஜ் பொம்மை பொது வெளியில் அழுதது ஒவ்வொருவருக்கும் தெரியும். மாவட்ட அதிகாரிகளின் அவசரக்கூட்டத்திற்கு அழைப்பு விடுத்தார். பாங்கி சமூகத்தினரை அந்த இடத்திலிருந்து வெளியேற்றுவதில்லை என்றும் தலா ரூ.1.6 லட்சம் செலவில் 13 குடும்பங்களுக்கு அனைத்து வசதிகளுடன் கூடிய வீடு கட்டித்தருவது என்றும் அக்கூட்டத்தில் முடிவு செய்யப்பட்டது. அவர்களில் ஒன்பது பேருக்கு வேலைவாய்ப்பு வழங்குவது என்றும் அவர்களது குழந்தைகள் படிக்க உதவித்தொகை வழங்குவது என்றும் முடிவு செய்யப்பட்டது.

ஆனால், இந்த நாள் வரை, பாங்கி சமூகத்தைச் சேர்ந்தவர்களுக்கு தகுந்த வீடோ நிரந்தர வேலையோ கிடைக்கவில்லை. நகரிலிருந்து மூன்று கிலோ மீட்டர் தொலைவில் 9 வீடுகள் கட்டப்பட்டன. ஒவ்வொரு வீட்டுக்கும் ரூ.1.6 லட்சம் ஒதுக்கீடு செய்யப்பட்டாலும்கூட, அதில் பாதிப்பணம் அந்தப் பணிகளைச் செயல்படுத்தும் பொறுப்புகளை மேற்கொண்டவர்களின் பாக்கெட்டுக்குள் சென்றுவிட்டது. அதைத்தொடர்ந்து அனைத்து கட்டுமான வேலைகளின் தரத்தில் வெட்டு விழுந்து விட்டது. எடுத்துக்காட்டாக, மேற்கூரையில் 6 இஞ்ச் ஸ்லாப்களுக்குப் பதிலாக இரண்டரை இஞ்ச் ஸ்லாப் பயன்படுத்தப்பட்டது. கட்டடத்தில் குடியேறுவதற்கு முன்னதாகவே, சுவர்களில் விரிசல்களும் கூரையிலிருந்து தண்ணீர் கசிவும் ஏற்பட்டது. அந்த அளவுக்குக் கட்டுமானப்பணி மோசமாக இருந்தது.

பாங்கி சமூகத்தினர் எண்ணிக்கை அளவில் சுருங்கிக் கொண்டிருந்தனர். ஆவணப் பதிவுகளின்படி, 2001இல் ஸாவனூரில் பாங்கி சமூகத்தைச் சேர்ந்த 17 குடும்பங்கள்

இருந்தன. 2011இல் இந்த எண்ணிக்கை 11 ஆகக் குறைந்தது. இதற்கு முதன்மைக் காரணம், பாங்கி சமூகத்தினர் செய்து வந்த தொழில். அனைத்து நேரங்களிலும் கழிவுகளை அகற்றுவதிலேயே அவர்களது பணி இருப்பதால், பெரும்பாலானவர்கள் நோயினால் மரணமடைந்துள்ளனர். இந்த நாள் வரை, ஸாவனூரில் உள்ள பாங்கி சமூகத்தைச் சேர்ந்தவர்களில் நாற்பது வயதுக்கு மேற்பட்டவர்களைக் காண்பது அரிது.

பதினான்கு குடும்பங்கள் பாதிக்கப்பட்டாலும்கூட, ஒன்பது வீடுகள் மட்டுமே கட்டியது அரசு. அந்த வீடுகளில் கழிப்பறை வசதியோ மின்சார வசதியோ கிடையாது. மின்சார வசதி செய்து தருவதற்காக அந்தக் குடும்பத்தினரிடம் ரூ.1.2 லட்சம் அவர்கள் வசூலித்தார்கள். ஆனால், ஒப்பந்தம் விடுவதற்கு கால அவகாசம் தேவைப்படுவதால், அந்தப் பணி தாமதமாவதாக அவர்கள் சொன்னார்கள். இதற்கே 5 மாதங்கள் கடந்து விட்டன.

இதைப்போலவே, வேலைக்கான உறுதிமொழியை நிறைவேறுவதற்காக எதிர்பார்த்துக் காத்திருப்பதிலும் ஏமாற்றம். 9 பேருக்கு நிரந்தரப் பணி என்று பொம்மை உறுதியளித்தார். அனைத்து நடைமுறைகளையும் முடித்து மே 10ஆம் தேதிக்குள் வேலை கொடுக்க வேண்டும் என்று சட்ட அமைச்சர் சுரேஷ்குமாரும் ஆணை பிறப்பித்தார். அவர்கள் இல்லாவிட்டால் ஸாவனூர் நாறிப்போய்விடும் என்பதால், அந்த ஒன்பது பேரும் ஒப்பந்த அடிப்படையில் வேலைக்கு எடுத்துக் கொள்ளப்பட்டார்கள். அவர்களது சம்பளம் ரூ.4,820 என்று காகித்தில் குறிப்பிடப்பட்டிருந்தாலும் அவர்கள் சுமார் ரூ.3 ஆயிரம் மட்டுமே பெற்றார்கள். "அதுவும் முறையாக வழங்கப்படுவதில்லை. மூன்று அல்லது நான்கு மாதத்துக்கு ஒரு முறைதான் அவர்கள் எங்களுக்கு வழங்கினார்கள்" என்கிறார் மஞ்சுநாத் பாங்கி.

நிரந்தர ஊழியர்களாக்குவதற்கான நடவடிக்கை குறித்து அவர்களில் 12 பேரிடம் நேர்காணல் (இன்டர்வியூ) நடந்ததை அறிந்த எனக்கு ஆச்சரியமாக இருந்தது. "நேர்காணல் எதைப் பற்றி இருந்தது? நீங்கள் எப்படி சுத்தப்படுத்தும் பணியைச் செய்கிறீர்கள் என்று அவர்கள் சோதனை செய்தார்களா?" என்று கேட்டேன். "இல்லை. விதிகளின்படி எங்களை நிரந்தர ஊழியர்களாக நியமிக்க முடியாது என்பதை காட்டுவதற்காக நடந்த ஒரு நாடகம் அது" என்றார் அவர். அதை உறுதி செய்யும் வகையில், அனைவருக்கும் நிரந்தர வேலை தருவது என்பது கடினம் என்று இப்போது அதிகாரிகளும் கூறுகிறார்கள். அவர்களில் எட்டுப் பேருக்கு வேலை என்ற கோரிக்கைகூட,

நிறைவேற்றப்படவில்லை. ஒரு நாள் தாசில்தார் வரமாட்டார். மற்றொரு நாள் வழக்குப் பணியாளர் வரமாட்டார். இப்படி சாக்குப்போக்குகளுடன் பிரச்சினை தள்ளிக்கொண்டே போனது.

இவற்றுக்கு இடையே, காப்பாற்றுவேன் என சொன்னவனே கழுத்தறுக்கும் வேலையில் ஈடுபட்டது போல சில நிகழ்வுகளும் நடந்தன. அவர்களின் இந்தப் போராட்டத்துக்குப் பிறகு, அம்பேத்கர் வளர்ச்சிக் கார்ப்பரேஷன் ரூ.35 ஆயிரம் கடன் மூலம் சில மாடுகளையும் ஆடுகளையும் வழங்கியது குறித்து மஞ்சுநாத் விளக்குகிறார். "அவற்றுக்கு உணவு அளித்து பராமரிக்க எங்களால் முடியாது என்பதால் அதை நாங்கள் விரும்பவில்லை என்று சொன்னோம். கடனை நாங்கள் திருப்பிச் செலுத்த வேண்டிய தேவையில்லை என்று அந்த கார்ப்பரேஷனின் உறுப்பினர்கள் எங்களிடம் கூறினார்கள். எனவே, இறுதியில் நாங்கள் சம்மதித்தோம். அவர்கள் வழங்கிய பாதி மாடுகளும் ஆடுகளும் நோய்வாய்ப்பட்டும் நோஞ்சானாகவும் இருந்தன. சில நாட்களிலேயே அவற்றில் பல இறந்து விட்டன. இருக்கின்ற மற்ற பிராணிகளை பார்த்துக் கொள்ளும்படி மற்றவர்களை நாங்கள் கேட்டுக் கொண்டோம். தற்போது, கடனைத் திருப்பிச் செலுத்தும்படி கார்ப்பரேஷன் எங்களைக் கேட்டுக் கொண்டிருக்கிறது. எங்கிருந்து இதற்கு நாங்கள் பணத்தைப் பெறுவது?"

வணிக வளாகம் கட்டுவதற்காக, கமல் பாங்கடியில் உள்ள வீடுகளை இடித்துத் தள்ளுவதற்கு உள்ளூர் நிர்வாகம் செய்த சதிதான் இந்த சர்ச்சையின் தொடக்கம். அவர்களுக்காகக் கட்டப்பட்டுள்ள புதிய வீடுகளுக்குச் செல்ல வேண்டும் என்றும் கமல் பாங்கடியில் உள்ள வீடுகளைத் திருப்பித்தர முடியாது என்றும் அதிகாரிகள் கூறிக்கொண்டிருக்கிறார்கள். அதாவது, எண்பது லட்சம் ரூபாய் மதிப்புள்ள அந்த நிலத்தை பறித்துவிட வேண்டும் என்ற திட்டத்தை அதிகாரிகளும் தலைவர்களும் கைவிடவில்லை என்பதே இதன் அர்த்தம்."

ஆனால், பாங்கி சமூகத்தினர் அதற்குத் தயாராக இல்லை. அதனால், மஞ்சுநாத் பாங்கி, அவரது தாய் மற்றும் சில உறவினர்கள் தங்களது பழைய வீடுகளிலேயே தொடர்ந்து வாழ்ந்து வருகிறார்கள். மின்சார வசதியோ வேறு வசதிகளோ இல்லாவிட்டாலும்கூட, தற்போது அவர்களுக்குத் தண்ணீர் கிடைக்கிறது. "எங்களது பழைய வீடு இடிந்து எப்போது எங்களது தலையில் விழப் போகிறதோ தெரியவில்லை. ஆனால், இது எங்களது இடம். எங்களது வீடு இங்கே இருக்கிறது. அதைவிட முக்கியம், எங்களது கடவுளும் இங்கேதான் இருக்கிறார். என்ன

நேர்ந்தாலும்சரி, இந்த இடத்தைவிட்டுவிட்டு நகரமாட்டோம்" என்கிறார் மஞ்சுநாத் பாங்கி.

இவை அனைத்தும் நமக்குச் சொல்வது என்ன? புதிய வழியில் அவர்கள் நூதனப் போராட்டம் நடத்தி ஒன்றரை ஆண்டுகள் கழித்தும்கூட, பாங்கி சமூகத்தினரின் வாழ்க்கையில் எந்தவித மாற்றமும் இல்லை. பாரதீய ஜனதா கட்சி அரசின் கொடூரத்துக்கும் போலித்தனத்துக்கும் திறமையின்மைக்கும் இது மற்றொரு எடுத்துக்காட்டு. தற்போதைய நிலைமையை மஞ்சுநாத் பாங்கி சுருக்கமாகச் சொன்னார். " அன்றைய தினம் எங்களது புதிய வாழ்க்கைக்கு உறுதியளித்தார் அமைச்சர் பசவராஜ் பொம்மை. இன்று அவரது மொபைல் போன் ஸ்விட்ச் ஆஃப் செய்யப்பட்டுள்ளது"

கௌரி லங்கேஷ் பத்திரிகே, 9 நவம்பர் 2011

தயாமணி பர்லாவின் இரக்க உணர்ச்சி

பன்னாட்டு நிறுவனத்தை எதிர்க்க டீ கடை நடத்தி, சுயமாக நிற்கும் ஒரு பழங்குடியினப் பத்திரிகையாளர்

அண்மையில் பெல்லாரியில் குதிதினி என்ற இடத்திலுள்ள 2,600 ஏக்கர் நிலத்தை ஏர்செல்லர் மிட்டல் என்ற உலகின் மிகப்பெரிய உருக்கு நிறுவனத்துக்குப் பாஜக முதலமைச்சர் ஜெகதீஷ் ஷெட்டர் மாற்றிக்கொடுத்தார். அதாவது மிகப் பெரிய உருக்கு நிறுவனம் கர்நாடகத்தில் நுழைந்து, அதன் இயற்கை வளங்களைக் கொள்ளை யடிக்கும் முதல் அடியை எடுத்து வைத்துள்ளது. போஸ்கோ போன்ற மற்ற உருக்கு நிறுவனங்களும் இதேபோன்று தொடர்ந்தால், அதில் ஆச்சரியப்பட ஒன்றுமில்லை. இந்த நிறுவனங்கள், ஊழல் அரசுகளின் ஆதரவுடன், விவசாயிகளுக்கு இழப்பீட்டுத் தொகையாக சொற்பப் பணத்தை வழங்கிவிட்டு, அவர்களது வாழ்வாதாரமான நிலங்களை எடுத்துக்கொள்கின்றன. அவை மக்களை வெளியேற்றுவதுடன், தாதுப் பொருட்களுக்காகச் சுரங்கம் தோண்டி, சுற்றுச்சூழலையும் அழிக்கின்றன. உள்ளூர் மக்களை வறுமையில் ஆழ்த்திவிட்டு, அந்த நிறுவனம் லாபத்தைப் பலமடங்கு பெருக்கிக் கொண்டே போகிறது. உலகமெங்கும் இதுபோல மீண்டும்மீண்டும் நடந்துகொண்டே இருக்கின்றது.

இதுபோல, ஊழல் அரசுகளும் சுரண்டும் நிறுவனங்களும் கூட்டாகச் செய்யும் மோசடிக் குற்றங்களுக்கு எப்போது முடிவு கட்டுவது? இந்தத் தேசவிரோத நடவடிக்கைகளை எப்படி நாம் அம்பலப்படுத்துவது? சொந்த நிலங்களை விட்டு மக்களை வெளியேற்றி ஓட்டாண்டிகளாக்கி, அந்த நிறுவனங்களுக்குச் சிவப்புக் கம்பள வரவேற்பு கொடுக்கும் இந்த வர்த்தகத்தை நம்மால் நிறுத்த முடியுமா? உண்மையான ஜனநாயகத்தில் இதுபோன்ற கேள்விகளுக்கு இடமில்லை. ஆனால் போலி ஜனநாயகமுள்ள நம்மைப் போன்ற நாடுகளுக்கு இவை முக்கியமானவை.

தற்போதைய நிலையில், அரசின் கொள்கைகளும் விதிமுறைகளும் மக்களின் நலன்களுக்கு எதிராக வெளிப்படையாக மீறும் வகையில் உள்ளன என்பது தெரிந்தாலும், அந்த அரசை அதிகாரத்திலிருந்து தூக்கி எறியவோ, எதிர்த்துப் போராடவோ இயலாத சிக்கலான நிலைமையில் இந்தியர்கள் உள்ளனர். மக்களுக்கு ஆதரவாக இருக்கும் தனிநபர்கள் அரசின் கோபத்தை எதிர்கொள்ள வேண்டியுள்ளது என்பதற்கு அண்மைக் காலத்தில் ஏராளமான உதாரணங்கள் உள்ளன.

சட்ட விரோதமாகச் சிறைக்கு அனுப்பப்பட்ட வினாயக் சென்னிலிருநது தொடங்கி நரேந்திரமோடிக்கு எதிராக நீதிக்குப் போராடி நூற்றுக்குகணக்கான பொய் வழக்குகளைச் சந்தித்துவரும் தீஸ்டா செதல்வாத் வரை சமூகச் செயல்பாட்டாளர்கள் ஏராளமானவர்களைச் சொல்லலாம். இரோம் ஷர்மிளா தனது உண்ணாவிரத்தைத் தொடங்கி பதிமூன்று ஆண்டுகளாகிறது. இந்தப் பட்டியலில் சமீபத்தில் சேர்ந்துள்ள மேலும் ஒரு பெயர் பழங்குடியினப் பெண்மணி தயாமணி பர்லா. பழங்குடியினர் உரிமைக்காகக் குரல் கொடுத்ததால் அவர் சிறைக்கு அனுப்பப் பட்டார்.

ஜார்கண்டிலுள்ள ஏழைப் பழங்குடியினர் குடும்பத்தில் பிறந்தவர் தயாமணி. பண விஷயத்தில் சாதுரியமில்லாத அவரது அப்பா, அவருக்கிருந்த கொஞ்ச நிலத்தையும் வட்டிக் கடைக்காரரிடம் இழந்துவிட்டார். அதன்பிறகு, அவர் பக்கத்து நகரத்தில் வேலை தேடிக்கொண்டார். அவரது தாய் மற்றொரு நகரத்தில் வீட்டுவேலைக்குச் சேர்ந்தார். மற்றவர்களின் வயல்களில் வேலை செய்தாலும்கூட, அந்த கிராமத்தில் ஏழாம் வகுப்புவரை படிப்பைத் தொடர்ந்த தயாமணி, தொடர்ந்து படிக்க விரும்பினாள். பின்னர் ராஞ்சிக்குச் சென்று அங்கு ஒரு வீட்டில் வேலை செய்துகொண்டு, அவர்கள் கொடுத்த மிஞ்சிய சாப்பாட்டைச் சாப்பிட்டு, மாட்டுத் தொழுவத்தில் தூங்கி,

அங்குள்ள உயர்நிலைப் பள்ளியில் படிக்கச் சேர்ந்தார். அவர் படிப்பை நிறுத்தவில்லை என்பதுடன் தட்டச்சு செய்து கிடைத்த வருமானத்தைக் கொண்டு பட்டப்படிப்பையும் படித்துமுடித்தார்.

அந்தக் காலகட்டத்தில், கோயல்–கரோ மின்திட்டத்துக்கு எதிரான போராட்டங்கள் தீவிரமடையத் தொடங்கின. இந்தத் திட்டத்தால் இயற்கை வளங்கள், காடுகள் உள்பட 66 ஆயிரம் ஏக்கர் நிலம் தண்ணீரில் மூழ்கும். அத்துடன் 1.35 லட்சம் பழங்குடியினர் வீடுகளை இழப்பார்கள். தனது மக்கள் பாதுகாக்கப்பட வேண்டுமென்றால், அவர்களது காடுகளும் நிலங்களும் நதியும்கூட பாதுகாக்கப்பட வேண்டும் என்பதை உணர்ந்த தயாமணி, இந்தப் போராட்டங்களில் தீவிரமாகப் பங்கேற்றார். பழங்குடி மக்களின் பிரச்சினைகளையும் போராட்டங்களையும் பற்றி பெரிய பத்திரிகைகள் செய்திகளை வெளியிடவில்லை. பழங்குடி மக்களின் குரலை வெளிப்படுத்தவும் அவர்களைப் பாதுகாக்கவும் வங்கியில் ரூ.25 ஆயிரம் கடன் வாங்கி மக்கள் உரிமைகள் (*ஜான் ஹக்*) என்ற பத்திரிகையைத் தொடங்கினார். அது நீண்ட காலம் நடக்கவில்லை. தயாமணியின் அக்கறையும் துணிச்சலான நேர்மையும் உணர்ச்சி பொங்கும் எழுத்து நடையும் மக்களின் கவனத்தை ஈர்த்தன. *ப்ரபாத் கபர்* என்ற முக்கியமான இந்தி இதழ், அவருக்குப் பத்தி எழுத வாய்ப்பளித்தது. அதேசமயத்தில், பூர்வக்குடிகளின் உரிமைகளைப் பாதுகாப்பதற்கான அமைப்பை (ஆதிவாசி மூலவாசி அஷ்ட்வா ரக்ஷன் சமிதி) அமைப்பைத் தொடங்கி, பொதுவாழ்க்கையில் தொடர்ந்து தீவிரமாக ஈடுபடத் தொடங்கினார். மக்களுடன் நெருங்கிய தொடர்பு வைத்திருப்பதற்காக டீ கடை ஒன்றை, அர்ப்பணிப்பு உணர்வுகொண்ட தயாமணி தொடங்கினார். அது வாழ்க்கைக்கான வருவாயைத் தந்தது மட்டுமல்லாமல், மக்களுடன் தொடர்பைப் பேணுவதற்கான வழியாகவும் அவர்களை ஓரிடத்தில் சந்திக்கும் இடமாகவும் அவர்கள் தங்களது வாழ்க்கையின் ஏற்ற இறக்கங்களைப் பற்றி பகிர்ந்துகொள்ளும் இடமாகவும் ஆனது.

மக்கள் போராட்டம் உச்சிக்குச் சென்றதால், இறுதியாக கோயல்–கரோ மின்திட்டத்தை அரசு கைவிட்டது. பழங்குடி மக்களைப் பொருத்தவரை, அவர்களது சிக்கல்கள் முடிவுக்கு வந்தபாடில்லை. அடுத்த சில ஆண்டுகளிலேயே லட்சுமி மிட்டல் என்ற கனிமவளத் தொழிலதிபர் எதிர்பாராமல் வந்தார். அந்த இடத்தில் தனது ஏர்செல்லர் மிட்டல் நிறுவனம் ஓர் உருக்காலையைத் தொடங்க 12 ஆயிரம் ஏக்கர் நிலத்தை ஒதுக்கீடு செய்ய வேண்டும் என்று ஜார்கண்ட் அரசுக்கு அவர் வேண்டுகோள் விடுத்தார். அவர் கேட்டதே நல்லவாய்ப்பு என்று

நினைத்த அரசு, அந்த நிலத்தைக் கொடுக்கத் தயாரானது. 45 கிராமங்களைத் தரைமட்டமாக்குவது மட்டுமல்லாமல், அங்கிருந்த 70 ஆயிரம் பழங்குடியினரை அகற்றவும் முயற்சிகள் தொடங்கின. அப்போது பழங்குடி மக்களுடன் தைரியமாக நின்ற பெண் தயாமணிதான். "நீங்கள் கொடுக்கும் அற்ப இழப்பீட்டுப் பணத்தைவிட, எங்கள் நிலத்தில் நாங்கள் உருவாக்கிய வாழ்க்கை விலைமதிக்க முடியாதது. ஒரு இஞ்ச் நிலத்தைக்கூட நாங்கள் உங்களுக்குக் கொடுக்கமாட்டோம்" என்று அவர் சொன்னார். போராட்டம் தொடங்கியது. அவரது போராட்டத்துக்கு பெரும் ஆதரவு கிடைத்ததையடுத்து, இந்த நாள் வரை, ஓர் ஏக்கர் நிலத்தைக்கூட மிட்டல் நிறுவனத்தால் பெற முடியவில்லை.

மிகச்சமீபத்தில், தயாமணி மற்றொரு போராட்டத்தைத் தொடங்கினார். ஐஐடி மற்றும் நேஷனல் லா ஸ்கூல் அமைப்பதற்காக, ஜார்கண்ட் தலைநகரான ராஞ்சிக்கு சில கிலோ மீட்டர் தொலைவிலுள்ள 227 ஏக்கர் வளமான விவசாய நிலத்தை அரசு வழங்கியது. தலைமுறை தலைமுறைகளாக விவசாயத்தை நம்பியிருந்த 500 பழங்குடியினக் குடும்பங்களை இது நிராதரவாக்கிவிடும். அவர்கள் அனைவருடனும் இணைந்து அமைதியான முறையில் தயாமணி போராட்டத்தைத் தொடங்கினார். விவசாய நிலத்தில் இருந்த பயிரைப் போலீசார் அழித்த போதிலும்கூட, அந்த மக்கள் தங்களது பொறுமையைக் கைவிடவில்லை.

நாகரி மக்களுக்கு எதிராக ரிசர்வ் போலீஸ் படையின் நான்கு பிரிவுகளில் மூன்றுபிரிவு போலீசாரை அரசு குவித்த போதிலும்கூட, அவர்கள் எந்தக் கோபத்தையும் காட்டவில்லை. அந்த கிராமத்து மக்களுக்கு எதிராக பொய் வழக்குகள் பதிவு செய்யப்பட்ட போதிலும்கூட, அவர்கள் தங்களது அமைதியை இழக்கவில்லை. அதேசமயம், அவர்கள் கேள்வி கேட்பதை இவை எவற்றாலும் தடுத்து நிறுத்தமுடியவில்லை. இந்த மாநிலத்தில் பெருவாரியாக உள்ள பழங்குடியின மக்களுக்கு அடிப்படை வசதிகளோ அல்லது தொடக்கக் கல்வியோ கிடைக்காத நிலையில், பழங்குடியினரின் நிலங்களைப் பறித்து, ஐஐடி, நேஷனல் லா ஸ்கூல் போன்ற ஆடம்பரமான கல்வி நிறுவனங் களை உருவாக்குவதில் என்ன நேர்மை இருக்கிறது? இது அரசை இயற்கையாகவே நெளிய வைத்துள்ளது.

அரசியல் கட்சிகள் அல்லது தலைவர்களுடன் எப்போதும் சமரசம் செய்து கொள்ளாத தயாமணி, களைப்பு இல்லாமல் தன்னலமற்றுப் பணி செய்வதால் அவர் இவ்வளவு பிரபலமாக இருக்கிறார். அரசுக்கும் கார்ப்பொரேட் நிறுவனங்களுக்கும்

அவர் தலைவலியாக இருக்கிறார். அதனால்தான், அவரை வீழ்த்துவதற்கான சந்தர்ப்பத்துக்காக அரசு காத்திருந்தது.

நம்புவதற்கு உங்களுக்குக் கடினமாக இருக்கும். ஆனால் அப்படிச் செய்வது அவர்களுக்கு எளிதாக இருந்தது. ஆறு ஆண்டுகளுக்கு முன் அரசின் பகட்டான வேலைவாய்ப்பு உத்தரவாதத் திட்டத்தில் நடைபெற்ற முறைகேடுகளுக்கு எதிராக நடைபெற்ற போராட்டத்தில் தயாமணி பங்கேற்றார். தகுதி வாய்ந்தவர்களுக்கு மட்டுமே வேலைவாய்ப்பு அட்டைகள் கொடுக்கப்பட வேண்டும் என்று அவர்கள் வலியுறுத்தினர். அரசு ஊழியர் தனது பணியைச் செய்யவிடாமல் தடுத்ததாக அவர்மீது வழக்குப் பதிவு செய்திருந்தது. அந்த வழக்கைத் தூசிதட்டி எடுத்த அரசு, அவரைக் கைது செய்துள்ளது.

மிட்டல் போன்ற வில்லன்களை அவர்களது வழித்தடத்தில் தடுக்கக்கூடிய தயாமணிக்குப் பிணை கிடைத்தும்கூட, தொடர்ந்து சிறையில் வைத்திருக்கிறார்கள். அவரது விடுதலையை வலியுறுத்தி, நாடு முழுவதும் உள்ள சமூகச் செயல்பாட்டாளர்கள் குரல் எழுப்பியுள்ளனர். ஆனால், மாநில, மத்திய அரசுகள் முழுவதுமாகப் பாரபட்சமாகவே நடக்கின்றன.

அதே நேரத்தில், மிட்டல் நிறுவனத்துக்கு கர்நாடக பாஜக அரசு இடத்தை வழங்கியுள்ளது. அவருக்கு சிவப்புக்கம்பள வரவேற்பும் அளித்துள்ளது. நான் முன்பே சொன்னதுபோல, விரைவில் நடக்க இருக்கும் கொள்ளைக்கு இது ஒரு முன்னெட்டு.

இதை நிறுத்துவதற்கு, தயாமணி பர்லா போன்ற துணிச்சல் மிக்க சமூகச் செயல்பாட்டாளர்கள் இங்கும் உருவாகுவார்கள் என்று நான் நம்புகிறேன்.

கௌரி லங்கேஷ் பத்திரிகே, 21 நவம்பர் 2012

அனைத்து அடிப்படைவாதமும் தவறு

ருஷ்டி, ராமானுஜன், ஜேம்ஸ் லெய்ன்: ஒருமுறை விட்டுக்கொடு, மீண்டும் விட்டுக்கொடு

ஜெய்ப்பூர் இலக்கிய விழாவுக்கு வருவதற்கு சல்மான் ருஷ்டி உத்தேசித்திருந்தார். சில முஸ்லிம் மத அடிப்படைவாதிகள் அதற்கு ஆட்சேபம் தெரிவித்தனர். விடாப்பிடியாக ருஷ்டி வந்தால், அவரால் எப்போதும் பங்கேற்க முடியாதபடி, அவரைக் கொன்றுவிடுவோம் என்றும் மிரட்டினர். இறுதியாக, அந்த விழாவில் பங்கேற்பது இல்லை என்று அவர் முடிவு செய்தார். எழுத்தாளர்களின் கருத்துச் சுதந்திரம், அவரது சமூகப் பொறுப்புணர்வு என்ற கேள்விகளுக்குள் மட்டும் இதை அடக்கிவிட முடியாது. இதில் வேறு சில கேள்விகள் உள்ளடங்கி இருக்கின்றன. அவை முக்கியமானவை. அவற்றில் நாம் கவனம் செலுத்த வேண்டும்.

ருஷ்டி மிகப்பெரிய எழுத்தாளர். அடிக்கடி சர்ச்சைக்குள்ளானவர். அவரது 'சாத்தானின் கவிதைகள்' (சட்டானிக் வெர்சஸ்) நாவல் வெளிவந்த பிறகு, அது முஸ்லிம்களை இழிவுபடுத்துகிறது என்ற அடிப்படையில் அவரைக் கொல்வதற்கான மதக்கட்டளை (பத்வா) பிறப்பிக்கப்பட்டது. அதைத் தொடர்ந்து, அந்தப் புத்தகத்தைத் தடை செய்வதற்கான முடிவை அரசு எடுத்தது. இவை இரண்டும் கொடுமையானவை.

இஸ்லாமை இழிவுபடுத்திவிட்டது என்று குற்றம்சாட்டி ருஷ்டியின் தலையைக் கேட்கும் சில முல்லாக்களுக்கும் தெருக்களில் இந்துப் பெண்களைக் காதலிக்கும் சில முஸ்லிம் பையன்கள் கொல்லப்பட வேண்டியவர்கள் என்று சொல்லும் ஆர்எஸ்எஸ் அமைப்பைச் சேர்ந்த கலாட்க பிரபாகர் பட் (தட்சிண கன்னடத்தில் கடலோரப்பகுதியின் தலைவர்) போன்றோருக்கும் என்ன வித்தியாசம்? ஒன்று கண்டிக்கப்பட வேண்டியது என்றால், மற்றொன்றும் அதற்குச் சமமாகக் கண்டிக்கப்பட வேண்டியது அல்லவா?

அதுபோல, எந்தப் புத்தகத்தையும் தடை செய்வதற்கு எந்த அரசுக்கும் உரிமை இல்லை. தலைமுறை தலைமுறையாக, சமூக மாற்றத்துக்குப் பங்களிப்பைச் செய்யும் புதிய புத்தகங்கள் வாயிலாக புதிய கருத்துகள் வெளிப்படுத்தப்பட்டுள்ளன. சில புத்தகங்கள் மனதை நெறி பிறழச் செய்கின்றன. ஆனால், அனைத்து ஆரோக்கியமான சமூகங்களும் அவற்றில் உள்ள நல்ல விஷயங்களை தம் நலனுக்காக எடுத்துக் கொள்வதும் மற்றவற்றை அப்படியே கழித்துவிடுவதும் நடக்கின்றன.

இன்று, ருஷ்டியின் 'தி சட்டானிக் வெர்சஸ்' அல்லது பைரப்பாவின் 'ஆவரண' பொருத்தமற்றது என்று சிலர் நினைக்கலாம். அதனால், அந்தப் புத்தகங்கள் தடை செய்யப்பட வேண்டும் என்று அர்த்தம் இல்லை. அதற்கு பதிலாக அந்தப் புத்தகங்கள் குறித்துப் பகிரங்க விவாதங்களும் கருத்துப் பரிமாற்றங்களும் நடத்தலாம். சிலருக்குப் பிடிக்கவில்லை என்ற காரணத்தைக் காட்டி புத்தகங்களைத் தடை செய்தால், இன்றைய உலகில் எந்தப் புத்தகங்களும் இலக்கியங்களும் இருக்காது.

எடுத்துக்காட்டாகப் பன்னிரண்டாம் நூற்றாண்டில் கர்நாடகத்தில் வசனக்காரர்களின் கூற்று பலருக்கு அபாயகரமானதாகத் தோன்றியிருக்கலாம். ஆனால், வசனக்காரர்களைக் கொல்வதறகு கெடு விதிக்கப்பட்டாலோ அல்லது வசனங்களைத் தடை செய்திருந்தாலோ என்ன நேர்ந்திருக்கும்? அதேபோல, சார்வாகர், பெரியார், அம்பேத்கரின் சிந்தனைகளும் எழுத்துகளும் தடைசெய்யப்பட்டிருந்தால் என்ன நேர்ந்திருககும்?

அனைத்துக் காலங்களிலும் அனைத்துச் சமூகங்களிலும் பலவகையான சிந்தனையோட்டங்கள் ஓடிக்கொண்டே இருக்கின்றன. இவை மதம் அல்லது சமூக சீர்திருத்தத்தை நோக்கி இட்டுச்சென்றால் அவற்றின் புதிய கிளைகள் உருவாக வழி வகுக்கின்றன.

எடுத்துக்காட்டாக, பல நூற்றாண்டுகளுக்கு முன்னால் ரோமன் கத்தோலிக்கத் திருச்சபைக்கு எதிராக இருந்த பல

வகையான அமைப்புகள், பல வகையான கிறிஸ்துவ சபைகள் உருவாக வழிவகுத்தன. அதைப்போலவே, இஸ்லாமில் ஷியா, சன்னி என்ற இரு சக்திவாய்ந்த பிரிவுகளுடன், இந்தியா உள்பட உலகின் சில பகுதிகளில் பல்வேறு வகையான சூஃபி பாரம்பரியமும் உள்ளது. இந்தியாவில் பத்தொன்பதாம் நூற்றாண்டில் அகமதியா பிரிவு தோன்றி அதைப் பின்பற்றுபவர்களும் ஆயிரக்கணக்கில் இருக்கிறார்கள். பெருமளவில் பின்பற்றப்படும் இஸ்லாம், முகமது நபிகள் ஒருவரை மட்டுமே உண்மையான நபியாக அங்கீகரித்துள்ளது. அகமதியர்கள் தீர்க்கதரிசிகளை மேலும் விரிவுபடுத்தினர். தங்களது நிறுவனர் மீர்சா குலாம் அகமது *(1835–1908)*, கடவுளின் வெளிப்பாடுகளைப் பெற்றவராக அவர்கள் நம்பினார்கள். பிறகு, யாஸ்டி பிரிவினர், ஹதீஸ்களை நிராகரித்தார்கள். அவர்கள் குரானை மட்டுமே நம்பினார்கள். அதனால், கடந்த நூற்றாண்டில் குர்திஸ்தானில் இது பிறந்தது. அவர்கள் அனைவரின் தொடக்கப்புள்ளி இஸ்லாம்தான்.

ஜனநாயக சமூகத்தில் புதிய சிந்தனைகளும் விமர்சனங்களும் எப்போதும் இருக்கும். இந்த விமர்சனங்களை இழிவுபடுத்தியதாகக் கருதாமல் சுயவிமர்சனம் செய்துகொள்ள வழிவகுத்தால், மதத்துக்கும் அதைப் பின்பற்றுபவர்களுக்கும் பெருமளவில் சமூகத்துக்கும்கூட நல்லது கிடைக்கும். நாம் செய்வது மட்டுமே நல்லது, நமது நிலைப்பாடு மட்டுமே மிகச்சரியானது என்று நாம் சொல்லி வலியுறுத்தும்போது, மதமும், அதைப் பின்பற்றுபவர்களும் சமூகமும் தேக்கநிலை அடைந்து பாசி பிடித்து, நாற்றமெடுக்கத் தொடங்கிவிடும்.

இது ருஷ்டிக்கும் அவரது புத்தகத்துக்கும் எதிராகக் கத்தியைக் கூர்தீட்டிக்கொண்டிருப்பவர்களுக்கு மட்டுமே பொருந்தும் என்று கருதக்கூடாது. இது மகாராஷ்டிரத்தில் சம்பாஜி படையினருக்கும் பொருந்தும். 2004இல் இந்த அமைப்பைச் சேர்ந்தவர்கள் சிவாஜி பற்றி ஜேம்ஸ் லெய்ன் எழுதிய புத்தகத்துக்கு எதிராக போராட்டம் நடத்தி, அந்த ஆய்வுக்கு உதவிய பண்டார்கர் கீழ்திசை ஆராய்ச்சி நிலையத்தைச் சூறையாடினர். ஏ.கே. ராமானுஜன் எழுதிய ‘முன்னூறு ராமாயணங்கள்’ என்ற புத்தகத்துக்கு இந்துத்துவா அமைப்புகள் எதிர்ப்புத் தெரிவித்ததுடன், தில்லி பல்கலைக்கழகப் பாடத்திட்டத்திலிருந்து அந்தப் புத்தகத்தை நீக்கப்படுவதையும் உறுதிசெய்தனர்.

ருஷ்டியின் புத்தகத்தினால் இஸ்லாமைப் பின்பற்றுபவர்கள் யாரும் தங்களது நம்பிக்கையை விட்டுவிடவில்லை. லெய்ன்ஸ் புத்தகத்தின் மூலம் சிவாஜிமீது யாருக்கும் மரியாதை குறைந்து விடவில்லை. ராமானுஜனின் கட்டுரை மக்களை அந்த

நூல்களுக்கு நெருக்கமாக்கியதே தவிர, விலகச் செய்யவில்லை என்பது கவனிக்கத்தக்கது.

மிகவும் முக்கியமாக, அடிப்படைவாதிகள் சமூகத்துக்கோ எந்த வகுப்பினருக்கோ எந்தக் காலத்திலும் நன்மை செய்தது கிடையாது. அதனால்தான், அது மிகுந்த கண்டனத்துக் குள்ளாகிறது. இந்தியச் சூழலில், சிறுபான்மைச் சமூகத்தினரின் அடிப்படைவாதம், அடிக்கடி அவர்களையே திருப்பித் தாக்கிவிடுகிறது. அது அவர்களுக்கு அபாயகரமானது என்பது நிரூபிக்கப்பட்டது. பெரும்பான்மைச் சமூகத்தினரிடம் நேரடி யாகவோ அல்லது மறைமுகமாகவோ ஊதிப் பெருக்கப்படும் அடிப்படைவாதமும் இதற்கு நிகராக முக்கியத்துவம் வாய்ந்தது. ஆனால், இது பெரும்பான்மை மற்றும் சிறுபான்மை சமூகத்தை அழித்துவிடுவதைத் தவிர வேறு எதையும் செய்யாது.

ருஷ்டியோ ஜெய்ப்பூர் இலக்கிய விழாவோ அல்லது கருத்துச் சுதந்திரம் பற்றியதோ அல்ல பிரச்சினை. நமது ஒட்டுமொத்த சமூகத்துக்கும் எது நன்மை செய்கிறது அல்லது எது தீமையை கொண்டுவருகிறது என்பதைப் பற்றியதுதான் அது.

கௌரி லங்கேஷ் பத்திரிகே, 8 பிப்ரவரி 2012

கன்னடம்:
கைவிட்டுப்போன தாய்மொழி, மீண்டும் திரும்பிய கதை

வார்த்தைகளைச் சரிபார்க்கும் மென்பொருளை கன்னட மொழிக்கும் யாராவது உருவாக்க வேண்டும்

நான் குழந்தையாக இருந்தபோது, பசவங்குடியில் பயிற்றுமொழியாக ஆங்கிலம் இருந்த தி ஹோம் ஸ்கூலில் எனது பெற்றோர் என்னைச் சேர்த்தனர். இந்தப் பள்ளியில் ஒவ்வொருவரும் ஆங்கிலத்தில் பேச வேண்டும். கன்னடத்தில் யாராவது பேசினால் ஆசிரியர்கள் திட்டுவார்கள். ஆங்கிலத்தை எங்களுக்குச் சகஜமாக்க வேண்டும் என்பதே அதன் நோக்கம்.

எனது வகுப்பில் படித்தவர்கள் வசதியான குடும்பங்களைச் சேர்ந்தவர்கள். அவர்கள் பள்ளிக்குக் காரில் வருவார்கள். என்னை எனது அப்பா வாடகை சைக்கிளில் கொண்டுவந்து விடுவார். பின்னர், வீட்டுக்கு குதிரை வண்டியில் (ஜட்கா) வந்துசேர்வேன். எனது சக மாணவர்களுக்குச் சமமானவள் என்பதை நிரூபிக்க நான் ஆங்கிலத்தில் சரளமாகப் பேச வேண்டியது அவசியமாக இருந்தது.

ஹோம் ஸ்கூலில் வயதான கன்னடமொழி ஆசிரியர் பஞ்சகச்ச வெள்ளை வேட்டியுடன் கருப்புக் கோட்டுடன் தலையில் குல்லாயும் அணிந்து நெற்றியில் ஜாதி அடையாளத்துடன் வருவார்.

அவர் பெயருக்குத்தான் கன்னடமொழி ஆசிரியர். அவர் கற்றுத் தந்தது கொஞ்சம்தான். ராமாயணம, மகாபாரதக் கதைகளைச் சொல்ல முக்கியத்துவம் தருவார். அதனால் நான் அந்த மொழிப் பாடத்தில் மேலும்மேலும் நலிவடைந்துகொண்டே வந்தேன்.

நான் விஜயா உயர்நிலைப் பள்ளியில் சேர்ந்த போது, எனக்கு அதிர்ச்சி காத்திருந்தது. ஆங்கில ஆசிரியர் எனக்கிருந்த ஆங்கில அறிவில் திருப்தி அடைந்தார். ஆனால், எனக்குக் கன்னடமொழி இலக்கணம் தெரியாமல் இருந்ததால், எனது கன்னட மொழி ஆசிரியருக்கு நான் ஒன்றும் தெரியாத பூச்சி மாதிரித் தெரிந்தேன்.

கல்லூரியில் புதுமுக வகுப்பில் உயிரியல், இயற்பியல், கணிதம், வேதியியல் ஆகிய பாடங்களுக்கு முக்கியத்துவம் கொடுத்தேன். கன்னடமொழி மேலும் என்னிடமிருந்து நழுவியது. இந்த சமயத்தில், கன்னடம் படிப்பதென்பது கடினமாகிவிட்டது. ஆனால், தேர்வு எழுதுவதிலிருந்து விடுபட வேறுவழியில்லை. அதற்கான வழியைக் கண்டறிந்தேன். கன்னடப் பாடத்தை எனது அம்மாவை வாசிக்கச் சொல்லி நான் கேட்டேன். அதை வைத்துக்கொண்டு தேர்வில் ஒரு வழியாகத் தேர்ச்சி பெற்றுவிட்டேன்.

பி.ஏ. படிக்கும்போது நிலைமை மேலும் மோசமானது. அம்மா பாடங்களை வாசிப்பார். நான் அதைக் கேட்டுத் தேர்வுக்குத் தயாராவேன். 100க்கு 35 மதிப்பெண்கள் எடுத்து முதலாண்டில் நூலிழையில் தேர்ச்சி பெற்றேன். ஆனால், அடுத்த ஆண்டில் என்னிடம் சோம்பேறித்தனம் பற்றிக்கொண்டுவிட்டது. அம்மா வாசிப்பதைக் கேட்பது எளிதாக இருந்தது. ஆனால், அதை வார்த்தைகளில் எழுதுவதற்குப் போராட வேண்டியிருந்தது. எந்த வார்த்தைகளை எந்த இடத்தில் பயன்படுத்த வேண்டும் என்று எனக்குத் தெரிந்த போதிலும்கூட, எழுத்துப் பிழைகள் என்னை அலைக்கழித்தன. அதைவிட, எனது கையெழுத்து கொஞ்சம் சுமார் ரகம். இரண்டாம் ஆண்டில் கன்னடப் பாடத் தேர்வில் தோல்வியடைந்தேன்.

அந்தக் காலத்தில், அப்பா பெரிய இலக்கிய ஆளுமை. அத்துடன், அவர் தொடங்கிய வார இதழ் மாநிலம் முழுவதும் பரவலாக விற்பனையாகி வந்தது. ஆனால், அவரது மூத்த குழந்தை கன்னட மொழித் தேர்வில் தேர்ச்சி பெறவில்லையே. இந்த விஷயத்தை அப்பாவிடம் மறைத்தேன். துணைத் தேர்வில் தேர்ச்சி பெறுவேன் என உறுதியாக இருந்தேன்.

ஆனால், நான் எனது தவறை உணர்ந்து கொள்ளவில்லை. பாடத்திலுள்ள கன்னடப் பாடங்களை நான் படிக்காமல் இருப்பதைத் தொடர்ந்தேன். எழுதுவதற்கு முடிந்தபோதிலும், கன்னடத்தில் வாசிப்பது அப்போது கடினமாக இருந்தது.

எனது பி.ஏ. இறுதியாண்டில் எனது பாடங்களில் கன்னட மொழிப் பாடம் இல்லை. ஆனால், முந்திய ஆண்டில் தோல்வியடைந்த பாடத்தில் தேர்ச்சி பெறாமல் இருந்தால், பி.ஏ. பட்டத்தைப் பெற முடியாது. இதனால், மேற்கொண்டு படிப்பதோ வேலை கிடைப்பதோ முடியாமல் போய்விடலாம். இது எல்லோர் முன்னாலும் எனக்கு அவமானமாகப் போய்விடும் என்று உணர்ந்தேன். எப்படியோ கடுமையாகப் படித்துத் தேர்வை எழுதினேன். மூன்றாவது முறையாக இத்தேர்வை எழுதுவது நான் தேர்ச்சி பெற உதவியதா அல்லது ஆசீர்வதிக்கப்பட்ட ஓர் இதயம் எனது விடைத்தாளைப் பார்த்து, "இதனோடு ஒழிந்து போ!" என்று சொல்லி என்னை தேர்ச்சி பெறச் செய்ததா என்பதை எனக்கு உறுதியாகச் சொல்லத் தெரியவில்லை. ஏனெனில், இந்த முறையும், 35 மதிப்பெண்கள் பெற்றுத் தேர்ச்சி பெற்றேன்.

தேர்வில் தேர்ச்சி பெற்றதன் மூலம், எனது கவலையிலிருந்து விடுதலை பெற்றேன். இனி எங்கும் கன்னடத்தின் பக்கம் போகக் கூடாது என்று முடிவு செய்தேன். ஆயினும், வாழ்க்கையை நடத்த எனக்கு வருவாய் கிடைத்தது. லங்கேஷின் மகள் என்பதால் கன்னட மொழியைக் கட்டாயம் நன்கு அறிந்திருப்பேன் என்று யூகித்துக்கொண்டு, கன்னட மொழியில் நடைபெறும் பத்திரிகையாளர் சந்திப்புகளுக்குச் சென்று செய்தி சேகரிக்கவும் கன்னட மொழியில் வரும் பத்திரிகைச் செய்திக் குறிப்புகளைப் பார்த்துக்கொள்ளவும் முடியும் என்ற காரணத்துக்காக என்னை ஆங்கிலப் பத்திரிகையில் பணிக்குத் தேர்வு செய்தார்கள். கன்னட மொழியில் முறையாகப் படிக்கத் தெரியாது என்பதை அவர்கள் அறிந்திருக்கவில்லை. எனது அலுவலகத்தில் பணிபுரிந்துவந்த பாரதி கௌடா என்ற எனது நண்பரின் உதவியுடன் கன்னடத்தில் வரும் பத்திரிகைச் செய்திக் குறிப்பை புரிந்துகொண்டு எனது வேலைகளை முடிப்பேன். இந்தச் சூழ்நிலையில் அறியாமையால் பெரும்பிழை ஏற்படுவது தொலைவிலா இருக்க முடியும்?

ஒரு நாள், கன்னட மொழியில் செய்திக்குறிப்பு ஒன்று பத்திரிகை அலுவலகத்துக்கு வந்தது. யாரோ கோடா சிவராம காரந்த் அதை வெளியிட்டிருக்கிறார். எனக்கு சிவராம காரந்தைத் தெரியும். அவர் எழுதிய எதையும் நான் படித்ததில்லை என்பதைக் குறிப்பிடவும் வேண்டுமா? ஆனால், கோடா சிவராம காரந்தைப்

பற்றிக் கேள்விப்பட்டதில்லை. இங்கு எனக்கு உதவக்கூடிய பாரதி, அன்று அலுவலகத்தில் இல்லை. கோடா என்றால் போலி என்று நினைத்துக்கொண்டு அந்த செய்திக் குறிப்பை குப்பைத் தொட்டியில் போட்டுவிட்டேன். அடுத்த நாள் பதற்றமாக இருந்தது. மற்றப் பத்திரிகைகள் எல்லாம் அந்த செய்திக் குறிப்பை முக்கியத்துவத்துடன் பிரசுரித்து இருந்தன. எங்களது பத்திரிகையில் மட்டும் அந்தச் செய்தியைக் காணவில்லை. எங்களது பத்திரிகை அந்த நகரத்துக்குப் புதிதாக வந்திருப்பதால், காரந்த் எங்களுக்கு அனுப்பாமல் இருந்திருக்கலாம் என்று தலைமை நிருபர் நினைத்துக்கொண்டார். அதனால், நான் தப்பினேன்.

மற்றொரு சமயத்தில், ஒன்றும் அறியாத என்னை, உலகக் கன்னட மாநாட்டுக்குச் செய்தி சேகரிக்க அனுப்பிவைத்தார்கள். அந்த நிகழ்ச்சியில், இலக்கிய ஆளுமைகளும் சிந்தனையாளர்களும் மற்றவர்களும் பேசிய வார்த்தைகள் எனது தலைக்குமேல் பறந்துகொண்டிருந்தன.

தில்லி, அமெரிக்கா, ஐரோப்பா போன்ற இடங்களுக்கான எனது பயணம் கன்னட மொழியை என்னிடமிருந்து மேலும் அகற்றிவிட்டது. அத்துடன், வீட்டில் பேசுதல், அப்பாவின் தலையங்கங்களைப் படித்தல், எப்போதாவது புத்தகம் போன்றவற்றாலும் எனது வாழ்க்கையில் அதற்கு எந்த முக்கியத்துவமும் இருக்கவில்லை. அந்த மொழியில் எழுதுவது என்ற பேச்சுக்கே இடமில்லை. எனது பெற்றோர்களுக்கு எழுதும் கடிதங்களைக்கூட எப்போதும் ஆங்கிலத்தில்தான் எழுதுவேன்.

ஆனால், நான் உறுதியானவள். சண்டைக்காரி. கன்னடத்தில் எழுதுவது என்று தீர்மானித்த பிறகு, எனக்குள் ஆங்கிலத்துடன் சண்டை போட்டேன். கன்னடத்தை எனதாக்கிக் கொண்டேன்.

இப்போதும் கூட எனது கன்னட எழுத்துகளில் சில பிரச்சினைகள் இருக்கின்றன. நான் பேசும் போதும் எழுதும்போதும் 'ல', 'ந' உச்சரிப்பு எழுத்துகள் மாறிவிடும். இந்த சறுக்கலை அலுவலகத்திலுள்ள பையன்கள் சரிசெய்துவிடுவார்கள். அதேபோல, வளமான கன்னட வார்த்தைகள் தெரியாமல் இருப்பது முக்கியமான பலவீனம். இப்போதும்கூடப் பல வார்த்தை களுக்கு என்னைச் சுற்றி இருப்பவர்களிடம் அர்த்தம் கேட்பேன். நான் எனது கம்ப்யூட்டரை பயன்படுத்தி எழுதத் தொடங்கிய பிறகு, மோசமான கையெழுத்துப் பிரச்சினை தீர்ந்தது. ஏதாவது ஆசீர்வதிக்கப்பட்ட இதயங்கள், வார்த்தைகளைச் சரிபார்க்கும் மென்பொருளைக் கன்னட மொழிக்கும் உருவாக்கும் என நம்புகிறேன்.

சந்தன் கௌடா

இவை எல்லாவற்றுக்குமிடையே, கடந்த காலத்தில் தட்டுத் தடுமாறிக் கண்டறிந்த ஆங்கில வார்த்தைகள், எளிமையாக வந்துவிட்டதைப்போல, எனது வாழ்க்கையில் கன்னட மொழி ஆழமாகப் பின்னிப் பிணைந்தது. கன்னட மொழியில் ஓரளவுக்கு எழுதவும் பேசவும் திறன் வந்துள்ளது. இவற்றையெல்லாம்விட முக்கியமாக இப்போது கன்னட மொழியில் சிந்திக்கவும் உணரவும் செய்கிறேன்.

கன்னட ராஜ்யோத்ஸவம் நிகழ்வின்போது, இதே தலைப்பில் நான் பேசினேன். கடந்த காலத்தில் என்னைக் கைவிட்ட கன்னட மொழி மீண்டும் என்னிடம் திரும்பி வந்ததைப் பற்றியும் வாசகர்களுக்கு வழங்கியதையும் அவர்களிடமும் பகிர்ந்து கொண்டேன்.

கௌரி லங்கேஷ் பத்திரிகே, 20 நவம்பர் 2013

மோடியின் துக்ளக் தர்பார்

பண மதிப்பிழப்பு ஏழைகளைச் சூறையாடியுள்ளது, பலரைச் சாவுக்குத் தள்ளியது

நரேந்திர மோடி துக்ளக்கைப் போல பல நிறங்களை வெளிப்படுத்தினார். கருப்புப் பணத்துக்கு எதிரான போர் என்று கூறிக்கொண்டு, அதற்குப் பதிலாக நாட்டில் பெரும்பான்மையாகவுள்ள நடுத்தர ஏழை மக்களுக்கு எதிராகப் போர் தொடுத்தார். ரூ.1000, ரூ.500 நோட்டுகளைச் செல்லாது என்று அறிவித்து, அவர்களை ஏமாற்றுக்காரர்கள் என்று கிண்டலடித்தார். ஒரு வாய் உணவுகூடக் கிடைக்கப் பெறாதவர்களைக் கொள்ளைக்காரர்கள் என்றார்.

கடந்த வாரம் சமூக வலைத்தளங்களில் நம்ப முடியாத கதைகள் வலம்வந்தன. புதிய ரூ.2000 நோட்டில் நேனோ சிப் வைக்கப்பட்டுள்ளதாகவும், பணம் எப்படிச் செலவிடப்படுகிறது என்பதை அரசு கண்காணிக்க முடியும் என்றும் சிலர் வாதிட்டார்கள். புதிய நோட்டுகளைப் பதுக்கி வைத்துள்ள இடங்களைச் செயற்கைக்கோள் மூலம் கண்டறிந்து வருமானவரித்துறை அதிகாரிகள் சோதனை செய்வார்கள் என்று அந்தக் கதை களில் சொல்லப்பட்டது. பூமியில் 120 மீட்டர் ஆழத்தில் புதைத்து வைத்திருந்தாலும்கூட, அந்த நோட்டுகளைக் கண்டுபிடித்துவிட முடியும் என்றும் அந்தக் கதைகள் உரிமை கொண்டாடின. ஜீ நியூஸ் இந்தியிலும் கன்னடத் தொலைக்காட்சியிலும் சுறுசுறுப்பாக இதுபோன்ற கற்பனைக் கதைகளை வெளியிட்டார்கள். பெஜாவர் மட மடாதிபதி போலத் தொலைக்காட்சி நெறியாளர் மகிழ்ச்சிப் பெருக்குடன் மிகைப்படப் பேசினார். செய்தி

வாசிக்கும் ஒரு பெண், அந்த நோட்டில் செவ்வாய் கிரகத்துக்குச் செல்லும் திட்டம் குறித்த படத்தைப் போட்டிருப்பது, செயற்கைக்கோள்கள் ரூபாய் நோட்டுகளை எப்படிக் கண்காணிக்கின்றன என்பதைச் சுட்டிக்காட்டுவதாக உள்ளது என்று பிரதமரை விளம்பரப்படுத்தும் அளவுக்குச் சென்றார்.

இந்தக் கதைகள் காட்டுத் தீ போலப் பரவின. கடந்த வாரம் ஹுப்ளிக்கு ரயில்மூலம் பயணம் செய்தபோது, சக பயணிகள், ரூபாய் நோட்டில் சிப் வைத்திருப்பது குறித்துப் பேசிக்கொண்டு வந்தார்கள். அவர்களின் சூதுவாது அறியாத பேச்சைக் கேட்டுத் திகைப்படைந்த நான், “இது பொய். அந்த நோட்டில் அதுபோன்ற சிப் எதுவும் இல்லை” என்றேன். நான் சொன்னதை முழுவதும் நம்ப மறுத்த நடுத்தர வயதினர் இருவர், தொலைக்காட்சியில் இந்தச் செய்தி வந்துள்ளது என்றார்கள். “தொலைக்காட்சியில் தோன்றுவது அனைத்தும் உண்மை இல்லை” என்றேன். “இதுபோன்ற நோட்டு அமெரிக்காவில் புழக்கத்தில் உள்ளது” என்று குறுக்கிட்டுச் சொன்னார்கள். “யார் சொன்னது? உலகில் எங்கும் அதுபோன்ற நோட்டுகள் இல்லை” என்றேன். “அப்படியானால் பண மதிப்பிழப்பு நடவடிக்கையின் பயன் என்ன?” என்று அவர்களில் ஒருவர் கேட்டார். “அதை சிந்தித்துப் பாருங்கள்” என்றேன் நான். மேலே படுக்கை இருக்கையில் இருந்த ஓர் இளைஞன் தலையிட்டு, “இதன் பயன் என்ன என்பது உங்களுக்குத் தெரியுமா? பெரிய தொழிலதிபர்கள் வங்கிகளில் கடன் வாங்குகிறார்கள். அந்தக் கடனை அவர்கள் திருப்பிச் செலுத்துவதில்லை. வங்கிகளில் பணம் இல்லை. மக்கள் தங்களது பணத்தை டெபாசிட் செய்யவைக்க அவர்கள் முயற்சி செய்கிறார்கள். தங்களது பணம் செல்லாமல் போய் விடும் என்ற பயத்தில், மக்கள் தங்களது பழைய நோட்டுகளை வங்கிகளுக்கு எடுத்துச்செல்கிறார்கள்” என்று கூறினார்.

“இதன்மூலம் கருப்புப் பணப் பிரச்சினையைத் தீர்க்க முடியாது என்று அர்த்தமா?” என்று ஒருவர் ஆச்சரியத்துடன் கேட்டார். “குறிப்பிட்ட காலத்திற்குப் போலி நோட்டுகள் வராமல் இருக்கும். ஆனால், அவற்றின் அளவு பெரிது அல்ல. சில மாதங்களில் புதிய நோட்டுகளுக்கும் போலி நோட்டுகள் வந்துவிடும். ஊழல் செய்பவர்கள், தங்களது செல்வத்தைப் பணமாக வைத்திருப்பதில்லை. நகையாகவோ சொத்தாகவோ தான் வைத்திருக்கிறார்கள். பண மதிப்பிழப்புக்கு ஆளானது, சிறிய அளவிலான பணம்தான். எந்த வகையிலும், மோடி உறுதிமொழி அளித்தபடி நம் ஒவ்வொருவரின் வங்கிக் கணக்கிலும் ரூ.15 லட்சம் பணத்தை நாம் பெறவில்லை” என்றேன் நான். “அப்படியா! மோடி பெரிதாக எதையோ செய்கிறார் என்று

நாங்கள் நினைத்தோம். நமது பாக்கெட்டுகளில் அவரது கைகளை விட்டிருப்பதுபோலத் தோன்றுகிறது" என்று இருவரில் ஒருவர் வெட்கத்துடன் கூறினார்.

இன்று, பாரத ஸ்டேட் வங்கி, 63 நிறுவனங்களுக்கு வழங்கிய கடனைத் தள்ளுபடி செய்துள்ளது. அவர்களுக்கு அளித்த கடன் தள்ளுபடி எவ்வளவு தெரியுமா? மிகப் பெரும் தொகை 7,016 கோடி ரூபாய். மதுபானப் பெருந்தொழிலதிபர் விஜய் மல்லையாவுக்கு அளித்த கடன் தள்ளுபடி 1,201 கோடி ரூபாயும் இதில் அடங்கும். தங்களது கட்டற்ற விருப்பத்துக்காக வசதி படைத்தவர்கள் வங்கிகளில் வாங்கிய கடனைத் தள்ளுபடி செய்துள்ளது அல்லது தாங்கள் சம்பாதித்த பணத்தை வங்கிகளில் டெபாசிட் செய்வதற்காக நீண்ட வரிசைகளில் லட்சக்கணக்கான உழைக்கும் மக்கள் நின்றார்கள். இதிலிருந்து மோடி யார் பக்கம் என்பதை யூகிப்பதில் சிரமம் இருக்காது.

வெளிநாடுகளில் பதுக்கிவைக்கப்பட்டிருக்கும் கருப்புப் பணத்தை இந்தியாவுக்கு மீண்டும் கொண்டுவர மோடியால் இயலாது. ரகசியக் கணக்கு வைத்திருப்பவர்களின் பெயர்களைக் கூட அவரால் வெளியிட முடியவில்லை. ஒவ்வொரு குடிமகனின் கணக்கிலும் ரூ.15 லட்சம் செலுத்தப்படும் என்ற அவரது வாக்குறுதி இன்னமும் கனவுக் காட்சியாகவே இருக்கிறது. ஊழல் போன்றவற்றைப் பொறுத்து தாக்குப்பிடித்துக் கொண்டாலும் ஏழைகள், நடுத்தர மக்களின் வாழ்வாதாரங்கள் பறிக்கப்படுவதை எப்படி நாம் பார்த்துக்கொண்டிருக்க முடியும்?

தனது அன்றாடத் தேவைக்குப் பணம் எடுப்பதற்காக வரிசையில் நின்றிருந்த வயதான ஒருவர் இறந்து போனார். பாஜக துணைத் தலைவர் இதற்கு எப்படி விளக்கம் அளித்தார்? "பெரிய விஷயமல்ல. ரேஷன் கடை வரிசையில்கூட மக்கள் சாகின்றனர்" என்றார்.

அவரது பைத்தியக்காரத்தனமான செயல்பாடுகளால் பெரும்பான்மையான மக்கள் அவநம்பிக்கையில் இருப்பதைப்பற்றி எதுவும் கூறாத மோடி, "தயவுசெய்து பொறுத்துக்கொள்ளுங்கள். சில நாட்களில் நான் பிரச்சினையைத் தீர்த்துவிடுவேன்" என்றல்லவா கூறியிருக்க வேண்டும். அதற்கு மாறாகச் சொன்னார், "நாட்டுக்காகவே இவை அனைத்தையும் நான் செய்கிறேன். கடந்த 70 ஆண்டுகளாக இந்த நாட்டை ஆட்சி செய்தவர்கள்தான் இப்போது எனக்கு எதிராகச் சதி செய்கிறார்கள்." "இந்த மக்கள் வங்கிகளிலிருந்து தங்களது பணத்தை எடுக்க சிரமப்பட்டது, எழுபத்தைந்து ஆண்டுகால ஆட்சியிலா? அவர்கள் எதற்காக உங்களை எதிர்த்துச் சதிசெய்ய வேண்டும்?" என்று அவரது ஆதரவாளர்கள் யாரும் கேட்கவில்லை.

ஊடகத்தில் இருந்தவர்களும் நடுத்தர வர்க்கமும், பண மதிப்பிழப்பு நடவடிக்கையை மோடியின் அதிரடி ஆட்டம் (மாஸ்டர் ஸ்ட்ரோக்) என்று புகழ்ந்தவர்கள், தற்போது அதன் பின்னால் சதி இருப்பதாகப் பார்க்கிறார்கள். புதிய ரூபாய் நோட்டில் மேஜிக் எதுவும் இல்லை என்பதை அவர்கள் புரிந்து கொண்டிருக்கிறார்கள். அதனால் கருப்புப் பணத்தை அகற்ற முடியாது. மோடியின் ஒழுங்குமுறையற்ற வழிகள், மக்களைச் சிரமத்திற்கு ஆளாக்கியுள்ளன.

நாட்டின் நலன் கருதியே நாங்கள் இதைச் செய்திருக்கிறோம் என்று அவர் தொடர்ந்து சொல்லிவருகிறார். ஆனால், இந்தப் பிரச்சினை விரைவில் தீர்வது மாதிரி இல்லை. பொது மக்களுக்குக் குறைந்தது நான்கு மாதங்களுக்காவது இடர்ப்பாடுகளும் அலைக்கழிப்பும் இருக்கும். தொழில் மோசமாகப் பாதிக்கப் பட்டுள்ளது. மேற்கு வங்கத்தில் வாடிக்கையாளர்கள் வராததால், மீனவர்களும் வர்த்தகர்களும் திணறுகிறார்கள். பஞ்சாபில், விதைகளை வாங்குவதற்கு விவசாயிகளிடம் ரொக்கப் பணம் இல்லை. அவர்கள் தற்போது விதைக்கவில்லை என்றால், அரிசி, கோதுமையின் விலை விரைவில் உயரும். “கையில் பணமில்லை. சாப்பிட எதுவும் வாங்க முடியவில்லை” என்பது லட்சக்கணக்கான மக்களின் விதி.

மக்களின் கோபத் தீயின் வெப்பத்தை பாஜக உணர்கிறது. கருப்புப் பணத்துக்கு எதிராக மோடியின் ‘சர்ஜிக்கல் ஸ்டிரைக்’ என்று மோடியைப் பாராட்டிப் பதாதைகளை வைக்கும்படி எம்பிக்களை கட்சித் தலைவர் அமித் ஷா அறிவுறுத்தியுள்ளார். வழக்கமாக அவரது அறிவுறுத்தல்களை அப்படியே கடைப் பிடிக்கும் அவர்கள், இந்த முறை இதற்குப் பணியவில்லை. குஜராத்தில் ஒரு எம்பி தவிர, வேறு யாரும் புகழ்ச்சி பாதாகைகளை வைக்கவில்லை.

குஜராத் மக்கள்கூட மோடிக்கு எதிராகத் திரும்பியுள்ளனர். சட்டப்பேரவைத் தேர்தல் நெருங்கி வருகிறது. கட்சித் தொண்டர்களிடம் இருக்கும் துண்டுப் பிரசுரங்கள் வங்கிகளில் வரிசையில் நிற்கும் மக்களிடம் சென்றடைகிறது. குடிமக்களிடமிருந்து பாராட்டை எதிர்ப்பார்த்துக் காத்திருக்கிறார்கள். ஆனால், அதற்குப் பதிலாக அவர்களிடமிருந்து அடிதான் கிடைக்கிறது.

கூட்டணிக் கட்சிகளான அகாலி தளம் பஞ்சாபிலும் சிவசேனா மகாராஷ்டிரத்திலும் பாஜகவை எதிர்த்துத் திரும்பிக் கொண்டன. ஒரு சில பாஜக தலைவர்களும் ஊடகவியலாளர்கள் மத்தியில் மோடியின் செயல்பாடுகளைப் பகிரங்கமாக விமர்சனம் செய்த போதிலும்கூட, தங்களது பெயர் குறிப்பிடப்படுவதை

விரும்பவில்லை. நான் உருவாக்கிய பாவத்துக்கு அவர்கள் வருந்துவது மோடிக்கும் தெரியவந்துள்ளது. அதனால்தான் பயணங்களின் போது அவர் படபடப்பாக, சஞ்சலத்துடன் இருக்கிறார்.

பண மதிப்பிழப்பால், நாடு முழுவதும் 25 பேர் இறந்தார்கள். உத்தரப்பிரதேசத்தில், பழைய நோட்டுகளுடன் மருத்துவ மனைக்குச் சென்ற தம்பதிகள் ரொக்கம் இல்லாததால் திருப்பி அனுப்பப்பட்டனர். அதன் விளைவாக அவர்களது மகள் இறந்துவிட்டாள். குஜராத்தில் பழைய நோட்டுகளை வைத்திருந்த ஒரு பெண் தனது இரண்டு குழந்தைகளுக்கும் சாப்பாடு போட முடியாமல் தூக்கிட்டுக் கொண்டார்.

கான்பூரில் தனது சொத்தை விற்பதற்கு ஒரு இளைஞர் பல மாதங்களாக முயற்சிசெய்து வந்தார். இறுதியாக, நவம்பர் 8ஆம் தேதி அதற்கான முன்பணமாக ரூ.70 லட்சம் ரொக்கப் பணம் பெற்றார். அடுத்த நாள் காலையில் பண மதிப்பிழப்பு குறித்துக் கேள்விப்பட்டதும், அவருக்கு மாரடைப்பு ஏற்பட்டு இறந்துபோனார். தெலங்கானாவில் ஒரு பெண் தனது கணவரின் மருத்துவச் சிகிச்சைச் செலவுக்காகவும் தனது மகள் திருமணத்துக்காகவும் தனது நிலத்தை விற்றார். அந்தப் பணத்துக்கு மதிப்பில்லை என்று சொன்னதும் அவர் தற்கொலை செய்துகொண்டார். உடுப்பியில், வங்கி திறக்கும்வரை நீண்ட வரிசையில் நின்றிருந்த ஒருவர் மாரடைப்பால் இறந்துபோனார்.

இவர்கள் யாரும் கொள்ளையரோ அல்லது கருப்புச் சந்தைக்காரரோ இல்லை. இவர்கள் யாரும் அதானி, அம்பானி, டாடா அல்லது பிர்லா இல்லை. அவர்கள் நாணயமான நடுத்தர வகுப்பு மக்கள், விவசாயிகள், இல்லத் தலைவிகள். நாணயமான உழைப்பின் மூலம் வாழ்க்கையை நடத்த வருவாய் ஈட்டுபவர்கள். கருப்புப் பணத்துக்கு எதிரான மோடியின் ஆரவாரமான போரினால் பாதிக்கப்பட்டவர்கள். அவர்களது மரணத்துக்கு மோடிதான் பொறுப்பேற்க வேண்டும்.

உண்மையில், கருப்புப் பணத்துக்கு எதிராகத் துல்லியத் தாக்குதல் – 'சர்ஜிக்கல் ஸ்டிரைக்' எதையும் மோடி தொடங்கவில்லை. அவர் செய்தது, நிராதரவான மக்களைச் சாவை நோக்கித் தள்ளியதுதான். மோடியின் துக்ளக் தர்பாரில் நாம் என்ன நல்லதை எதிர்பார்க்க முடியும்?

_கௌரி லங்கேஷ் பத்திரிகே,_ 30 நவம்பர் 2016

2005 – 2015:
பத்து ஆண்டுப் பயணம்

விளம்பர ஆதரவு இல்லாமல், தவறாமல் வந்த வார இதழ்

அதற்குள் பத்து ஆண்டுகளாகிவிட்டது. அப்பாவின் பத்திரிகே புதிய வடிவில் மீண்டும் புத்துயிர் பெற்றது, நேற்றைப் போலவே இருக்கிறது.

வார இதழ் புதிதாகப் பிறந்தபோது, எனது மருமகள் ஈஷா ஏழு மாதக் குழந்தை. இப்போது, அவள் எனது உயரத்துக்கு வளர்ந்துவிட்டாள். அந்த நேரத்தில் தரம்சிங்தான் முதலமைச்சர். அதிலிருந்து கர்நாடகம் நான்கு முதலமைச்சர்களைப் பார்த்து விட்டிருக்கிறது. பிஜேபி – ஜேடிஎஸ் கூட்டணி, பாஜக ஆட்சியின் பயங்கரமான நாட்கள் இவற்றைப் பார்த்திருந்த மக்கள் தற்போது சித்தராமையா தலைமையில் காங்கிரஸ் ஆட்சியைக் கொண்டு வந்திருக்கிறார்கள்.

இந்த வார இதழ் பிறப்பதற்கு ஒரு வகையில் நக்ஸல்பாரி இயக்கமும் பொறுப்பு எனலாம். நக்ஸலைட் தலைவர் ஸாகேத் ராஜன் என்கவுன்டர் மூலம் கொல்லப்பட்டதும், அதைத் தொடர்ந்து பாவகடாவில் போலீசார்மீது நக்ஸலைட்டுகளின் படுகொலைகளும் (*11 பிப்ரவரி, 2005*) இந்த வார இதழுக்குப் படிப்படியாகப் புதிய அடையாளத்தை வழங்கின. மற்ற சில காரணங்களும் சில முயற்சிகளும்

எங்களை வலுவிலக்கச் செய்ய மேற்கொள்ளப்பட்டாலும் – இதில் பங்கு வகித்தன.

இன்று இவை அனைத்தும் சிறிய விளைவுகளே. ஆனால், தற்போது என்ன நிலைமை? ஒரு காலத்தில் நக்ஸலைட் தலைவர்களாக இருந்த சிறிமனே நாகராஜ், நூர் ஸ்ரீதர் தற்போது பொது நீரோட்டத்திலும் ஜனநாயகப் போராட்டங்களிலும் இணைந்துள்ளனர். அதேசமயம் பிற பிரிவுகளைச் சேர்ந்த நக்ஸலைட் தலைவர்கள் சிறையில் இருக்கிறார்கள் அல்லது மலைநாடு பகுதியை விட்டு விட்டு, கர்நாடகம்–கேரளம்–தமிழ்நாடு மூன்று மாநில சந்திப்புப் பகுதியில் தங்களது தலைமறைவு செயல்பாடுகளைத் தொடரப் போவதாகச் சமீபத்தில் அறிவித்துள்ளார்கள்.

இந்த வார இதழ் தோன்றுவதற்கு ஓராண்டுக்கு முன்பாக, கர்நாடக சமூக நல்லிணக்க அமைப்பு, பத்து ஆண்டுகளை நிறைவு செய்தது. தற்போது அது வலுவான அமைப்பாக உள்ளது.

அதே காலகட்டத்தில், நாங்கள் பல நண்பர்களையும் நலம் விரும்பிகளையும் இழந்தோம். கே.பி. பூர்ணசந்திர தேஜஸ்வி, கே. ராம்தாஸ், யு.ஆர். அனந்தமூர்த்தி, எனது இளைய நண்பன் யுவராஜ் காலமானார்கள். சில பழைய நண்பர்கள் எங்களிடமிருந்து விலகிச் சென்றார்கள். எங்களது குழுவில் சில புதிய நண்பர்கள் வந்து சேர்ந்தார்கள். பல பின்னடைவுகளை நாங்கள் சந்தித்த போதிலும், புதிய திட்டங்களை செயல்படுத்த முயற்சிசெய்து அதில் வெற்றியும் பெற்றிருக்கிறோம். இதற்கிடையே, எனக்கு 53 வயதாகிவிட்டது. 'அக்கா' என்ற நிலையிலிருந்து 'அம்மா' என்ற நிலைக்கு என்னைப் பதவி உயர்த்தியிருக்கிறார்கள்.

தீவிர போட்டி நிறைந்த யுகத்தில், மக்கள் சார்பான வார இதழை விளம்பர ஆதரவின்றி, ஊழல் நடைமுறைகளைப் புகலிடமாகக் கொள்ளாமல் நடத்துவது சவாலானது. இந்த வார இதழைத் தொடங்கிய சில மாதங்களிலேயே கடும் நிதி நெருக்கடியைச் சந்தித்தோம். இந்த வார இதழை நிலைபெறச் செய்வதற்கு, புதிய முயற்சிகளை எடுத்து காப்பாற்றும் பணிகளை மேற்கொள்வது மட்டுமே அதற்கான ஒரே வழியாக இருந்தது.

நிதி வசதியைப் பொருத்தவரை லங்கேஷ் பத்திரிகே தீவிர சிகிச்சைப் பிரிவில் இருந்தபோது, பத்திரிகையின் உயிரைக் காப்பாற்றியது எது என்றால், லங்கேஷ் இதழ் குழுவினர் தொடங்கிய கைடு என்ற மாத இதழ்தான். அந்த இதழுக்கும் விரைவில் பத்து வயது ஆகப் போகிறது. இந்தப் பத்திரிகையைக் காப்பாற்றுவதற்கு, நமது நண்பர் பர்வதேஷ் ஒரு புதிய யோசனையுடன் வந்தார்.

அதற்காகக் கடுமையாக உழைத்தார். துரதிர்ஷ்டவசமாக அவர் நமது குழுவில் இல்லை.

'லங்கேஷ் ப்ரகாஷணா' வெளியீடுகள் பத்திரிகையைத் தேற்றி, தீவிர சிகிச்சைப் பிரிவிலிருந்து பொது வார்டுக்கு மீட்டுவருவதற்கு உதவியாக இருந்தன. கைடு ப்ரகாஷணாவும் நாங்கள் புதிதாகக் கொண்டுவந்த *ஜாப் நியூஸ்* என்ற மாதமிருமுறை இதழும் பத்திரிகையை நல்ல நிதி நிலைமைக்கு வளர்த்தெடுத்தது. விரைவில் *ஜாப் நியூஸ்* இதழுக்கு ஐந்து ஆண்டுகளாகப் போகிறது.

அதாவது கடந்த பத்து ஆண்டுகளில் 520 பத்திரிகே இதழ்களும் 120 கைடு இதழ்களும் 100 ஜாப் நியூஸ் இதழ்களும் 'லங்கேஷ் ப்ரகாஷணா'விலிருந்து 95 புத்தகங்களும் கைடு ப்ரகாஷணாவிலிருந்து 50 புத்தகங்களும் வெளிவந்துள்ளன.

ஆயிரக்கணக்கான பக்கங்கள், லட்சக்கணக்கான வார்த்தைகள்... எங்களது குழுவினர் இரவுபகல் பாராமல் எந்தத் தடங்கலும் இல்லாமல் வார இதழுக்காகப் போராடி உழைத் தார்கள். அத்துடன், நக்ஸல்பாரிகளைப் பொது நீரோட்டத்துக்குக் கொண்டுவருவதற்காகக் கர்நாடக சமூக நல்லிணக்கக் குழுவின் பணிகள், எனக்கு எதிராக நீதிமன்றங்களில் தொடரப்பட்ட வழக்குகள், போராட்டங்களில் பங்கேற்பு, கருத்தரங்குகளில் கலந்து கொள்ளல் என ஏராளமான பணிகள். இதற்கிடையே படிப்பதற்கான புத்தகங்கள், எழுதுவதற்கான கட்டுரைகள், இன்டர்நெட்டைப் பயன்படுத்துதல், குறித்த நேரத்தில் செய்திகளைக் கொடுப்பதற்காகத் தேடி ஓடும் நிருபர்கள், கட்டுரைகளை செம்மையாக்குதல், பிழை திருத்துதல்... இப்படி.

எங்களது குழுவில் இருந்தவர்கள் ஒரே சமயத்தில் சமூகச் செயல்பாட்டாளர்களாகவும் பத்திரிகையாளர்களாகவும் இருந் தார்கள். சமூகச் செயல்பாடு எங்களது பத்திரிகைக்கு இதயத்தையும் நோக்கையும் கொடுத்தது. உணர்ச்சிகரமான சூழ்நிலையில் விரிவான புரிதலுடன்கூடிய செயல்பாடுகளுக்கு இதழியல் கைகொடுத்தது. இன்றைய உலகில், ஒருவர் தன்னளவில் சமூகச் செயல்பாட்டாளராக இல்லாமல் இருந்தால், மக்கள் சார்பான பத்திரிகையாளராக இருப்பது என்பது சாத்தியமில்லை.

இவற்றுக்கெல்லாம் நடுவே, இடைவேளை தருணங்களில், அம்மாவின் அன்பினால் கிடைக்கும் ஆறுதல், ஈஷாவின் அணைப்பினால் கிடைக்கும் பெருமகிழ்ச்சி, எனது சகோதரியின் பாசம், உடன்பிறந்தோரின் குழந்தைகளின் பிணைப்பில் கேளிக்கை விளையாட்டுகள், சமர், சாமி ஆகியோரின் புத்துயிரூட்டும் வம்புப் பேச்சுகள், நண்பர்களுடன் விவாதங்கள், முகநூலில் ஒருவர்

காலை வாரிவிடுவது, பொழுதுபோக்காக இன்டர்நெட்டில் சீட்டு விளையாடுவது . . . இறுதியாக, இரவில மிகவும் அமைதியாக இருக்கும் வீட்டுக்குச் சந்தடியின்றித் திரும்பிச் சில கணங்கள் தனிமையில் தியானம்.

இவையெல்லாம் எதற்குக் கை கொடுக்கிறது? அனைத்துக் கடும் உழைப்புகளும் சவால்களும் எதற்கு? நான் ஏன் எனது உடலை வருத்திக் கொள்கிறேன்? பல ஆண்டுகளாக வாங்கிய லட்சக்கணக்கான ரூபாய் பணத்தைத் திருப்பிச் செலுத்த நான் ஏன் இன்னமும் போராட வேண்டும்? நண்பர்களோடான கசப்பான சண்டைகளுக்குப் பிறகு நான் அழுதாலும் நெருக்கடியின் அழுத்தம் தாங்காமல் என் உடல் துவண்டாலும், இதழ் வாரந்தோறும் வெளியாகி வாசகர்கள் கையில் உரிய நேரத்தில் போய்ச் சேர வேண்டும் என்பதற்காக நான் ஏன் போராடுகிறேன்?

இந்த மண்ணின் மக்களுக்கு இந்த வார இதழ் தவிர்க்க முடியாதது என்று சொல்வது பகட்டானதுபோலத் தோன்றலாம். எங்களின் மிகச் சிறந்த திறன்களுக்கு உட்பட்டு, மக்கள் மீது எங்களது நாணயமான அக்கறையை வெளிக்காட்டுவதற்காக நாங்கள் போராடுகிறோம் என்று சொல்வது மேலும் பொருத்தமானதாக இருக்கும்.

இந்த வார இதழுக்கு அடிக்கல்லாக இருந்தவர் அப்பா. அவர் கட்டியமைத்த தத்துவார்த்த அடித்தளத்தில் இந்த இதழ் நிற்கிறது. நமது மண்ணில் சமூக நல்லிணக்கமும் அமைதியும் நிலவ வேண்டும். ஜாதியமும் ஊழலும் ஒழிய வேண்டும். ஜனநாயகச் சிந்தனைகளும் கொள்கைரீதியான எழுத்துகளும் மிளிர வேண்டும். ஒடுக்கப்பட்டவர்களின் குரல், தலித்துகள், பெண்களின் குரல்கள் கேட்கப்பட வேண்டும். இவைதான் எங்களது பேரார்வம். இவற்றை அப்பாகூட பகிர்ந்திருக்கிறார். உண்மையாகவே, நமது காலத்தில் அவற்றுக்குக் கட்டாய முக்கியத்துவம் உண்டு. இந்த விருப்பங்களில் ஒரு பகுதியையாவது நிஜமாக்க நாங்கள் போராடிக்கொண்டிருக்கிறோம்.

உலகமயமாக்கல் யுகத்தில், எப்போதுமில்லாத அளவுக்கு நாங்கள் சிக்கலான சூழ்நிலையில் இருப்பதாக கருதுகிறோம். உலகமயமாக்கல், வகுப்புவாதம், தனியார்மயமாக்கல், ஜாதியம், பொருளாதாரத் தராளமயம் போன்றவற்றுக்கும் மேலும் விளிம்பு நிலையிலுள்ள ஒடுக்கப்பட்ட சமூகக் குழுக்களுக்கும் இடையே உள்ள தொடர்புகளைப் புரிந்துகொண்டு போராடுவது அவசியமாக இருக்கிறது. எந்தப் புயலும் மோதலும் வந்தாலும்

அதை எதிர்கொள்வதற்கு ஏற்ற வகையில் நிலைமையை ஆழமாகப் புரிந்துகொள்ளும் தன்மையில் நேர்மையும் முதிர்ச்சியும் நமக்குத் தேவை. அந்த மாதிரியான புரிதலும் முதிர்ச்சியும் இல்லாவிட்டால், மாற்றத்தை நோக்கிச் சென்று கொண்டிருக்கும் இந்த யுகத்தில் சமத்துவத்தைப் பற்றி கனவு காண்பதும், பரஸ்பரம் இணைந்து வாழ்வதும் கடினமாகிவிடும்.

கடந்த பத்து ஆண்டுகளுக்கும் மேலாக, என்னைவிடக் கடின உழைப்பைச் செலுத்தி இந்த நிறுவனத்தைக் கட்டியெழுப்பி வளர்த்த எனது குழுவின் ஒவ்வொரு உறுப்பினருக்கும் நான் நன்றியைத் தெரிவித்துக் கொள்கிறேன். குறிப்பாக, தொடக்கத்திலிருந்தே என்னுடன் இருந்து வரும் ராஜு, சதீஷ், நான் செய்வதைவிட அதிகமான வேலையை எடுத்துக் கொண்டு செய்யும் கிரீஷ் தாலிகட்டே, யாரையும் எந்தத் தொந்தரவும் செய்யாமல் உளமார வேலை செய்யும் கிஷோர் மற்றும் உமேஷ், அமைதியாக பல விஷயங்களைச் சமாளிக்கும் பிரசாத், அலுவலகத்தில் உள்ள எங்களின் சின்ன நண்பன் லஷ்மணா . . . நீங்கள் இல்லாமல் இந்த நிறுவனம் ஓர் அடிகூட எடுத்து வைத்திருக்க முடியாது. நன்றி, பையன்களே!

ஒவ்வொரு வாரமும் தவறாமல் கட்டுரைகளை அனுப்பும் விவேகானந்த தண்டேலா, ஒவ்வொரு வாரமும் வியாழக்கிழமை எனது ரத்த அழுத்தத்தை அதிகரித்துக் கடைசி நேரத்தில் கட்டுரைகளை அனுப்பும் ரா. சோமநாத், தொட்டிபாளய நரசிம்மமூர்த்தி ஆகியோருக்கு மிக்க நன்றி. இந்த வார இதழ் பிரபலமானது உங்களாலும்தான். உங்களுக்கு நன்றி!

அப்பா நேசித்த எச்.எல். கேசவமூர்த்தி, வாழ்க்கையில் பொங்கிவழியும் உற்சாகத்துடன் எப்போதுமிருக்கும் சந்திரே கௌடா, பத்திரிகைக்காக அதிகமாகப் பணிகளை செய்து குறைவாகப் பெற்ற எனது மானசீக புத்திரர்களான டாக்டர் எச்.வி. வாசு, சுரேஷ் பட் பக்ராபெய்ல், தற்போதைய குழுவிலுள்ள மிக நல்ல உறுப்பினர் யோகேஷ் மாஸ்டர், பத்திரிகைக்குப் புதிய வடிவைக் கொடுத்த எனது 'சமூக நல்லிணக்க' நண்பர் டாக்டர் சின்னீஷ் – அனைவரும் தங்களது எழுத்துகளால் பத்திரிகையை வளப்படுத்தியிருக்கிறீர்கள். உங்களுக்கு நன்றி!

ஜி. ராஜசேகர், எஸ்.எஃப். யோகப்பனவார், கே. பணிராஜ், ரஹமத் தரிகெரே, ஏ.கே. சுப்பையா, பரகூர் ராமச்சந்திரப்பா, கடிதாள் ஷாமண்ணா, பஞ்சகெரே ஜெயப்பிரகாஷ், இந்துதர் ஹோன்னாபுரா, ஸபிஹா, பூமிகௌடா, டாக்டர் எம்.எஸ். ஆஷாதேவி, அவரது சகோதரர் எம்.எஸ். ரவிக்குமார், கே. ஷரிபா,

டாக்டர் எச்.எஸ். அனுபமா, பி.எம். பஷீர், சித்தனகௌடா பாட்டீல், ஸ்ரீராம், பத்மா ஸ்ரீராம், சுகன்யா, ஜோதி குருபிரசாத், பானுதேஜ், பாக்யஸ்ரீ, பாரதி கௌடா, ஆர்த்தி கடசாலி, சத்யா, கே.எஸ். விமலா, சிவசுந்தர், சார்ஜா சங்கர், ஹரலிமாதா, இஸ்மத் ஃபஷீர், சசிதர் ஹெம்மாடி, ஹயவதன மூடசாகி, மல்லிகார்ஜுனய்யா, மீனாட்சி பாலி, கே. நீலா, அஜ்ஜம்புரா வெங்கடேஷ், ராஜசேகர் கோடா, அவரது மகன் ரவி, பேராசிரியர் சித்தராமையா, வி.எஸ். ஸ்ரீதர், நகரி பாலையா, நகரகெரே ரமேஷ், விட்டல் ஹெக்டே, குமார் புரடிகட்டி... இந்தப் பட்டியல் முழுமையானது அல்ல என்பது எனக்குத் தெரியும். எனவே, யாருடைய பெயராவது விடுபட்டிருந்தால் தயவுசெய்து என்னை மன்னிக்கவும்.

எனது வழக்கறிஞர் நண்பர்கள் பி.டி. வெங்கடேஷ், புருஷோத்தம் பூஜாரி, தார்வாத்தைச் சேர்ந்த ஜாவித், ஷிவமொக்காவைச் சேர்ந்த நாகேஷ், குல்பர்க்காவைச் சேர்ந்த விலாஸ் குமார், கொப்பாவைச் சேர்ந்த சுதிர், சித்தபுராவைச் சேர்ந்த கே.ஜி. நாயக், தும்கூரைச் சேர்ந்த மாருதி, சாகரைச் சேர்ந்த ராகேவந்திரா, தீர்த்தஹள்ளியைச் சேர்ந்த பிரதீப், மங்களூரைச் சேர்ந்த சுனில் போன்றவர்கள் இல்லாமல் எங்களது பயணம் சாத்தியமாகியிருக்காது. எல்லோருக்கும் பலப் பல நன்றிகள்!

நீங்கள் சொல்லலாம், ராஜஹன்ஸ் அச்சக உரிமையாளர் ஏ. பாலச்சந்திரா என்று. அவர் எனது குடும்பத்தில் ஒருவர். அப்பா உயிருடன் இருந்தபோதே, பிரபலமான அந்த அச்சகத்தில்தான் பத்திரிகையை அச்சிட்டோம். அவர் அப்பாவின் சிறந்த ஆர்வலர். அதேபோல, எனது சிரமங்களை நன்கு அறிந்திருந்தும் என்மீதும் அதே அக்கறைகொண்டவர். இந்தக் காரணத்துக்காகவே இந்த அக்காவின் நிறுவனம் அச்சிடத்தரும் ஒவ்வொன்றையும் சலுகை கட்டணத்தில் அச்சிட்டுத் தருவார். பணம் நீண்டகாலமாகச் செலுத்தப்படாமல் இருந்தால், அந்த பில்லைப்பற்றி மட்டுமே அவர் நினைவுபடுத்துவார். அவருக்கு எனது இதயபூர்வமான நன்றி!

கடந்த பத்து ஆண்டுகளுக்கு மேலாக,, இதைக் கொண்டு செல்ல முடியாது என்று நான் உணரும்போதெல்லாம், எனக்குப் பின்னாலிருந்து என்னைத் தட்டிக் கொடுத்து ஊக்கப் படுத்தியும் பணம் கொடுத்தும், எனக்கு உதவிகள் செய்தும், தூண்டுகோலாகவும் இருந்த எனது அனைத்து நண்பர்களுக்கும் நன்றி.

பத்திரிகையையும் எங்களது மற்ற வெளியீடுகளையும் எங்களது வாசகர்களிடம் கொண்டுசேர்த்த விற்பனையாள நண்பர்களுக்கு எனது அன்பு நன்றிகள்!

எல்லாவற்றுக்கும் மேலாக, இந்தப் பத்திரிகையையும் எங்களது மற்ற இதழ்களையும் வாங்கிப்படித்து, பத்திரிகையை வாழ வைக்கும் வாசகர்கள் அனைவருக்கும் மிகப்பெரிய வணக்கம்.

எனது அல்லது மற்றவர்களின் கடின உழைப்பினால் கிடைத்த பலன்கள் எங்களுக்கும்தான், உங்களுக்கு மட்டுமல்ல.

வரும் ஞாயிற்றுக்கிழமை அப்பாவுக்கும் பத்திரிகையின் பிறந்தநாளுக்கும் வந்தனம் சொல்ல வேண்டும். அனைவருக்கும் என் இதயப்பூர்வமான அழைப்பு இது

கௌரி லங்கேஷ் பத்திரிகே, 18 மார்ச் 2015

ஆங்கில எழுத்துகள்

சாவிலும் ஒளிரும் நட்சத்திரம்

ஸாகேத் ராஜன் போலீசாரால் கொல்லப்பட்டார். அதனால் பேச்சுவார்த்தைக்கான பாதை மூடப்பட்டு விட்டது

கடந்த இரண்டு வாரங்கள் எனது வாழ்க்கையில் மிகவும் வலிமிகுந்தவை.

பிப்ரவரி 6ஆம் தேதி மேற்குத் தொடர்ச்சி மலைப் பகுதியில் இரண்டு நக்ஸலைட்டுகள் போலீசாரால் கொல்லப்பட்டதிலிருந்து இது தொடங்கியது. செய்தி கசிய ஆரம்பித்ததும், என்கவுன்ட்டரில் கொல்லப்பட்ட நக்ஸலைட்டுகளில் ஒருவர் இந்திய கம்யூனிஸ்ட் கட்சி (மாவோயிஸ்ட்) மாநிலச் செயலர் பிரேம் என்பது தெளிவாகியது. ஆனால் பிரேம்தான் ஸாகேத் ராஜன் என்பது பலருக்கும் அதிர்ச்சியாக இருந்தது. தலைமறைவாக செல்வதற்கு முன்னால், மைசூர் கல்லூரியிலிருந்து தில்லி ஜவஹர்லால் நேரு பல்கலைக்கழக வளாகம் வரை, கடந்த இருபது ஆண்டுகளாக அவரை அறிந்தவர்கள், ஸாகேத்தின் அறிவார்ந்த ஆற்றலைப் பற்றி பேசத் தொடங்கினார்கள்.

முக்கியப் புள்ளியைப் பிடித்துவிட்டதாக போலீசார் இறுமாப்புடன் இருந்த போதிலும்கூட, ஸாகேத்தின் மறைவுக்குப் பல்வேறு தரப்பிலிருந்தும் இரங்கல் செய்திகள் வந்துகொண்டிருந்தன. இவை எல்லாவற்றுக்கும் மேலாக, அவர் சகி என்ற பெயரில் வெளியிட்ட இரண்டு புத்தகங்களை நினைவு கூர்ந்து புகழ்ந்தார்கள். கர்நாடக வரலாற்றை கீழ்நிலையிலிருந்து பார்த்த ‘மேக்கிங் ஹிஸ்டரி’ இரண்டு தொகுப்புகள் குறிப்பிடத்தக்கவை. ‘அதுபோன்ற அறிவார்ந்த மனிதன் கொல்லப்பட்டிருப்பதைத்

தான் நடுக்கத்துடன் உணர்வதாக' கர்நாடக முதல்வர் (2004–2006) தரம் சிங் கூறியிருப்பது பதிவாகியிருக்கிறது.

சாவிலும்கூட, கர்நாடக வானில் புதிய நட்சத்திரமாக ஜொலிக்கத் தொடங்கியுள்ளார் ஸாகேத். அறிவாளியாகவும் செயல் பாட்டாளராகவும் – அவர் கர்நாடக அரசியல் கலாச்சாரத்தில் அரிதான ஒன்று இது – ஒருங்கே திகழ்ந்தார். தங்களுக்கான லட்சிய மாதிரியைத் தேடி அலைந்து வெறுத்துப்போன மக்கள் மனதில் நம்பிக்கையையும் கற்பனையையும் தூண்டிவிட்டவர். அதுபோன்ற மனிதர் போலீசாரால் கொடூரமாகக் கொல்லப் பட்டது நக்ஸலைட் பிரச்சினை குறித்து அனுதாப அலைகளை ஏற்படுத்தியது. இதுதான் போலீசாரிடம் பீதியைக் கிளப்பியது.

தனிப்பட்ட முறையில் அவரைப் பற்றி அறிந்ததைச் சொல்கிறேன். பெங்களூர் பல்கலைக்கழகத்திலும் புதுதில்லியில் இந்தியன் இன்ஸ்டிட்யூட் ஆஃப் மாஸ் கம்யூனிக்கேஷனிலும் ஸாகேத் எனக்கு சீனியராக இருந்தபோதே அவரைத் தெரிந் திருந்தேன். அதன்பின்னால் அவர் தலைமறைவானார். இருபது ஆண்டுகளுக்குப் பிறகு கடந்த ஜூனில் (2006), கர்நாடகத்தில் நக்ஸலைட்டுகள் சார்பில் நடத்தப்பட்ட பத்திரிகையாளர் சந்திப்பு மூலம் அவர் வெளியே வந்தார். அதற்கு அழைப்பட்ட ஒரு சில பத்திரிகையாளர்களில் நானும் ஒருத்தி. அப்போதுதான் நான் பிரேம் என்ற பெயரில் இருந்த ஸாகேத்தை மீண்டும் பார்த்தேன். அந்தப் பத்திரிகையாளர் சந்திப்பின் மூலம் போலீஸ் பரப்பிய பல மாயைகள் கலைந்தன. முதலாவதாக, அவர்கள் ஆந்திரப்பிரதேசத்தைச் சேர்ந்த நக்ஸலைட்டுகள் இல்லை. அவர்கள் கர்நாடகத்தில் பிறந்து வளர்ந்தவர்கள். இரண்டாவதாக, குறுங்குழுக்களால் தவறாக வழிநடத்தப்பட்ட இளைஞர்கள் இல்லை அவர்கள். ஆனால், குத்ரேமுக் தேசியப் பூங்கா பகுதியைச் சேர்ந்த பழங்குடியினரின் பிரச்சினைகளைக் கையில் எடுத்துள்ள அரசியல் கட்சி அது. அவர்கள் பேச்சுவார்த்தைக்குத் தயாராக இருப்பதாகவும் ஆனால், ஆதிவாசி மக்களின் கோரிக்கைகளில் சிலவற்றையாவது அரசாங்கம் நிறைவேற்ற வேண்டும் என விரும்புவதாகவும் அவர்கள் சந்திப்பின்போது தெரிவித்தனர்.

அந்தப் பத்திரிகையாளர் சந்திப்புக்குப் பிறகு, இதை சாதகமாகப் பார்த்த முதலமைச்சர், "நக்ஸலைட் பிரச்சினை சட்டம் ஒழுங்குப் பிரச்சினை இல்லை; மாறாக, அது சமூக, பொருளாதாரப் பிரச்சினை" என்று கூறினார். இந்தப் பின்னணியில்தான் அமைதிக்கான குடிமக்கள் முன்முயற்சி *(Citizens initiative for peace)* அமைப்பு தொடங்கப்பட்டது. மக்களின் நீண்டகாலத் தேவைகள், வளர்ச்சிப் பிரச்சினைகள் குறித்து விரிவான தளத்தில் அரசும் நக்ஸலைட்டுகளும்

பேச்சுவார்த்தையைத் தொடங்குவதற்கான சூழ்நிலையை உருவாக்குவதுதான் எங்களது நோக்கம். தேசியப் பூங்கா என்ற பெயரில் தாங்கள் வெளியேற்றப்படுவதற்கு எதிராகவும் தங்களது பாரம்பரிய உரிமைகளுக்காகவும் ஆதிவாசிகள் போராடிக்கொண்டிருந்தார்கள் என்பது கவனத்திற்குரியது. ஆனால், அடுத்தடுத்து வந்த அரசுகளும் அவர்களது கோரிக்கை களைத் தீர்க்கவில்லை.

பேச்சுவார்த்தையைத் தொடங்குவதன் முதற்படியாக, ஆயுதங்களைக் கைவிடும்படி நக்ஸலைட்டுகளை வலியுறுத்திய நாங்கள், அதேசமயத்தில் தேடுதல் வேட்டையை அரசு நிறுத்தி வைக்க வேண்டும் என்றும் கேட்டுக்கொண்டோம். 2003ஆம் ஆண்டு நவம்பரில் நக்ஸலைட் இயக்கத்தைச் சேர்ந்த இரண்டு பெண்களைப் போலீசார் கொன்றார்கள். மேலும் பல கொலைகளை அவர்கள் செய்வார்கள் என்று நாஙகள் கவலைப் பட்டோம். அது நடந்தால், நக்ஸலைட்டுகளின் எதிர்த் தாக்குதல் இருக்கும் என நீண்டகாலமாக நாங்கள் பயந்ததை, ஸாகேத்தின் சாவு தூண்டிற்று எனலாம்.

ஸாகேத்தும், அவரது சகாவும் கொல்லப்பட்ட உடனேயே, அமைதிக்கான குடிமக்கள் முன்முயற்சி அமைப்பு, சில கோரிக்கை களுடன் அரசை அணுகியது. என்கவுன்டர் குறித்து விசாரணை நடத்த வேண்டும் என்றும் தேடுதல் வேட்டையை நிறுத்த வேண்டும் என்றும் உச்சநீதிமன்ற உத்தரவுகளின்படியும் தேசிய மனித உரிமைகள் ஆணையத்தின் வழிமுறைகளின்படியும் இரண்டாவது முறையாக பிணப்பரிசோதனை செய்ய வேண்டும் என்றும் நாங்கள் வலியுறுத்தினோம். இறுதியாக, ஸாகேத் மற்றும் மற்ற இளைஞர்களின் உடல்களை யாரும் வாங்க முன்வராவிட்டால், கண்ணியமாக இறுதிச்சடங்கு செய்ய விரும்புவதாகவும் நாங்கள் தெரிவித்தோம். அவர்களது உடல்களை எங்களிடம் கொடுப்பதற்கு முதலமைச்சர் சம்மதித்தபோதிலும்கூட, போலீஸூம் நிர்வாகத் தினரும் சட்டரீதியாக முட்டுக்கட்டை போட்டனர். இறந்து போனவர்களின் உற்றார் உறவினர்களிடம்தான் உடல்களை ஒப்படைக்க முடியும் என்று அவர்கள் சொன்னார்கள். அதில் மற்றொரு பிரச்சினை. ஸாகேத்துடன் கொல்லப்பட்ட இளை ஞரைப் பற்றி யாருக்கும் தெரிந்திருக்கவில்லை. அவரது அடை யாளமும் இன்னும் நிரூபிக்கப்படவில்லை. பெல்லாரியைச் சேர்ந்த சிவலிங்குவாக இருக்கலாம் என்று சிலர் சந்தேகப்பட்டனர். அவரை அடையாளம் காட்டுவதற்காக அவரின் பெற்றோருக்குத் தகவல் அனுப்பப்பட்டது.

இந்த நேரத்தில்தான் ஸாகேத்தின் வயதான அம்மா இதில் வந்தார். ஸாகேத்தின் உடலை மைசூருக்கு எடுத்துச் செல்லமாட் டோம் என்று நான் அவரிடம் உறுதிமொழி அளித்ததையடுத்து,

ஸாகேத் உடலை அரசாங்கம் எங்களிடம் ஒப்படைக்க வேண்டும் என்று அவர் தெரிவித்தார். ஸாகேத் உடலை எங்களிடம் கொடுப்பதற்கு முதலமைச்சர் சம்மதித்துள்ளதாக அவரிடம் போலீசார் தெரிவித்தாலும், அரசாங்கமே அவரது உடலை இறுதிச் சடங்கு செய்ய சம்மதிப்பதாகக் கடிதம் எழுதி அதில் அவரை கையெழுத்திட வைத்தனர். அந்தக் கடிதத்தின் அடிப் படையில், போலீசாரே இறுதிச்சடங்கு செய்வார்கள் என்று போலீஸ் டைரக்டர் ஜெனரல் எஸ்.என். போர்க்கர் அறிவித்தார்.

போலீசாரால் தான் ஏமாற்றப்பட்டதற்காக ஸாகேத்தின் தாய் தொலைக்காட்சியில் தனது கோபத்தைக் கொட்டித் தீர்த்தார். முதலமைச்சருக்கு பேக்ஸ் செய்த கடிதத்தில், தனது மகனின் உடலை அமைதிக்கான குடிமக்கள் முன்முயற்சி அமைப்பிடம் வழங்க வேண்டும் என்ற கேட்டுக்கொண்டார். இதற்கிடையே இரண்டாவது பிரேத பரிசோதனை முடிந்தது. உடலைப் பெறுவதற்காக நாங்கள் சென்று கொண்டிருதோம். அப்போதுதான் எங்களுக்குத் தெரியவந்தது, போலீசார் உடலை வாங்கிக்கொண்டு தெரியாத இடத்துக்கு எடுத்துச் சென்றுவிட்டார்கள் என்று. பிணவறை அருகே போலீஸ் வாகனங்களைத் தடுக்க முயன்ற சில செயல்பாட்டாளர்கள் கடுமையாகத் தாக்கப்பட்டனர். வில்சன் கார்டனிலுள்ள மயானத்துக்கு போலீசார் எடுத்துச் சென்றதாக எங்களுக்குச் சொல்லப்பட்டது. நாங்கள் மீண்டும் முதலமைச்சரைத் தொடர்புகொண்டதைத் தொடர்ந்து, அவர் போலீஸ் டைரக்டர் ஜெனரலைத் தொடர்பு தொடர்புகொள்ள முயற்சித்தார். மயானத்தை நாங்கள் அடைந்தபோது, அங்கே அவர்களைக் காணவில்லை. நகரின் மற்றொரு மூலையிலுள்ள மயானத்துக்கு அந்த உடல்களை எடுத்துச் சென்றுள்ளது எங்களுக்குத் தெரிய வந்தது. இறுதியாக, போலீசாரே அவர்களுக்கு இறுதிச்சடங்கை நடத்தினர்.

போலீஸ் படைமீது முதலமைச்சருக்கு எந்தக் கட்டுப்பாடும் இல்லை என்பதைப் பல திடீர் திருப்பங்களுடன்கூடிய இந்த நாடகம் காட்டியது. அவருக்கும் காவல்துறைத் தலைவருக்கும் இடையே தகவல் தொடர்பில் ஏற்பட இடைவெளிதான் காரணம் என முதல்வர் கூறியது அவரது போலியான சாக்குப்போக்கை வெளிக்காட்டியது.

இதற்கிடையே, படிப்பறிவில்லாத, ஏழைகளான சிவலிங்குவின் பெற்றோர் எங்களை எப்போதும் தொடர்பு கொள்ள முடியாதபடி போலீசார் பார்த்துக்கொண்டனர். இதன் தொடக்கமாக, ரெய்ச்சூர் அருகே போலீஸ் நிலையத்தில் அவர்களை அடைத்து வைத்தனர். எங்களது வலியுறுத்

தலையடுத்து அவர்கள் பெங்களூருக்கு அழைத்து வரப்பட்டனர். எங்களுடன் தொடர்புகொள்ள முடியாதபடி, போலீஸ் கமிஷனர் அலுவலகத்தில் அவர்கள் இருத்தி வைக்கப்பட்டனர். அவர்கள் எங்களைச் சந்திக்கலாம் என்று முதலமைச்சர் ஆணை பிறப்பித்த பிறகும்கூட, அவர்களை இனம் தெரியாத இடத்துக்கு இழுத்துச் சென்றுவிட்டனர். இந்த நாள் வரை அவர்கள் எங்கே இருக்கிறார்கள் என்று யாருக்கும் தெரியாது. அந்த என்கவுன்ட்டரில் கொல்லப்பட்ட மற்றொருவரைப் பற்றிய அடையாளமும் உறுதியாக யாருக்கும் தெரியாது.

அதேசமயம், அரசுக்கும் நக்ஸலைட்டுகளுக்கும் இடையே பேச்சுவார்த்தை நடைபெறுவதற்கான சூழ்நிலையை உருவாக்குவதற்கு அமைதிக்கான குடிமக்கள் முன்முயற்சி அமைப்பு முயற்சி செய்து வந்ததுடன், நக்ஸலைட்டுகள் கண்ணியமாக அடக்கம் செய்யப்படுவதையும் உத்தரவாதப்படுத்த வேண்டியிருந்தது. 'நக்ஸலைட்டுகளை ஆதரிப்பதற்காக' சங்க பரிவாரங்கள் எங்களது ரத்தத்தைக் குடிக்கத் தொடங்கின. அதேநேரத்தில், எங்களுக்கு எதிராகக் குற்றப்பத்திரிகை தாக்கல் செய்ய உள்துறையும் போலீசும் திட்டமிடுவதாகவும் விரைவில் நாங்கள் கைது செய்யப்படலாம் என்றும் பத்திரிகைகளில் செய்திகள் வெளியாகின. பிரச்சினையை மேலும் சிக்கலாக்கும் வகையில், ஆந்திர எல்லையில் பாவகடா அருகே கர்நாடக மாநில ரிசர்வ் போலீஸ் படையினர்மீது நக்ஸலைட்டுகள் நடத்திய பதிலடித் தாக்குதலில் ஏழு போலீசார் கொல்லப்பட்டனர். இந்தப் பதிலடித் தாக்குதலையடுத்து, நாங்கள் கைது செய்யப்பட வேண்டும் என்று ஒவ்வொருவரும் வலியுறுத்தத் தொடங்கியது பதற்றத்தை ஏற்படுத்தியது.

நாங்கள் குழம்பிப்போனோம். நக்ஸலைட்டுகளின் ஆயுதப் போராட்டத்தை நாங்கள் எப்போதும் அங்கீகரித்ததோ அல்லது ஆதரவு அளித்ததோ கிடையாது. மிகவும் முக்கியமாக, நாங்கள் செய்தது எல்லாம் அரசியலமைப்புச் சட்டத்தின் உணர்வுகளைக் கருத்தில்கொண்டு சட்டத்துக்கு உட்பட்டுதான் செயல்பட்டோம். எனினும், போலீசாரின் சாவுக்கு நாங்கள்தான் முக்கியக் காரணம் என்று குற்றம் சாட்டப்பட்டோம்.

போலீஸ், சங்க பரிவாரங்களின் சூழ்ச்சியில் எனது சகோதரர் வீழ்ந்தார். என்னை *லங்கேஷ் பத்திரிகே* இதழின் ஆசிரியர் பொறுப்பிலிருந்து அகற்ற இந்த வாய்ப்பைப் பயன்படுத்திக் கொண்டார். எனது தந்தை அமரர் பி. லங்கேஷ் இந்த வார இதழைத் தொடங்கிய போது, குரலற்றவர்களுக்கான, ஜனநாயகத்துக்கான இடத்தை வழங்கியவர். 1980களில் *'லங்கேஷ் பத்திரிகே'* தொடங்கியதிலிருந்து, அதிகார நல கும்பலுக்கும், பாசிச

சக்திகளுக்கும் எதிராகத் தொடர்ந்து போராடி வந்தார். ஐந்து ஆண்டுகளுக்கு முன்னதாக அப்பா இறந்த பிறகு, *லங்கேஷ் பத்திரிகேயை* தொடர்ந்து நடத்திவந்ததற்கான ஒரே காரணம், பத்திரிகையில் ஜனநாயகத்துக்கான வெளியை அடைத்து விடாமல், அப்பாவின் பாரம்பரியத்தைத் தொடர வேண்டும் என்பதுதான். நான் ஆசிரியராகப் பொறுப்பேற்ற நேரத்தில், எனது சகோதரரை லங்கேஷ் பத்திரிகையின் உரிமையாள ராகவும் வெளியீட்டாளராகவும் எனது குடும்பம் நியமித்தது.

ஆனால், கடந்த சில வாரங்களாக, போலீசாரிடமிருந்தும் சங்கப் பரிவாரங்களிடமிருந்தும் வந்த அழுத்தம் காரணமாக, நக்ஸலைட் ஆதரவு என்று குற்றம்சாட்டி, எனது தலையங்கத்தை வெளியிட முடியாது என்று எனது சகோதரர் முடிவு செய்தார். உண்மை என்னவென்றால், அந்தத் தலையங்கத்தை எழுதியது நானேயல்ல.

எனக்கு நேர்ந்ததை குடும்பத்துக்குள் நடந்த பிரச்சினையாகக் கருதி அதைப் பொருட்படுத்தாமல் விட்டிருக்கலாம். ஆனால், பாவகடா கொலைகளின் விளைவுகள் பரவலாகி வருவது வெளிப்படையாகத் தெரிந்தது. ஜனநாயக வெளியை அரசால் எப்படியெல்லாம் முடக்க முடியும் என்பதை இந்தப் பத்து நாள் நிகழ்வுகள் வெளிச்சம் போட்டுக் காட்டின. அச்சமும் அவநம்பிக்கையும் அவசரநிலைக் காலத்தை நினைவுபடுத்தின. இந்தக் கட்டுரை எழுதப்பட்டுக்கொண்டிருக்கும் போது பல்கலைக்கழக ஆசிரியர்கள் தங்களது கருத்துகளுக்காகவும் செயல்பாடுகளுக்காகவும் விசாரிக்கப்பட்டிருக்கிறார்கள். தொலைபேசிகள் ஒட்டுக்கேட்கப்படுகின்றன. சாதாரண ஆட்களின் உடையில் இருந்த போலீசார் அதிருப்தியாளர்களை வேவு பார்க்கின்றனர். ஜனநாயகமும் சகிப்புத்தன்மையும் கொண்ட நாடாக இந்தியா கருதப்படுகிறது. ஆனால், மேலே சொன்னதைப்போல நெருக்கடியான தருணங்களில், ஜனநாயகத் துக்கான இடம் கட்டுக்குள் வைக்கப்படுகிறது.

இதுபோன்ற நேரங்களில் ஜனநாயகத்துக்கான குரல்கள் உறுதியாக நிற்க வேண்டிய தேவை உள்ளது. தேர்தலையும் வாக்குகளையும்விட ஜனநாயகத்துக்கு இதுதான் முக்கியம் என்பதை உணர்ந்துகொள்ள வேண்டும். எதிர்ப்புக் குரல்களுக்கும் இடமளிக்க வேண்டுமா என்று கேள்விகள் எழலாம். எதிர்ப் பாளர்கள், அரசைக் கேள்வி கேட்க வேண்டியது அவசியம். வலிமையான ஜனநாயகத்தைக் கட்டமைக்க அது உதவியாக இருக்கும் என்று நாங்கள் கருதுகிறோம்.

தெஹல்கா, 19 பிப்ரவரி 2007

எப்படியானாலும் யாருடைய பணம்?

சுயநிதி நகரங்கள் குறித்து உடைபடும் மாயை

கடந்த சில ஆண்டுகளாக, மாநில அரசின் நிதிநிலை அறிக்கையையொட்டிய விவாதங்களில் ஒரு வகை வாதம் எனக்குக் கவலையளிப்பதாக உள்ளது. அந்த வாதம் இப்படிச் செல்கிறது: மாநிலத்தின் மொத்த வருவாயில் பாதி அளவுக்கு பெங்களூரிலிருந்து கிடைக்கிறது. எனவே, பெங்களூரின் வளர்ச்சிக்கு மாநில அரசு அதிக முதலீடு செய்ய வேண்டும் என்று எதிர்பார்ப்பது நியாயமானது. பெங்களூருவாசியான எனக்கு, இப்போது வரை இந்தச் சிந்தனை அச்ச மூட்டுவதாக உள்ளது. ஆம், மாநிலத்தின் தலை நகரான பெங்களூருவுக்கு குடிநீர் வசதி, நடை பாதை வசதி, சிறந்த சாலைகள் போன்ற நல்ல வசதிகள் தேவைப்படுகின்றன.ஆனால், “ஏய்! இது எங்கள் பணம். நாங்கள் வரியாகச் செலுத்தியது. அதை எப்படி மற்றவர்களுக்குத் தாரை வார்க்கலாம்?” என்று தடாலடியாக சொல்வது அகந்தையின் வெளிப்பாடு.

நகரில் அதிகளவில் தொழில்சார்ந்தவர்கள் குவியத் தொடங்கியதிலிருந்து பெங்களூரு மேலும் வருவாய் ஈட்டத் தொடங்கியுள்ளது. ஆனால், அவர்கள் பேராசையுடன் நுகரும் அனைத்து வசதிகளும் எங்கிருந்து கிடைக்கின்றன என்பதுபற்றி

இந்த மக்கள் எப்போதாவது நினைத்துப் பார்த் திருக்கிறார்களா? பெங்களூரு ஒரு யூனிட் மின்சாரம்கூட தயாரிப்பதில்லை. ஆனால், பெரும்பாலான மின்சாரத்தைப் பயன்படுத்துகிறது. பெங்களூருவில் தண்ணீர் வளம் பெருமளவில் இல்லாத போதிலும்கூட, 25 டிஎம்சி (ஒரு டிஎம்சி என்பது ஆயிரம் மில்லியன் கன அடி) தண்ணீரைச் செலவழிக்கிறது. பெங்களூருவாசிகள் வாழும் கட்டடங்கள், அவர்கள் கட்டியதில்லை. குல்பர்க்கா, ராய்ச்சூர் போன்ற தொலைதூர மாவட்டங்களிலிருந்து நகரில் தொழிலாளர்களாகக் குடியேறிய ஆயிரக்கணக்கான விவசாயிகள்தான் இவற்றைக் கட்டியவர்கள். உண்மையில், வெளியில் உள்ள வளங்களை பெங்களூரு உறிஞ்சுகிறது. சிறந்த பாகங்களைச் செரித்துக்கொள்கிறது. குப்பைகளை வெளியே தள்ளிவிடுகிறது.

நகரத்திலுள்ள தொழில்சார்ந்தவர்கள் 24 மணி நேரமும் மின்சார வசதியைப் பெறும்போது, சில பின்தங்கிய மாவட்டங் களிலிருந்து வந்துள்ள ஆயிரக்கணக்கான மக்கள் காற்று, தண்ணீர் மாசடைவதால் அவதிப்படுகிறார்கள். பெங்களூருவாசிகள் காரை கழுவுவதற்குப் போதிய தண்ணீர் கிடைக்கும்போது, காவேரி உற்பத்தியாகும் குடகுப் பகுதிக்கு குடிநீர் வசதி ஏன் கிடைக்கவில்லை? உழைப்பாளர்கள் வேலை செய்வதை நிறுத்திவிட்டால், ஏராளமான வீட்டுக் கட்டுமானத் திட்டங்கள் என்ன ஆகும்? பெங்களூரு இயங்குவதற்கு தியாகம் செய்து சிரமங்களும்பட்ட மற்ற மக்களுக்கு உதவுவதற்காக பெங்களூரு ஈட்டும் வருவாயின் ஒரு பகுதியை ஒதுக்கக்கூடாதா? ஒரு வாதத்துக்காக, பெங்களூருவிலுள்ள கோரமங்கள பகுதி ஏராளமான குப்பைகளை உருவாக்குகிறது. எனவே, கோரமங்கள மக்களுக்கே அவை திருப்பியளிக்கப்பட வேண்டும் என நாம் சொன்னால் இந்த மக்களின் பதில் என்னவாக இருக்கும்?. "இல்லை. இல்லை. அவற்றை மண்டூர் அல்லது கடவுளால் கைவிடப்பட்ட இடங்களுக்கு எடுத்துச்செல்லுங்கள்" என்று அவர்கள் உறுதியாகச் சொல்வார்கள். பணத்தைப் போலவே, குப்பையும் இருவழிகளிலும் செயல்பட வேண்டும். மக்களே! இரண்டும் நம்மைச் சுற்றிப் பரவ வேண்டும். இல்லாவிட்டால் அவை நாறத் தொடங்கிவிடும்.

அதிகப் பணத்தை திரட்டும் இடத்துக்கே அதிகப்பணம் செலவிடப்பட வேண்டும் என்ற வாதம் முற்றிலும் ஜனநாயகத்துக்கு விரோதமானது. ஒருவருக்கு ஒரு வாக்கு என்பது மட்டுமே ஜனநாயகத்தின் முக்கிய கொள்கையல்ல, அனைவருக்கும சம உரிமைகள், அனைவருக்கும் சம வாய்ப்புகள் என்பதும்கூடத்தான்.

‘எனது வரி, எனது வளர்ச்சிக்கு’ என்பது ஒரு சுதந்திரக் குடியரசின் அடிப்படைக் கோட்பாடுகளுக்கு எதிரானது.

இதே மனிதர்கள்தான், விவசாயிகளுக்கு மானியம் வழங்குவது வீண் விரயம் என்று வாதிடுகிறார்கள். மொத்த உள்நாட்டு உற்பத்தி மதிப்பில் 17 சதவீதப் பணம் விவசாயத்திலிருந்து வந்தாலும்கூட, அந்த அளவுக்கு அல்லது அதைவிடக் குறைவான அளவே விவசாயத்துறைக்காகச் செலவிடப்படுகிறது. வேலை வாய்ப்புகளை உருவாக்காததால், விவசாய, நெசவுத் துறைகளுக்கு மானியம் வழங்குவது வீண் விரயம் என்றும் தொழில் நிறுவனங்கள் ஏராளமான வேலைவாய்ப்புகளை உருவாக்குவதால், அத்துறைக்கு மானியம் வழங்குவது அர்த்தமுள்ளது என்றும் அவர்கள் சொல்கிறார்கள்.

இந்த நோக்கு சரியானதல்ல. இப்போதுகூட, நமது மக்கள் தொகையில் 60 சதவீதத்துக்கு மேற்பட்டவர்கள் நேரடியாகவோ அல்லது மறைமுகமாகவோ விவசாயம் அல்லது நெசவுத் துறையுடன் தொடர்பு உள்ளவர்களாக இருக்கிறார்கள். தொழில் நிறுவனங்கள் வழங்கும் வேலைவாய்ப்புகளைவிட பத்து மடங்கு வேலைவாய்ப்புகளை இவை வழங்குகின்றன.

இதே வரி செலுத்தும் உயர்வகுப்பினர் மாநில அல்லது மத்திய அரசுகளிடமிருந்து நேரடியாகவோ அல்லது மறைமுகமாகவோ பல வகையான மானியங்களைப் பெற்றுக்கொண்டிருக்கும் உண்மையை இந்த மக்கள் தங்களுக்கு ஏற்றவகையில் மறைத்துக் கொண்டு பேசுகிறார்கள். பெங்களூருவைத் தலைமையிடமாகக் கொண்டு இயங்கும் சில பிரபல மென்பொருள் நிறுவனங்களின் இன்றைய நிலைமைக்குக் காரணம், மாநில அரசு வழங்கிய பல்வேறு வகையான சலுகைகள்தான். போட்டி நிறைந்த ‘சுதந்திர சந்தை’யில் இதுபோன்ற ‘நிதிச் சலுகைகளை’ அவர்கள் பெறாவிட்டால் அந்த நிறுவனங்கள் மூடப்பட வேண்டி வந்திருக்கலாம். ஏனெனில் ‘சுதந்திர சந்தைக்கு’க் கருணை கிடையாது.

எனது நண்பரும் அரசியல் ஆய்வாளருமான சிவசுந்தர், “இந்த ஆண்டு மத்திய நிதி நிலை அறிக்கையில் பெரிய வர்த்தக நிறுவனங்கள் நேரடி மானியமாக பெருந்தொகையாக 60 ஆயிரம் கோடி ரூபாயும் மறைமுக மானியமாக 5 லட்சம் கோடி ரூபாயும் பெறுகின்றன. இது, மத்திய அரசு மாநிலங்களுக்குப் பகிர்ந்து வழங்குவதைப் போல இரு மடங்கு; மகாத்மா காந்தி தேசிய ஊரக வேலைவாய்ப்பு உத்தரவாதச் சட்டத்தின் கீழ் நிறைவேற்றப்படும் திட்டம், ஊரக சுகாதாரம் ஆகிய இரண்டுக்கும் ஒதுக்கீடு செய்யப்படும் தொகையைவிட மூன்று மடங்கு என்றார்.

உலகப் புகழ்பெற்ற அறிவார்ந்த தொழில்துறை தலைவர்களில் 'ஃபோர்ப்ஸ் பட்டியலில்' இடம் பிடித்துள்ளவர்களின் தலைமையில் நன்றாக இயங்கும் நிறுவனங்களுக்கு ஏன் அரசிடமிருந்து 'கைங்கர்யம்' தேவைப்படுகிறது? என்று நான் ஆச்சரியப்படுவதுண்டு. அரசிடமிருந்து அவர்கள் இந்த வகையில் 'பிச்சை' எடுக்காவிட்டால், அவர்களது ஊழியர்கள் அவர்களது வரியைக் கட்ட முடியுமா? என்று ஆச்சரியப்பட்டிருக்கிறேன். பெங்களூருவில் வரியை வசூலிக்க முடியாவிட்டால் என்ன நேரிடும் என்று நான் ஆச்சரியப்பட்டிருக்கிறேன். இவர்களுக்குக் காட்டும் இந்த தாராளத்தையும் கார்பொரேட் நிறுவனங்களுக்கு வழங்கும் மானியத்தையும் நமது நாட்டில் சுகாதார, தொடக்கக் கல்வித் துறைகளை மேம்படுத்துவதற்குச் செலவிடலாமே, அது ஜனநாயகமாக இருக்குமே என்றும் நான் வியந்திருக்கிறேன்.

இந்த ஆடம்பரமான தொழில் நிறுவனங்களும் அந்த நிறுவனங்களுக்காக வேலை செய்பவர்களும் எவர் மடியில் கைவைக்கிறார்கள்?

சற்றுப் பொறுத்திருங்கள் மக்களே! கடினமான உழைப்பில் சம்பாதித்த இந்தப் பணம், உழைக்கும் மக்களின் வேர்வையில் உருவானது."ஏய்! இது எங்கள் பணம். அவர்களுக்குக் கொடுக்க என்ன தைரியம்?" என அவர்கள் கேட்டால் எப்படி இருக்கும்?

***பெங்களூர் மிர்ரர்*, 15 மார்ச் 2015**

மொழி வேர்களும் ஆங்கில வானமும்

தொடக்கப் பள்ளிகளில் தாய்மொழி வேண்டும்

பெங்களூர் மிர்ரர் வாசகர்களைப்போல, நானும் ஆங்கிலவழிக் கல்வி மூலம் படித்தேன். அதன் விளைவாக (எனது தாய் மொழி கன்னடமாக இருந்தபோதிலும்), ஆங்கிலத்தில் சிந்திப்பது, கனவு காண்பது, வாழ்வது, என்னை வெளிப்படுத்துவது வளர்ந்தது. எனிட் பிளைடன், பி.ஜி. வுட்ஹவுஸ், ஷேக்ஸ்பியர் போன்றவர்களின் எழுத்துகள் மீது எனக்குக் காதலை ஏற்படுத்தியது ஆங்கிலம். இப்போதும்கூட, ஆங்கிலப் பத்திரிகைகள், செய்தித் தொலைக்காட்சிகள் வழியாகவும் அத்துடன் பல்வேறு இணையதளங்கள், வலைப்பதிவுகள் மூலமும்தான் நான் உலகைச் சுற்றி நடக்கும் நிகழ்வு களை அறிந்து கொள்கிறேன். என்றாலும் தொடக்கப் பள்ளிகளில் தாய்மொழி வழிக்கல்வி வழங்கப்பட வேண்டும் என்பதற்காக நான் இன்னமும் முயற்சி செய்துகொண்டிருக்கிறேன். ஆம், உங்களது கூட்டுப் புலம்பலை என்னால் கேட்க முடிகிறது. ஆனால், என்னை நிராகரிப்பதற்கு முன்பாக, தயவு செய்து நான் சொல்வதைக் கேளுங்கள்.

கன்னடம், ஆங்கிலம் இருமொழிகளிலும் பணியாற்றியவள் என்ற நிலையில் அனுபவப்பூர்வமாக நான் உணர்ந்தது என்னவென்றால், எனது தாய்மொழியில் எனக்கு நல்ல பயிற்சி மட்டும் ஆங்கிலத்தையும் ஒரு துணைக்கருவியாகக் கொண்டு கிடைத்திருக்குமானால் இரு மொழிகளிலுமுள்ள

சிறந்தவற்றை நான் பெற்றிருக்க முடியும் என்பதுதான். மொழி என்பதைத் தகவல் தொடர்புக்கான வாகனம் மட்டுமோ அல்லது நல்ல வேலையில் அமர்வதற்கான கருவியோ அல்ல என்பதை நாம் புரிந்துகொள்ள வேண்டும். அதற்குப் பதிலாக, வாழ்க்கையே அதுதான். ஏனெனில், நமது அடையாளம், நமது வரலாறு, நமது பாரம்பரியம், நமது கலாச்சாரம், நமது சமூகத்தின் ஆன்மா ஆகியவை இதைச் சார்ந்திருக்கிறது. ஓர் எடுத்துக்காட்டு சொல்கிறேன். 'ரெயின், ரெயின் கோ அவே, கம் அகெய்ன் அனதர் டே, லிட்டில் ஜானி வான்ட்ஸ் டூ பிளே' என்ற ஆங்கிலப் பாடலை ஆங்கில வழியில் படிக்கும் குழந்தைகள் பாடும். கன்னட வழியில் படிக்கும் குழந்தைகள் 'ஹுய்யோ ஹுய்யோ மளேராயா பாளேதோடகெ நீரில்லா' (பொழி, பொழி மழையே! வாழைத்தோட்டத்திற்குத் தண்ணீர் இல்லை) என்று பாடும். முதல் பாடல், பிரிட்டனில் தோன்றியது. மோசமான ஆங்கில வானிலையை வெளிப்படுத்தும் அந்தப் பாடல், இந்தியாவிலுள்ள நமக்கு எந்த வகையிலும் தொடர்பற்றது. இரண்டாவது, முழுமையான உள்ளூர் பாடல். நமது வேளாண் சமூகத்தைப் பற்றியும் நாம் மழையை நம்பி இருக்கிறோம் என்பது பற்றியும் இங்கு வாழை வளர்க்கப்படுகிறது என்பது பற்றியும் அது நமக்குச் சொல்கிறது. இவை அனைத்தும் நமது குழந்தைகளின் அறிவை வளர்க்கும்.

மற்ற நாடுகளில் உள்ள கல்வி முறைகளைப் பார்ப்போம். வேகமாக வளர்ந்து வரும் பொருளாதார நாடாக உள்ள சீனாவில், பல்கலைக்கழகம் வரை பயிற்று மொழி தாய்மொழிதான். சந்தை யதார்த்தங்களைக் கருத்தில்கொண்டு, தற்போது ஆங்கிலத்தையும் மற்ற ஐரோப்பிய மொழிகளையும் மாணவர்களுக்கு விருப்பப் பாடமாகக் கற்றுத் தருகிறார்கள். ஜப்பான், கொரியா, பிரான்ஸ், ஜெர்மனியிலும் இதே நிலைமைதான். இந்த அனைத்து நாடுகளிலும் தொடக்கப் பள்ளி ஆசிரியர்கள், குழந்தைகளுக்கு அறிவியல், கணிதம், சமூக அறிவியல், வரலாறு ஆகிய பாடங்களை உள்ளூர் மொழியில் கற்றுத்தருகிறார்கள். ஏன் நம்மால் முடியாது? அதிக சிக்கலான கோட்பாடுகளையோ அல்லது சிக்கலான தேற்றங்களையோ கற்றுத்தரச் சொல்லி யாரும் கேட்பதில்லை. அவர்கள் அனைவருக்கும் தேவை அடிப்படைப் பள்ளிப் பாடங்கள்தான்.

பிரபலமான கென்ய எழுத்தாளரும் அமெரிக்கப் பல்கலைக் கழகங்களில் ஆங்கிலம் மற்றும் ஒப்பியல் இலக்கியத்தில் புகழ்பெற்ற பேராசிரியருமான கூகி வா தியோங்கோ, "மொழி நமக்கு அடிப்படையாக இருப்பது. நமது ஆன்மாவின் மையம். நினைவுகளின் ஊடகம். இடத்துக்கும் காலத்துக்குமான இணைப்பு.

நமது கனவுகளின் அடிப்படை” என்கிறார். உறுதியாக, நமது சொந்த மொழிகளை நாம் புறக்கணித்துவிட முடியாது.

ஆங்கிலம்தான் அதிகாரம் வழங்கும் கருவி என்று மக்களில் பலர் நம்புகிறார்கள். எனவே பயிற்று மொழியாகவும் அதுவே இருக்க வேண்டும் என்கிறார்கள். சி.என்.ஆர். ராவ், அப்துல் கலாம் போன்ற முக்கிய விஞ்ஞானிகள் ஆங்கிலவழிப் பள்ளிகளில் படித்தவர்களா? கன்னட மொழி எழுத்தாளர்களில் எட்டுப் பேர் பிரசித்திபெற்ற ஞானபீட விருதைப் பெற்றிருக்கிறார்கள். அதில் ஐந்து பேருக்கு ஆங்கிலத்திலும் ஆங்கில இலக்கியத்திலும் அதன் நுட்பங்களிலும் பிரமாதமான அறிவு உண்டு. எனினும், அவர்கள் கன்னட மொழியில் எழுதுவதையே தேர்வு செய்தார்கள். காரணம், அந்த மொழி அவர்களது ரத்த நாளங்களில் ஓடுவதுதான்.

இதில் சோகம் என்னவென்றால், இன்றுள்ள பெரும்பாலான பெற்றோர்கள் ஆங்கிலத்தால் கவரப்பட்டு, தங்களது குழந்தைகளை ஆங்கிலவழிப் பள்ளிகளுக்கு அனுப்பிவைக்கிறார்கள் (எனது தாய் செய்ததைப்போல). ஒரு குழந்தை தொடக்கப் பள்ளி நிலையில் படிக்கும் மொழி அதற்குப் பழக்கமானதாக, அதாவது தாய்மொழியில் கற்கும் போது, குழந்தை அறிவை மேலும் சிறப்பாக ஈர்த்துக் கொள்கிறது என்று ஆராய்ச்சியாளர்கள் சுட்டிக்காட்டியுள்ளதை பலர் அறிந்திருக்கமாட்டார்கள்.

முதல் மொழியில் கற்ற பல திறமைகளை இரண்டாவது மொழிக்கு மேலும் சிறப்பாக மாற்றிக் கொள்ள முடியும் என்பதையும் ஆய்வாளர்கள் காட்டியுள்ளனர். எடுத்துக்காட்டாக, ஒரு குழந்தை கன்னட மொழியில் நன்கு வாசிக்கும் திறனை வளர்த்துக்கொண்டால், அந்தக் குழந்தை ஆங்கிலத்தில் படிக்க அந்தத் திறன்களைப் பயன்படுத்திக்கொள்ள முடியும். உங்களது குழந்தைகளுக்கு ஆங்கிலத்தைக் கூடுதல் பாடமாகக் கற்றுத்தந்தால், அவர்கள் அதையும் எளிதாகக் கற்றுக்கொள்வார்கள் என்பது இதன் அர்த்தம். எனவே, இதில் என்ன பிரச்சினை?

இன்றைய நிலையில் ஆங்கிலம் அவசியம் என்பதை ஏற்கிறேன். ஆனால், அதற்கு நாம் அதிக அழுத்தம் கொடுத்து, நமது சொந்த மொழிகளைப் புறக்கணித்து வேரற்ற ஆன்மாக்களை உருவாக்குகிறோம். நமது தொடக்கப் பள்ளி குழந்தைகளுக்கு நமது சொந்த மொழியுடன், ஆங்கிலத்தையும் கற்றுத் தந்தால், அவர்களது கால்கள் உறுதியாகத் தரையில் நிற்கும். அவர்கள் தங்களது கைகளை நீட்டி வானத்தை எட்டிப்பிடிக்கலாம். அது அற்புதமாக இருக்காதா?

***பெங்களூர் மிர்ரர்*, 6 ஏப்ரல் 2015**

'பொருத்தமான ஒரு பெண்ணை' எதிர்நோக்கி

மரியாதையுடன் கூடிய தேவை எப்போது உருவாகும்?

முப்பதுகளின் மத்தியிலுள்ள விவசாயியான நடராஜ் நம்பிக்கை இழந்த நிலையில் உள்ளார். சில ஆண்டுகளுக்கு முன் தேர்வு செய்வதற்கு ஏராளமாக இருந்தைப்போல, இன்று தேர்வு செய்வதற்கு நடராஜ் முன்னால் எதுவும் இல்லை. 'ரொம்ப குட்டை' 'லேசான கருப்பு' 'குண்டு' எல்லாவற்றுக்கும் மேலாக 'எனது ஜாதிக்காரி இல்லை' என்றெல்லாம் சொல்லித் தட்டிக்கழித்த கர்வம்மிக்க காலம் போய்விட்டது. அதற்குப் பதிலாக அவர் இன்று சொல்கிறார்: "அவள் எப்படித் தோற்றமளிக்கிறாள் என்பதைப் பற்றியோ அல்லது எந்த ஜாதியைச் சேர்ந்தவள் என்பது பற்றியோ எனக்கு அக்கறை இல்லை. நான் கேட்பது எல்லாம், எனது மனமறிந்து நடப்பவளாக அவள் இருக்க வேண்டும் என்பதுதான்." ஆனாலும், அவருக்கு இன்னமும் திருமணம் கைகூடவில்லை.

மாண்டியாவில் ஒக்கலிக்க பிரிவைச் சேர்ந்த நடராஜ் மட்டுமல்ல. அவரைப் போன்ற பல இளைஞர்கள், திருமணம் செய்துகொள்வதற்குத் தகுந்த பெண் கிடைக்காமல் திண்டாடுகிறார்கள். மாண்டியா மாவட்டத்தில் பெரும்பாலான கிராமங் களில் திருமணமாகும் வயதிலுள்ள பத்து ஆண் களுக்கு இரண்டு அல்லது மூன்று பெண்கள்தான் இருக்கிறார்கள் என்று உள்ளூர் மக்களுடன்

வேலை செய்யும் நண்பர்கள் சொல்கிறார்கள். இதற்கு யாரைக் குற்றம் சொல்வது? பெண் சிசுக்கொலை குறித்த அறிவியல் ஆய்வுப்படி, ஆண் வாரிசுகளுக்கு நமது சமூகம் முன்னுரிமை கொடுக்கிறது. அதனால், இந்த இக்கட்டான சூழ்நிலை ஏற்பட்டுள்ளது. தற்போது, நமது சமூகம் நவீனமயமாகி யுள்ளதால், பெண்கள் முன்பு உள்ள வாய்ப்பாக, அவர்களின் திருமண வயது அதிகரித்துள்ளது என்று மட்டுமே ஒருவரால் யூகிக்க முடியும். மாண்டியாவில் இந்த நாட்களில், நட்ராஜ் போன்றவர்களுக்கு 'ஜீன்ஸ் பேண்ட் அணிந்தவர்கள்' சாபமாக உள்ளனர். பெங்களூருவில் உள்ள ஹோட்டல்களில் அல்லது தொழிற்சாலைகளில் வேலை செய்யும் கிராமத்தைச் சேர்ந்த இளைஞர்கள், நீலநிற ஜீன்ஸ் பேண்ட் அணிந்து கிராமங்களில் உள்ள தங்களது வீடுகளுக்கு வருகிறார்கள். அவர்கள் மீது கிராமத்துப் பெண்களின் பார்வை விழுகிறது. அவர்களைத் திருமணம் செய்துகொள்ள முன் வருகிறார்கள். பெங்களூரு செல்கிறார்கள். இதனால், நட்ராஜ் போன்ற விவசாயிகள், விவசாய நிலங்களில் உள்ள சோளக்கொல்லை பொம்மைபோலத் தங்களை உணரும் நிலைக்கு ஆளாகிறார்கள்.

இந்தப் பிரச்சினை மாண்டியாவோடு மட்டும் நின்றுவிடுவதில்லை. மலைநாடு, கர்நாடகத்தின் கடலோர மாவட்டங்களிலும் பல்வேறு சமுதாயங்களைச் சேர்ந்த இளைஞர்கள், மணமகளைத் தேடுவதில் நம்பிக்கை இழந்துபோய் இருக்கிறார்கள். வேளாண் பணிகளைவிட கல்வியும் தொழில்மயமாக்கலும் மேலும் முக்கியத்துவம் பெறத் தொடங்கியதிலிருந்து இந்த இக்கட்டான நிலைமை தொடங்கியது. இந்த மாற்றத்தினால் கடுமையாகப் பாதிக்கப்பட்ட முதல் சமூகம் ஹவ்யக பிராமணர்கள்தான்.

மற்ற பிராமண துணைப்பிரிவினரைப்போல அல்லாமல், ஹவ்யக பிரிவினர் பொதுவாகப் பெரிய விவசாயிகள். பரந்த மனதும் முற்போக்கு எண்ணமும் கொண்ட ஹவ்யக பிரிவைச் சேர்ந்தவர்கள், தங்களது ஆண், பெண் குழந்தைகளை நன்கு படிக்க வைப்பதில் உறுதியாக இருக்கிறார்கள். துரதிருஷ்டவசமாக அவர்களது, படித்த பெண்கள்–வழக்கறிஞர்களாகவும் மருத்துவர்கள் அல்லது பொறியாளர்களாகவும் பணி செய்யும் அவர்கள் – ஹவ்யக பையன்களைத் திருமணம் செய்துகொண்டு பாக்குத் தோட்டங்களில் வாழ்வதை விட, தங்களது ஜாதிக்கு வெளியே திருமணம் செய்ய விரும்புகிறார்கள்.

இருபது ஆண்டுகளுக்கு முன்பு, பாக்கு மர விவசாயிகளுக்கான *அடிகே வார்த்தே* (பாக்குச் செய்தி) என்ற செய்தி இதழில், ஹவ்யக பிரிவினர் எதிர்கொள்ளும் இந்தப் பிரச்சினை குறித்து

கவலை தெரிவித்து கட்டுரை வெளியானது. இந்தச் செய்தி மற்ற பிராமணர் சமூகத்தினருக்கும் பரவியது. ஒரு துணைப் பிரிவுக்குள்ளேயே பெண்களைத் தேடிக் கண்டுபிடிப்பது என்பது கடந்த சில ஆண்டுகளுக்கு முன் மிகப்பெரிய பிரச்சினையாக எழுந்தது. பிராமணர்களில் பல்வேறு துணைப்பிரிவுகளுக்குள் திருமணம் செய்துகொள்வது ஒரு பிரச்சினையே இல்லை என பல்வேறு பிராமண மடங்களின் தலைவர்கள் அறிவித்தார்கள். அதன் பிறகும்கூட, நெருக்கடி தீர்ந்தபாடில்லை. பிராமண குடும்பத்தைச் சேர்ந்த பையன்களுக்குத் தகுந்த பெண்கள் கிடைக்காத நிலையில், லிங்காயத் சமூகத்திலிருந்து பெண்களைத் தேர்ந்தெடுத்துக் கொள்ளும் வகையில், தற்போது 'கர் வாபசெ' (மூல மதத்துக்குத் திரும்புதல்) என்ற பெயரில் புதிய நடைமுறை அறிமுகப்படுத்தப்பட்டது.

ஒக்கலிகர்கள் அல்லது குரும்பர்கள் போலன்றி, லிங்காயத்துகள் பிராமணர்களைப்போல சைவம் சாப்பிடுபவர்கள் என்பதிலிருந்தே அதன் வெளிப்படைத் தன்மையைப் புரிந்து கொள்ளலாம். ஒருவழியாக லிங்காயத் பெண் முடிவு செய்யப் பட்டுவிட்டால், அந்தப் பெண்ணுக்கு 'கர் வாபசெ' சடங்கு நடத்தப்படும். மணமகனின் தாய்மாமன் அந்தப் பெண்ணை 'தத்து' எடுத்துக்கொள்வார். அதாவது, கடந்தகால லிங்காயத் சாதி அழிந்துவிடுவதாக அர்த்தம். அந்தச் சடங்குக்குப் பிறகு, பிராமணப் பையனுக்கும் புதிதாக 'மாற்றப்பட்ட' பிராமணப் பெண்ணுக்கும் திருமணம் நடக்கும். (பிராமணர் அல்லாத பையனுக்குப் பிராமணப் பெண்களைத் திருமணம் செய்து வைப்பதற்கு இந்தப் புதிய சடங்கில் இடமில்லை என்பதைக் குறிப்பாக அறிந்துகொள்வது முக்கியம்). அவர்களது பக்கம், திருமண சடங்குகள் நடைபெறுவதற்கு முன்னதாக, லிங்காயத் தர்மத்துக்கு அந்தப் பெண்ணை மாற்றுவதற்கான 'லிங்க தீட்சை' (லிங்காயத் சாதியில் பூணூல் அணிவிப்பது) லிங்காயத் சார்பில் நடத்தப்படும்.

இந்தப் பிரச்சினையின் பெருங்கொடுமையை அறிந்துகொள்ள, சமீபத்தில் பொது அரசியல் நீரோட்டத்துக்குத் திரும்பியுள்ள நக்ஸலைட் தலைவர் ஸ்ரீமணி நாகராஜிற்கு நடந்த நிகழ்ச்சியைப் பார்க்க வேண்டும். முப்பது ஆண்டுகளுக்கு முன், நாகராஜ் தனது சாதிக்கு வெளியே திருமணம் செய்துகொண்டபோது, அவரது சாதியினர் அவரது குடும்பத்தினரைச் சமூகத்திலிருந்து ஒதுக்கிவைத்தனர். இந்த சமுதாயப் புறக்கணிப்பு காரணமாக, தங்களுக்குத் திருமணம் செய்ய பையன்கள் கிடைக்கமாட்டார்கள் என்று பயந்த அவரது உறவுக்காரப் பெண்கள் இருவர் தற்கொலை செய்துகொண்டனர். நாகராஜை ஒதுக்கி வைத்த அந்த

சமூகத்தினர் இப்போது தங்கள் சமூகத்துக்கு வெளியில் தங்களது பெண்களுக்கு மகிழ்ச்சியுடன் திருமணம் செய்துவைக்கிறார்கள்.

மணப்பெண்களைக் கைப்பிடிப்பதில் நம்பிக்கை இழந்த பல ஆண்கள், தங்களது வலைகளை விரிவாக்கினர். சில நேரங்களில் இது திருமணத்துடன் முடிந்தது. சில நேரங்களில் சிரிப்பிற்கு இலக்கானது. சைவம் சாப்பிடும் சமூகத்தைச் சேர்ந்த ஒருவர் குறித்த வேடிக்கையான சம்பவம். 40 வயதில் இருந்த அவர், நல்ல வேலை, பங்களா, கார் என்று நன்கு வசதியாக இருந்தார். ஆனால், திருமணமாகாத கவலையில் இருந்தார். இறுதியாக, மீனவ குடும்பத்தைச் சேர்ந்த ஒரு பெண்ணைத் திருமணம் முடிக்க வாய்த்தது. பணக்காரப் பையனை தனது மகள் திருமணம் முடிக்க இருப்பது குறித்து அந்தப் பெண்ணின் ஏழைப் பெற்றோர் சிலிர்த்துப் போனார்கள். எனினும், அனைத்து விஷயங்களும் முடிவு செய்யப்பட்ட நாளில், திருமணத்துக்குப் பிறகு மணமகள் அசைவ உணவுகளைச் சாப்பிடக்கூடாது என்று மணமகன் வலியுறுத்தினார். இதைக் கேட்டதும், அந்தப் பெண் கோபப்பட்டு, அவரையும் பங்களாவையும காரையும் வேண்டாம் என்று நிராகரித்துவிட்டாள்.

எது எப்படி இருந்தாலும், இந்த நாட்களில் 'திருமணச் சந்தையில்' பெண்களுக்குக் 'கிராக்கி' இருக்கிறது. எதிர்பாராத விதமாக, 'சந்தைக் கோட்பாடுகளுக்கு' எதிராக, தேவை என்பது இங்கு 'மதிப்பைக்' கூட்டிவிடவில்லை. பெண்கள் கீழானவர்களாகத்தான் பார்க்கப்படுகிறார்கள். சில நேரங்களில், மாண்டியா உள்பட பல இடங்களில், சாதிக்கு வெளியே திருமணம் செய்பவர்கள் 'ஆணவக் கொலைகள்' மூலம் உலகை விட்டு அனுப்பப்படுகிறார்கள். இதையெல்லாம் பார்த்தபிறகு நாம் விரும்புவதெல்லாம், பெண்களுக்கு இருக்கும் இந்தக் 'கிராக்கி' அவர்கள் மீதான 'மரியாதை'யாகப் பரிணமிக்க வேண்டும் என்பதுதான்.

பெங்களூர் மிர்ரர், **18 மே 2015**

கொல்வதா அல்லது கொல்லாமல் இருப்பதா?

139 நாடுகள் மரண தண்டனையைத் தடை செய்துவிட்டன; அதைப் பிடித்துத் தொங்கிக்கொண்டிருக்கிறது இந்தியா

அரசு கடவுள் அல்ல. விரும்புகிறபோது எதை அதனால் திருப்பித் தர முடியாதோ அதைச் செய்வதற்கு உரிமை இல்லை.

– ஆந்தோன் செக்காவ்

மரண தண்டனை குறித்து அக்கறை உள்ளவர்கள் ஜார்ஜ் ஆர்வெல் எழுதிய 'ஏ ஹேங்கிங்' என்ற கட்டுரையைக் கட்டாயம் படிக்க வேண்டும். பர்மாவில் இருந்த ஆர்வெல், பிரிட்டிஷ் இந்தியப் போலீஸ் அதிகாரியாக நியமிக்கப்பட்ட காலத்தில், இந்து ஒருவர் தூக்கிலிடப்பட்டது பற்றி அந்தக் கட்டுரை பேசுகிறது. அந்த மனிதர் தூக்குமேடைக்கு அழைத்துச் செல்லப்படும்போது, மழைத் தண்ணீரால் உருவான சேற்றைவிட்டு சற்று விலகி நடப்பதை ஆர்வெல் கவனிக்கிறார். அந்தக் காட்சி அவரை ஆச்சரியப்பட வைக்கிறது: "அது ஆர்வமூட்டுகிறது. ஆனால், ஆரோக்கியமான, சுயநினைவுள்ள மனிதனை அழிப்பது எந்த வகையில் அர்த்தமுள்ளது என்பதை இந்தக் கணம் வரை எப்போதும் நான் உணர்ந்ததில்லை. சேற்றைத் தவிர்த்து விலகி நடந்த கைதியைப் பார்த்தபோது, முழுமையான ஒரு வாழ்வை இடையிலேயே சுருக்கிவிடுவதிலுள்ள

சொல்ல முடியாதவற்றையும் புதிரையும் என்னால் உணர முடிந்தது. அந்த மனிதன் செத்துக்கொண்டிருக்கவில்லை. நாம் உயிருடன் இருப்பதுபோல் அவனும் உயிருடன் இருக்கிறான்" என்று அவர் குறிப்பிடுகிறார்.

எந்தவிதமான சிவில் சமூகத்திலும் குற்றத்துக்கு தண்டனை என்பது அவசியம்தான். ஆனால், மரண தண்டனை, அரிதிலும் அரிதான வழக்குகளில்கூட, இறுதிநிலை எடுக்கப்பட்டால் அதைத் திரும்பக் கொண்டுவர முடியாது. மக்களில் பலரும் நமது நீதித்துறையினரும் மரண தண்டனையை இதன் அடிப்படையில் நியாயப்படுத்துகின்றனர்: 1. குற்றத்தைத் தடுத்து நிறுத்துதல் 2. நீதி 3. பழிவாங்குதல் அல்லது கொடூரமான பெரும்பான்மையினரைத் திருப்திப்படுத்துதல் அதாவது கூட்டு மனசாட்சியைத் திருப்திபடுத்துதல் என்று அறியப்படும்.

மரண தண்டனைகள் குற்றத்தைத் தடுத்து நிறுத்தவில்லை என்பதை உலகம் முழுவதும் நடந்த ஏராளமான ஆய்வுகள் காட்டுகின்றன. உதாரணமாக, அமெரிக்காவில், மின்சார நாற்காலிக்குக் குற்றவாளிகளை அனுப்பும் மாநிலங்களைவிட, மரண தண்டனை எதுவும் விதிக்கப்படாத மாநிலங்களில், கொலை குற்றங்களின் அளவு குறைவாகவே உள்ளது. நமது நாட்டுக்கு வருவோம். "எதிர்காலத்தில் வெளிநாட்டு சதிகாரர்கள் அல்லது பயங்கரவாதிகள் இந்திய மண்ணில் கொடிய சதித் திட்டங்களைச் செயல்படுத்துவதை இது தடுக்கும்'' என்ற அடிப்படையில் ராஜீவ்காந்தி கொலை வழக்கில், சென்னையில் உள்ள தடா நீதிமன்ற சிறப்பு நீதிபதி, சதி செய்த அனைவருக்கும், கொலையாளிகளுக்கும் (கொலையாளிகள் அனைவரும் இறந்துவிட்டனர்) தூக்கு தண்டனை விதித்து தீர்ப்பு வழங்கினார். இந்த நீதிபதியின் எச்சரிக்கை பற்றி அஜ்மல் கஸாப் மற்றும் அவரது கூட்டாளிகள் கேள்விப்பட்டிருக்கவில்லை என்று நான் யூகிக்கிறேன். எந்த வகையிலும் சாவதற்குத் துணிந்த பயங்கரவாதிகளை மரண தண்டனை தடுத்து விடும் என்பது வேடிக்கையாக இருக்கிறது. எனவே, எந்தவிதமாக குற்றங்களைத் தடுத்து நிறுத்துவது குறித்து நாம் பேசிக்கொண்டிருக்கிறோம்?

"நான் நம்புகிறேன்... அனைத்து மனித உயிர்களும் புனித மானவை என்றால், நமது சட்ட அமைப்புகளை உள்ளார்த்தமாக நீங்கள் நம்ப முடிந்தால், மரண தண்டனை விதிக்கப்படுவதில் தவறு ஏதும் இல்லை. ஆனால், ஒருவரும் அப்படி நம்புவது இல்லை ஆனால், கயவர்கள் எப்போதும் சட்ட அமைப்புகளை நம்புகிறார்கள்" என்று 'அமெரிக்கன் காட்ஸ்' புத்தகத்தில் (2001) எழுத்தாளர் நெயில் கெய்மேன் எழுதியுள்ளார்.

சட்ட நடவடிக்கைகளின் அடிப்படையில் மரண தண்டனைக்குக் கொஞ்சம் ஆதரவு உள்ளது. ஆனால், நீதிமன்றம் மரண தண்டனை விதிக்கும் பெரும்பாலான வழக்குகளில், குற்றம்சாட்டப்பட்டவர்களுக்கு சட்ட உதவி போதுமான அளவுக்குக் கிடைப்பதில்லை என்பதையே ஆய்வுகள் காட்டு கின்றன. இதன் உண்மைத்தன்மையை நாம் இதுவரை சோதித்துப் பார்த்ததில்லை. இந்திய நாடாளுமன்றத்தின் மீது 2001ஆம் ஆண்டு டிசம்பரில் நடந்த தாக்குதல் தொடர்பாக, அப்சல் குருவுக்கும் எஸ்.ஏ.ஆர். கிலானிக்கும் கீழமை நீதிமன்றம் மரண தண்டனை விதித்துத் தீர்ப்பளித்தது. கிலானி வழக்கில் பிரபல வழக்கறிஞர் ராம்ஜேத்மலானி ஆஜரானதை அடுத்து, உச்சநீதிமன்றத்தில் அவர் விடுவிக்கப்பட்டார். எனினும், போதிய சட்ட உதவி கிடைக்கப் பெறாத அப்சல் குரு தூக்கிலிடப்பட்டார். அமெரிக்கா போன்ற நாடுகளில்கூட, மேம்போக்கான புலனாய்வு அல்லது பாரபட்சமான நீதித்துறை போன்றவற்றால் பலர் மரண தண்டனைக்கு ஆளாகின்றனர். ஒரு முறையல்ல இரு முறை மரணத்தின் விளிம்புக்குச சென்ற பிரபல குத்துச்சண்டை வீரரான ரூபின் 'ஹரிக்கேன்' (சூறாவளி) கார்ட்டர் வழக்கு மிகவும் பிரபலமானது. அவர் 20 ஆண்டுகள் சிறையில் கழித்த பின், நிரபராதி என்று அறிவிக்கப்பட்டு, 1985ஆம் ஆண்டில் விடுதலை செய்யப்பட்டார். 2009இல் நமது உச்சநீதிமன்றம், சில மரண தண்டனை வழக்குகளில் தவறிழைத்துவிட்டதை ஒத்துக்கொண்டது. ஒரு மனிதனிடமிருந்து உயிரை எடுப்பதற்கு, சட்டம் சரியாகக் கடைப்பிடிக்கப்படுகிறது என்பதை தெளிவான மனசாட்சியுடன் நாம் சொல்ல முடியுமா என்பதற்கு இது ஒரு சான்று.

'மரண தண்டனை கைதியின் இறுதி நாள்' 'தி லாஸ்ட் டே ஆஃப் ஏ கண்டம்ட் மேன்'–1829) என்ற சிறிய நாவலில் விக்தோர் ஹ்யூகோ எழுதுகிறார்:"ஆனால், இரண்டாவதாக நீங்கள் சொல்லலாம், 'சமூகம் சரியாக பழிக்குப்பழி வாங்க வேண்டும். சமூகம் தண்டிக்க வேண்டும்' என்று. இரண்டுமே தவறு. பழிக்குப்பழி தனிநபரிடமிருந்து வருகிறது.. தண்டனை கடவுளிடமிருந்து வருகிறது."

ஒருவரின் மரணத்துக்கு உத்தரவு பிறப்பிப்பது நீதிமன்றத்தைப் பொருத்தவரை, அது அரசு அமைப்பாக இருப்பதால், அது சரிதான் என்று மக்களில் சிலர் நம்புகிறார்கள். பெருவாரியான மக்களின் நலனுக்காக ஒருவரைக் கொல்வதற்கு அரசுக்கு உரிமை உள்ளது என்று அவர்கள் நினைக்கிறார்கள். ஒரு மனிதன் கொலை செய்வது சரியில்லை என்கிறபோது, ஓர் அரசு கொலை செய்வது எப்படிச் சரியாகும்? மனிதர்களுக்கு மரண தண்டனை

விதிக்கப்படுவதை நாம் ஆதரித்தால், மத்திய காலத்துக்குப் பின்னோக்கிச் செல்வதாகும். கண்ணுக்குக் கண், கைக்குக் கை, தீவைப்புக்கு தீவைப்பு, அழித்தொழிப்புக்கு அழித்தொழிப்பு என்ற சொல்ல வேண்டிவரும். தர்க்கரீதியாகப் பாருங்கள். தலிபான்களின் முல்லாக்களைப்போல நடந்துகொள்ளாதீர்கள். 'கூட்டு மனசாட்சியை திருப்திப்படுத்துவது' நீதிமன்றங்களின் வேலை அல்ல. இதுபோன்ற பொருத்தமற்ற எதற்கும் சட்டத்தில் இடமில்லை.

''தனிநபர் பழிவாங்குதல் என்பது குற்றத்துக்கான தீர்வு என்பதை நவீனச் சட்டம் நிராகரித்துள்ளது. தார்மீக அடிப்படையில் நியாயப்படுத்தக்கூடியதாக இருந்தாலும்கூட பழிவாங்குதலை அது அனுமதிக்கவில்லை. இப்படி இருக்கும் போது, கொல்லைப்புற வாயில் வழியாகக் கடத்திவந்து, கருப்பு அங்கி அணிந்து, சமூகத்தின் தார்மீக மனசாட்சியைப் பேசிக் கொண்டு, மரண தண்டனை கொடுப்பது சரியா?" என்று மனித உரிமைச் செயல்பாட்டாளரான மறைந்த கே. பாலகோபால் தனது கட்டுரை ஒன்றில் சுட்டிக்காட்டியுள்ளார். இந்த நாட்களில் உலகமயமாகி வரும் இந்தியர்களாகிய நாம் இதுகுறித்துச் சிந்திக்க வேண்டும் என விரும்புகிறேன். ஏனெனில், உலகம் முழுவதும் உள்ள 139 நாடுகள் மரண தண்டனையைத் தடை செய்துள்ளன. அதற்குப் பதிலாக, ஈராக், ஈரான், வட கொரியா, சீனா, அமெரிக்கா போன்ற நாடுகளைப் போல நாமும் நீதியின் ஒவ்வாத வடிவத்தைக் கடைப்பிடிக்க விரும்புகிறோம். நாம் வளர வேண்டிய நேரம் அல்லவா இது?

இந்தக் கட்டுரையை எழுதிக்கொண்டிருக்கும் நேரத்தில், யாகூப் மேமனின் விதி முடிவு செய்யப்படவில்லை. 257 மக்களின் வாழ்க்கையைப் பறித்து குற்றம் செய்திருந்தால், கடைசி மூச்சு இருக்கும் வரை அந்த நரகத்தில் வாழ்ந்துபோகட்டும். எனது கைகளிலோ அல்லது மனதிலோ அவரது ரத்தக்கறை படிய உறுதியாக விரும்பாத நபர்களில் நானும் ஒருத்தி

(இந்தக் கட்டுரை வெளிவந்த இரண்டு நாட்கள் கழித்து, 53வது பிறந்த நாளில் காலையில் மேமன் தூக்கிலிடப்பட்டார்.)

பெங்களூர் மிர்ரர், 28, ஜுலை 2015

நேற்று பசவண்ணர், இன்று கல்புர்க்கி

லிங்காயத் மதத்தில் மறந்துபோன சமத்துவம்

இது நிகழ்ந்தது 2003 அல்லது 2004ஆம் ஆண்டில். தாவணெகரே மாவட்டத்தில் மலேபென்னூரில் 'ஜெய் ஸ்ரீராம்' என்ற உற்சாகக் கோஷத்துடன் சில லிங்காயத் இளைஞர்கள், சிறுபான்மை சமூகத்தைச் சேர்ந்த இரு பெண்களின் ஆடைகளை அவிழ்த்தெறிந்து அவர்களை வன்புணர்ச்சி செய்தனர். இதைத் தொடர்ந்து கலவரமும் சூறையாடலும் நிகழ்ந்தன. எனது தாய் வழி பூர்வீக கிராமத்துக்கு அருகே உள்ளது மலேபென்னூர் என்பதால் இச்சம்பவம் தீவிரமாக என்னைப் பாதித்தது

பல தலைமுறைகளாக இந்துக்களும் முஸ்லிம் களும் நல்லிணக்கத்துடன் வாழ்ந்து வந்த இடம் மலேபென்னூர். இந்தச் சம்பவத்துக்குப் பிறகு, தாவணெகரே மடத்தில் பேசுவதற்கு என்னை அழைத்தார்கள். அதுவரை லிங்காயத் மடத்தைத் தவிர்த்துவந்த நான், உள்ளூர் லிங்காயத்துகளுக்கு எனது மனதில் உள்ளவற்றைச் சொல்ல வேண்டும் என்பதற்காக அங்கு செல்ல முடிவு செய்தேன். ஏ.கே. ராமானுஜன் மொழிபெயர்ப்பில் பசவண்ணரின் புகழ்பெற்ற வசனத்திலிருந்து ஒன்றை நான் மேற்கோள் காட்டினேன். அது:

> பணக்காரர்கள் சிவனுக்குக் கோவில் கட்டுகிறார்கள்
> நான் ஒரு ஏழை மனிதன், என்ன செய்வது?

எனது கால்கள் தூண்கள்
உடல்தான் கோவில்
தலை தங்க ஸ்தூபி
கேள்! நதிகள் கூடல் சங்க மத்தானே!
நிற்கும் பொருள்கள் சரிந்து விழும்
அசைவன எப்போதும் நிலைத்து நிற்கும்.

"உங்களது லிங்காயத் மதத்தைத் தோற்றுவித்த பசவண்ணர், கோவில் கட்டுவதற்கும் விக்ரகங்களை வழிபடுவதற்கும் எதிராக இருந்தார். ஒரு கற்பனையான கடவுளுக்காக கோவில் கட்ட விரும்பும் சக்திகளுடன் நீங்கள் ஏன் தொடர்புவைத்துக்கொள்கிறீர்கள்?", என்று அங்கு கூடியிருந்தவர்களிடம் நான் கேட்டேன். அங்கு பதற்றம் ஏற்பட்டது. எனது பேச்சை முடிக்க விடவில்லை. எனக்குப் போலீஸ் பாதுகாப்பு கொடுக்கப்பட்டதைப் பார்த்து உள்ளூர் லிங்காயத்துகள் வருத்தப்பட்டனர்.

அதிர்ஷ்டவசமாக, அந்த நாளில் தாவணெகரேயில் நான் தங்கியிருந்த அதே ஹோட்டலில் டாக்டர் எம்.எம். கல்புர்க்கி இருந்தார். மடத்தில் எனக்கு நேர்ந்தவற்றைக் கேள்விப்பட்ட அவர், என்னை அழைத்துவரச் செய்தார். அவரைச் சந்தித்தது அந்த ஒரேமுறைதான். பல்வேறு கல்வெட்டு சாசனங்களில் குறிப்பிடப்பட்டுள்ளதைச் சுட்டிக்காட்டி, லிங்காயத்துகள் இந்துக்கள் இல்லை என்பதற்கான வசனங்களை விளக்கினார் பண்புள்ள அந்த அறிஞர். "நீங்கள் சொன்னது சரியானது. உங்களது கருத்துகளைக் கூறுவதற்குப் பயப்படாதீர்கள்" என்று அவர் ஊக்கமளித்தார்.

கல்புர்க்கியின் மிருகத்தனமான கொலைக்கான காரணம் இன்னமும் உறுதிப்படுத்தப்படவில்லை. எனினும், பெரும் பான்மையினரின் நம்பிக்கைக்கு எதிராகப் பேசுவது எப்போதும் அபாயகரமானது என்பதை அவரது மறைவு காட்டுவதாக வலதுசாரிப் பிரிவினர் கொண்டாடினர்.

அண்டையிலுள்ள சிலரைப்போல அல்லாமல், பல்வேறு வகையான கருத்துகளுக்கும் இடமளிக்கும் நாங்கள் மிகவும் சகிப்புத்தன்மை கொண்டவர்கள் என்று கன்னடர்கள் நம்புகிறோம். துரதிர்ஷ்டவசமாக, ஒன்பது நூற்றாண்டுகளுக்கு மேலாக இங்கு நிலைமை மாறவில்லை. கல்புர்க்கி கொலைக்கு எதிராக ஞாயிற்றுக்கிழமை நடந்த போராட்டக் கூட்டத்தில் வைக்கப்பட்டிருந்த பதாகை இதை வெளிப்படுத்தியது. 'நேற்று பசவண்ணர், இன்று கல்புர்க்கி' என்று அதில் எழுதப்பட்டிருந்தது.

பன்னிரண்டாம் நூற்றாண்டைச் சேர்ந்த கவிஞரும் சமூக சீர்திருத்தவாதியுமான பசவண்ணர், சாதி அமைப்பு

முறைகளுக்கு எதிராக உறுதியுடன் நின்றார். சாதியற்ற சமூகத்திற்காகப் போராடுவது ஒன்றே கடவுள் வழிபாடு என்று நம்பிய அவர், அதற்காகப் போராடினார். பிராமண சாதி அமைப்பு முறைக்கு எதிராக அவர் கிளர்ந்து எழுந்தார். 'கீழான' சாதிகளில் பிறந்தவர்களுடன் தன்னை அடையாளப்படுத்திக் கொண்டார்.

மாதர (சக்கிலிய) சென்னையாவின் வேலைக்காரருக்கும் கக்கய்யா என்ற தோல் பதனிடும் பெண்ணுக்கும் அவர் பிறந்ததாகச் சொல்லும் அளவுக்குச் சென்றார். அனைத்து சாதி, வகுப்பு களைச் சேர்ந்த மக்களை ஈர்க்கும் வகையில் பசவண்ணரும் மற்ற வசனக்காரர்களும் உறுதியான இயக்கத்தை வெற்றிகரமாகக் கட்டமைத்தனர். தங்களது முந்திய சாதிய அடையாளங்களை விட்டுவிட்டு, அனைவரும் சமம் என்று கருதி புதிய சமூக அமைப்புக்குள் வந்தவர்கள், 'லிங்காயத் தர்மா' என்று அழைக்கப் பட்டனர். எனினும், திருமணம் என்று வந்தபோதுதான், பசவண்ணருக்கு உண்மையான சோதனை வந்தது.

ஏழை செருப்புத் தைப்பவரான ஹராலயா, பணக்கார பிராமணரான மதுவரஸா ஆகிய இருவரும் பசவண்ணரின் தீவிர ஆதரவாளர்கள். பசவண்ணரின் சமத்துவ சமூகத்தில் உண்மையிலேயே நம்பிக்கை வைத்துள்ளதை மனப்பூர்வமாகவும் செயலிலும் காட்ட விரும்பினர். எனவே, ஹராலயாவின் மகன் ஷீலவந்தாவை, மதுவரஸாவின் மகள் லாவண்யாவுக்கு திருமணம் செய்துவைக்க அவர்கள் முடிவு செய்தனர்.

ஒரு பிராமணப் பெண்ணுக்கும் தீண்டத்தகாத சாதி பையனுக்கும் இடையே திருமணம் என்பதை புரோகித வகுப்பினர் சகித்துக்கொள்ளவில்லை. பசவண்ணர் மணமக்களுக்குத் தனது ஆசிகளை வழங்கினார். அந்தத் திருமணத்தை எதிர்த்த அவர்கள், பிஜ்ஜாலாவிடம் புகார் தெரிவித்தனர். நாவிதர் சமூகத்தைச் சேர்ந்த பிஜ்ஜாலா, மேல் சாதிக்காரர்களின் நெருக்கடியை எதிர்க்க முடியாமல், வளைந்து கொடுத்தார். கொடூரமாகவும் உடனடியாகவும் தண்டனை இருக்க வேண்டும். மணமகன் ஷீலவந்தாவின் கண்களைத் தோண்டி எடுத்த பிறகு, மணமகன், ஹராலயா, மதுவரஸா ஆகியோரை யானையின் கால்களில் கட்டி அவர்கள் சாகும்வரை சாலைகளில் இழுத்துச் செல்ல வேண்டும் எனத் தீர்ப்பளிக்கப்பட்டது.

பிஜ்ஜாலாவின் ராணுவம், லிங்காயத்துகளின் மீது திடீர் தாக்குதல் நடத்தியது. ஆயிரக்கணக்கானவர்கள் கொல்லப் பட்டனர். பலர் பல்வேறு திசைகளில் தப்பியோடினர். சாதி, வர்க்கமற்ற சமுதாயத்தைக் கட்டமைக்க முயன்ற அவர்களைப்

பற்றிய ஆதாரங்கள் பல்வேறு மக்களால் எழுதப்பட்ட வசனங்களில் உள்ளன. அந்த வசனங்களைப் பாதுகாப்பாகக் காப்பாற்றும் வகையில் பல்வேறு இடங்களிலுள்ள மக்கள் பலரிடம் லிங்காயத்துகள் அவற்றைக் கொடுத்து வைத்தனர். இருபதாம் நூற்றாண்டில்தான் அவை ஒன்றாகச் சேகரிக்கப் பட்டன. 900 ஆண்டுகளுக்கு முன், லட்சக்கணக்கான வசனங்கள் இயற்றப்பட்டன. ஆனால், இன்று 20 ஆயிரம் மட்டுமே மிஞ்சி யிருக்கின்றன. பசவண்ணரைப் பொருத்தவரை, சாதிகளுக் கிடையேயான திருமணத்திற்கு ஏற்பட்ட பெருங்குழப்பங்களால் கலங்கிப்போன அவர், கல்யாண் பகுதிக்குச் சென்றுவிட்டார்.

இன்று, உயர்வான கருத்துகளைத் தோற்றுவித்த தங்களது மதத்தின் சீரிய கோட்பாடுகளை பெரும்பாலான லிங்காயத்துகள் மறந்துவிட்டனர். அதற்குப் பதிலாக, கோவில் செல்லும் பக்தர்களாகவும் கடவுள் வழிபாட்டுக்காரர்களாகவும் மாறிவிட்டனர். பசவண்ணர் யாரை எதிர்த்துக் கடுமையாகக் கிளர்ச்சி செய்தாரோ, அதே புரோகித வகுப்பினருக்கு கருத்து அடிமைகளாக மாறியதுதான் இதனினும் சோகம். கன்னட மொழியின் கலாச்சார வரலாறு, வசன இயக்கம் ஆகிய இரண்டையும் ஆராய்ந்த கல்புர்கி போன்ற அறிஞர்கள், "இது உங்கள் மதம் அல்ல" என்று அவர்களிடம் சொல்ல முயன்றனர். கடவுள் நிந்தனையாளர் என்று அவரை அழைத்த அவர்கள், அவர்மீது சட்டரீதியான வழக்குகளைத் தொடர்ந்து தொந்தரவு செய்தனர். அவர் சுட்டுக்கொல்லப்பட்டபோது, "இந்து மதத்தை நீங்கள் கேலி செய்தால், நீங்கள் நாயைப்போலச் சாவீர்கள்" என்று இறுமாப்புடன் கூறினார்கள். அவர்கள் மறந்து போனது எதையென்றால், கல்புர்கி மட்டுமல்ல, பல நூற்றாண்டுகளுக்கு முன் பசவண்ணனர் தனது கருத்துகளுக்காகக் குரல் எழுப்பாமல் இருந்தால், லிங்காயத்துகள் இருந்திருக்கமாட்டார்கள் என்பதைத்தான்.

கல்புர்கியின் மரணத்தினால் பொருளாதாரரீதியான லாபம் யாருக்கு என்பது எவருக்கும் தெரியாது. பசவண்ணர், கல்புர்க்கி போன்ற சமூக சீர்திருத்தக் குரல்களை மிருகத்தனமாக கொலைசெய்து அடக்கி, வலதுசாரி பாசிச சக்திகள் லாபமடையத் துடிக்கின்றன என்பது தெளிவாகத் தெரிகிறது. எனினும், கருத்துகளுக்கு எப்போதும் சாவு கிடையாது.

***பெங்களூர் மிர்ரர்*, 31 ஆகஸ்ட் 2015**

மனசாட்சியின் காவலர்களும் வலிந்து உருவாக்கப்பட்ட நெருக்கடியும்

பாஜகவை பதற்றத்தில் ஆழ்த்திய விருதுகள் திருப்பியளிப்பு

கடந்த சில வாரங்களுக்கு முன்னதாக (அக்டோபர், 2015) இந்திய வரலாற்றில் முதன் முறையாக இலக்கிய உலகத்தினர் தங்களது அதிருப்தியைக் கடுமையாக வெளிப்படுத்தினர். கருத்துச் சுதந்திரத்துக்காகவும் பல்வேறு மத, கலாசாரங்கள் கொண்ட இந்தியாவில் கருத்து களைப் பாதுகாப்பதற்கான போராட்டத் துக்கும் தற்போது சர்வதேசரீதியான ஆதரவு கோரி பெருங்குரலெழுப்பினர். இயற்கையாகவே, காக்கி கால்ச்சட்டை அணிந்த வலதுசாரிக் கும்பலை பைத்தியக்காரத்தனமாகப் பிதற்ற வைத்துவிட்டது இது. உயர்ந்து வரும் இந்த அதிருப்தி எழுச்சி அலையை எப்படி அடக்குவது என்று தெரியாமல், அவர்கள் பல்வேறு புனைவுகளுடன் வரத் தொடங்கிவிட்டனர். அவர்களது புனைவுகளை ஒவ்வொன்றாகப் பார்க்கலாம்.

மத்திய அரசுக்கு எதிராக 'வலிந்து உருவாக்கப்பட்ட நெருக்கடி' இது.

நோம் சாம்ஸ்கியின் 'வலிந்து உருவாக்கப்பட்ட ஒப்புதல்' என்ற பிரபல கோட்பாட்டை அருண் ஜேட்லி திருப்பிச் சொல்வதற்கான முயற்சிதான்

இது. ஆனால், இதுவரை ஒருவருக்கொருவர் நேரில் சந்திக்காமல் அல்லது கேள்விப்படாமல் அல்லது ஒருவரது எழுத்துகளைப் படிக்காமல் இருந்த அனைத்து எழுத்தாளர்களும் நமது சமூகத்தில் சகிப்பின்மை அதிகரித்து வருவது குறித்து தங்களது அதிருப்தியைத் தெரிவித்துள்ளதை ஜேட்லி கருத்தில் கொள்ளவில்லை. அவர்களுக்கிடையே 'நெருக்கடியை' 'வலிந்து உருவாக்க' இடைநிலை வழிகள் எதுவும் கிடையாது. அவர்கள் அனைவரும் தனிப்பட்ட முறையிலும் தன்னிச்சையாகவும் தங்களது எதிர்வினையை வெளிப்படுத்தியுள்ளனர். உண்மையில், மண்டலுக்கு எதிராகக் கமண்டல், ஒவ்வொரு தேர்தலுக்கும் முன்னதாக கிறித்துவர்கள், முஸ்லிம்கள், தலித்துகள், பெண்கள் போன்றவர்கள் மீது தாக்குதல் நடத்தி மக்களின் கவனத்தை, வறுமை, வேலையின்மை, ஏற்றதாழ்வு போன்ற உண்மையான பிரச்சினைகளிலிருந்து முழுமையாகத் திசைதிருப்புதல் போன்ற 'நெருக்கடிகளை' உருவாக்குவது போன்ற கலையை சங்கப் பரிவாரங்கள் கச்சிதமாக செய்து முடிக்கிறார்கள்.

இந்த எழுத்தாளர்களின் படைப்புகளை மிகச்சிலர் மட்டுமே படிக்கிறார்கள். எனவே, இந்தப் போராட்டம் அர்த்தமற்றது. பொதுமக்களிடம் தடுமாற்றத்தை ஏற்படுத்தாது.

சரியானதுதான். யார் இந்த நயன்தாரா ஷெகல் என்று ஒரு சாதாரண மனிதன் கேட்கலாம். சம்பாபற்றியும் (பம்பா விருதை திருப்பிக் கொடுத்தன் மூலம் விருதுகளைத் திரும்பக் கொடுப்பதற்கான தூண்டுதலாக இருந்தவர் சந்திரசேகர பாட்டீல்) மற்றும் எழுத்தாளர் கும் வீரபத்திரப்பா பற்றியும் பல லட்சக்கணக்கான வாசகர்களுக்கு தெரியாமல் இருக்கலாம். ஆனால், "நாட்டின் மனசாட்சியை உலுக்கவும் அவர்களைச் சுற்றி என்ன நடந்துகொண்டிருக்கிறது என்பது குறித்து மக்களுக்கு விழிப்புணர்ச்சியூட்டவும், சமூக நல்லிணக்கப் பாரம்பரியத்தின் மீதான தாக்குதலுக்கு எதிராகவும் இந்த விருதுகளைத் திருப்பியளிக்கிறேன். மக்கள் இதனைக் கவனித்துக்கொண்டிருப்பார்கள் என்று உறுதியாக நம்புகிறேன். இந்தச் செய்தி அவர்களைச் சென்றடைந்திருக்கும் என்றும் நான் நம்புகிறேன்" என்று ஷெகல் கூறினார். அவர்களது போராட்டம் இதைத் துல்லியமாகச் சுட்டிக்காட்டுகிறது. ஏனெனில், இன்று ஒரு சாதாரண மனிதர், 'ஷெகல் யார்?' என்று கேட்பதற்குப் பதிலாக, 'மாட்டு இறைச்சி சாப்பிட்டதற்காக ஒரு மனிதன் ஏன் கொல்லப்பட்டான்?' என்று கேட்கிறார்.

இந்த எழுத்தாளர்கள் விளம்பர மோகத்தில் இருக்கிறார்கள். அவர்கள் கோழைகள்!

போராடும் எழுத்தாளர்கள், கௌரவம் வாய்ந்த விருதுகளைப் பெறும்போது போதுமான அளவுக்கு விளம்பரம் பெறுகிறார்கள். எனவே, தற்போது மேலும் அதற்கு ஏன் அவர்கள் ஆசைப்பட வேண்டும்? அத்துடன், எத்தகைய காலத்தில் வாழ்கிறோம். கருத்து வேறுபாடு உள்ள சிலர் அதிர்ஷ்டக்காரர்கள். அவர்கள் முகத்தில் மட்டும் கரி பூசுகிறார்கள் (அடல் பிகாரி வாஜ்பாயியின் முன்னாள் உதவியாளரும் வலதுசாரி அமைப்பின் சிந்தனையாளர் குழாமின் தலைவருமான சுதீந்தர குல்கர்னி போன்று). அவ்வாறு இல்லையென்றால், அவர்கள் சுட்டுக் கொல்லப்படுகிறார்கள் (சமீபத்திய எடுத்துக்காட்டு எம்.எம். கல்புர்கி). போராடும் எழுத்தாளர்கள் கோழைகளாக இருந்தால், போராட்டத்தில் அவர்கள் ஏன் ஈடுபட்டு, 'நான் உடன்படவில்லை' என்று சொல்ல வேண்டும்? எந்த நியாயமும் இல்லாமல் கொல்லும் பைத்தியக்காரக் கும்பலின் தயவில் வாழும் நிலையை அவர்களே ஏற்படுத்திக்கொள்வார்களா?

சல்மான் ருஷ்டியின் புத்தகம் தடை செய்யப்பட்டபோது இந்த எழுத்தாளர்கள் எங்கே போயிருந்தார்கள். தஸ்லிமா நஸ்ரின் இந்தியாவை விட்டுத் துரத்தப்பட்டபோது அவர்கள் எங்கே இருந்தார்கள்?

சல்மான் ருஷ்டியின் 'தி சாட்டானிக் வெர்சஸ்' புத்தகத்துக்குத் தடை விதிக்கப்பட்ட போது, நாட்டில் உள்ள முன்னணி அறிவுஜீவிகள் அதைக் கண்டித்து, முக்கியமான ஆங்கில நாளிதழில் முழுப்பக்க விளம்பரம் கொடுத்தார்கள். தஸ்லீமாவைப் பொருத்தவரை, பி. லங்கேஷ் போன்றவர்கள் அவரை மோசமான எழுத்தாளராகக் கருதினாலும்கூட, அவர் தனது கருத்தை வெளிப்படுத்துவதற்கு உரிமை உண்டு என்றார்கள். சமீபத்தில் கர்நாடகத்தில் வால்மீகி பிறப்பால் பிராமணர் என்றும் அவர் பேட (நாயக) அதாவது வேட்டைக்கார சமூகத்தைச் சேர்ந்தவர் இல்லை என்று வாதிடும், 'வால்மீகி யாரு?' என்ற புத்தகத்தை ஆர்எஸ்எஸ் ஆதரவாளர் கே.எஸ். நாராயணச்சாரியா எழுதியிருந்தபோதிலும்கூட, அந்தப் புத்தகம் மீதான தடையை விலக்கிக்கொள்ளும்படி தாராளவாதிகள் வலியுறுத்தினார்கள். இஸ்லாமிய அடிப்படைவாதத்தை அவர் கண்டிப்பதால், இந்துத்துவவாதிகள் தஸ்லீமா நஸ்ரின் பிரச்சினையை முதன்மைப்படுத்துகிறார்கள். தஸ்லீமாவையும் மற்ற எழுத்தாளர்களின் கருத்துச் சுதந்திரத்தையும் பாதுகாப்பதில் நேர்மையான அக்கறை உள்ளவர்களாக இருந்தால், 'மாதொரு பாகன்' நாவலை எழுதிய பெருமாள்முருகனை அவர்கள் ஏன் வேட்டையாடினார்கள்? அந்த எழுத்தாளரே தனது சுயஇரங்கல் குறிப்பை எழுத வேண்டிய நிலைக்கு ஏன் தள்ளப்பட்டார்?

காங்கிரஸ் ஆட்சியில் இருந்தபோதுதான் பெரும்பாலான வகுப்புவாதக் கலவரங்களும் கொலைகளும் நடந்தன. இருந்தாலும், மோடி அரசை ஏன் குறிவைக்கிறார்கள்?

ஆம், காங்கிரஸ் ஆட்சியில் இருந்தபோதுதான், மகாத்மா காந்தி கொல்லப்பட்டார். ஆம், காங்கிரஸ் ஆட்சியில் இருந்த போதுதான், பாபர் மசூதி தகர்க்கப்பட்டது. சரி, அது வரலாறு. எனவே, அதைப் பற்றி இப்போது கவலைப்பட வேண்டாம். ஆனால் உண்மையில், பாஜக ஆட்சியில் இல்லாத பீகார், உத்தரப்பிரதேசம் ஆகிய இரண்டு மாநிலங்களிலும் கடந்த பதினெட்டு மாதங்களில் வகுப்புவாத சம்பவங்கள் மூன்று மடங்காகி இருக்கின்றன. நரேந்திர மோடி குஜராத்தில் தனது அதிகாரத்தை நிலை நிறுத்திக்கொண்ட பிறகு, ஒரு வகுப்புவாத சம்பவங்கள்கூட நடக்கவில்லையே ஏன்? எனவே, அப்போது யார் ஆட்சியில் இருக்கிறார்கள் என்பதைவிட, வகுப்புவாத வன்முறையைத் தூண்டுபவர்கள் யார் என்பதை அதிக முக்கியத்துவம் வாய்ந்ததாகப் பார்க்க வேண்டியதில்லையா?

உத்தரப்பிரதேசத்தில் தாத்ரி சம்பவம் நிகழ்ந்தது. கர்நாடகத்தில் கல்புர்க்கி கொல்லப்பட்டார். இதைவைத்து மோடி என்ன செய்வார்? தாத்ரி நிகழ்வு ஒரு விபத்து. கல்புர்க்கியின் சாவு ஒரு சோகம். அவ்வளவுதான்.

தாத்ரி அல்லது பாபர் மசூதி, 1984இல் தில்லியில் சீக்கியர்கள் கொன்று குவிக்கப்பட்டது அல்லது 2002இல் குஜராத்தில் முஸ்லீம்கள் படுகொலை செய்யப்பட்டது அல்லது கல்புர்க்கி, நரேந்திர தபோல்கர், கோவிந்த் பன்சாரே கொல்லப்பட்டது... இவற்றில் எதுவும் விபத்துகளோ, எதிர்பாராமல் நடந்த சம்பவங்களோ அல்லது பொது மக்களின் சீற்றத்தின் வெளிப்பாடுகளால் நிகழ்ந்தவையோ அல்ல. இவை அனைத்தும் நன்கு திட்டமிடப்பட்டு நிகழ்த்தப்பட்ட குற்றங்கள். அதிகாரத்தில் உள்ளவர்களின் தீவிர ஆதரவு இல்லாமல், அதாவது கருத்துரீதியான அமைப்பின் பின்னணி ஆதரவு இல்லாமல் இவற்றில் எதுவுமே சாத்தியம் இல்லை.

தற்போதைய இவர்களின் நிலைக்குப் பின்னால் அரசியல் நோக்கம் இருக்கிறது. இதற்கு முன்னால் இவர்கள் ஏன் மௌனமாக இருந்தார்கள்?

அவர்களுக்கு அரசியல் நோக்கம் உறுதியாக உள்ளது. ஷோவன் சௌத்ரி, ஸ்க்ரோல்.இன் இணைய தளத்தில் எழுதினார்: "எழுத்தாளர்கள் அரசியலில் ஈடுபடுவதைக் குற்றம்சாட்டுவது, மனிதர்கள் மூச்சுவிடுவதைக் குற்றம்சாட்டுவதைப்போல. நாம் அனைவரும் அரைக் காதலிகளைப் பற்றி எழுத முடியாது." பெரும்பாலான எழுத்தாளர்கள், தேர்தல் கட்சிகளுக்குப் பதிலாக

ஜனநாயக அரசியலையும் பேச்சுச் சுதந்திரத்தையும் மணம் செய்துகொண்டிருக்கிறார்கள் என்பதை அங்கீகரிப்பது முக்கியம்.

தற்போது இந்தப் போராட்ட வெள்ளத்தில் பாஜக அடித்துச் செல்லப்படும். ஏனெனில், எழுத்தாளர்கள் தங்களது படைப்புகளுக்கான நன்மதிப்பைப் பெறுவதற்கு இந்தப் பொது ஈர்ப்பு உதவும் என்பதை அவர்கள் அறிந்திருக்கிறார்கள். நாட்டில் மனசாட்சியின் காவலர்களான எழுத்தாளர்களின் செயலூக்கம், வெளிநாடுகளில் ராக் நட்சத்திரம் போன்று காட்டிக் கொள்ளும் மோடியின் பிரமாண்டமான தேர்தல் வெற்றியை பாதிக்குமோ என்று பாஜக உள்ளூற பயப்படுவதே இதற்குக் காரணம். ஒவ்வொன்றுக்கும் ஒரு கொதிநிலை அளவு உள்ளது. இன்று போராடும் எழுத்தாளர்களுக்கு அது, ஒருவாய் உணவிற்காக அடுப்புமூட்டப்பட்டிருந்த அவரது வீட்டில் முகமது அக்லக் அடித்துக்கொல்லப்பட்டதுதான்.

பெங்களூர் மிர்ரர், 19 அக்டோபர் 2015

ஏகலைவனின் வாரிசுகள் நாங்கள்

இந்துத்துவத்தை விமர்சனம் செய்த தலித் கவிஞர், இந்துத்துவா குண்டர்களால் தாக்கப்பட்டார்.

ஹுச்சாங்கி பிரசாத், சமூக அரசியல் பிரச்சினைகளுக்காகப் போராடும் கலகக்காரர். தனது 23 ஆண்டு குறுகிய வாழ்க்கையில், வலி, ஒடுக்குமுறை, வறுமை, இழப்பு, அடிமைத்தனம் போன்றவற்றின் ஊடாக இந்த இளைஞர் வாழ்க்கை நடத்தி வந்துள்ளார். இயற்கையாகவே இதைச் சகித்துப் போக வேண்டியிருந்ததால், அது அவரை மிகவும் கோபக்கார இளைஞராக உருவாக்கியது.

'பிரசாத்தின் கவிதைகள் வலி, சீற்றம், கோபம் ஆகியவற்றுடன் இருக்கும். ஆனால், அனல் கக்கும் வார்த்தைகளில் இருந்தாலும்கூட, அதில் அன்பும் பச்சாத்தாபமும் இருக்கும். பிரசாத்தின் கவிதைகளை மேம்போக்காகப் படித்தாலும்கூட சாதி அமைப்பு, இந்துத்துவா, மூட நம்பிக்கைகளை எதிர்த்து வெளிப்படுத்தும் வகையில் இருக்கும். 'ஒடல கிச்சு' (உடலின் தீ) என்ற தலைப்பில் வெளி யான அவரது கவிதைத் தொகுப்பு கர்நாடக புத்தக ஆணையத்தின் விருதுபெற்றது. பி.ஆர். அம்பேத்கரின் கொள்கைகளைப் பின்பற்றி வரும் பிரசாத், அறியாமையில் சிக்கித் தவிப்பவர்களை விடுவிப்பதற்கு அம்பேத்கர் அல்லது பசவண்ணர் போல யாராவது திரும்பி வருவார்களா என்று எண்ணி ஏங்குகிறார்.

தேவதாசி இனத்தைச் சேர்ந்த தாய்க்கும் தலித் தந்தைக்கும் மகனாகப் பிறந்த பிரசாத், குழந்தைப் பருவத்தில் கொத்தடிமையாக இருக்க வேண்டிய கட்டாயம் ஏற்பட்டது. குழந்தைத் தொழிலாளர்களை மீட்டு அவர்களைப் படிக்கவைக்க, சின்னர லோக (குழந்தைகள் உலகம்) என்ற அரசின் திட்டம் துயரமான வாழ்க்கையிலிருந்து அவரைக் காப்பாற்றியது. இருட்டு வாழ்க்கையிலிருந்து விடுபட உதவிய கல்வி, அவரிடம் விழிப்புணர்வையும் ஏற்படுத்தியது. “நான் எப்படி வாழ்ந்தேன், அனுபவித்தேன், பார்த்தேன் என்பதைப்பற்றி எழுதியிருக்கிறேன். அதில் என்ன தவறு இருக்கிறது?” என்கிறார் பிரசாத்.

சிலரைப் பொருத்தவரை, அவர் செய்தது முழுவதும் தவறானவை. கடந்த ஆண்டு மார்ச் மாதம், தனது முதல் கவிதைத் தொகுப்பை வெளியிட்ட பிரசாத்திடம், அந்தப் புத்தகத்தை வெளியிட பேராசிரியர் பி.எஸ். பகவானை அழைக்கும் துணிச்சலும் இருந்தது. இந்து அடிப்படை மதவாதிகளுக்கு நீண்டகாலம் எரிச்சலூட்டுபவராகவும், தற்போது கொலை மிரட்டல்களுக்கு ஆளானவருமான ‘மனஉறுதி கொண்ட’ பகவானுடன் இணைந்து வெளியுலகுக்கு வருவது, இந்து ஜாக்ரண வேதிகா (இந்து எழுச்சி அமைப்பு), ஸ்ரீராம் சேனா ஆகிய அமைப்புகளுக்கு அதிகப்படியாகத் தெரிந்தது. அத்துடன், பிரசாத்துக்கு பெயர் தெரியாதவர்களிடமிருந்து தொலைபேசி மிரட்டல்கள் வருவது மட்டுமல்லாமல், போலீசிலும் புகார்கள் அளிக்கப்பட்டன. அதைத் தொடர்ந்து போலீஸ் புகார்களுக்கு என்ன நேர்ந்தது என்று யாருக்கும் தெரியாது. ஆனால், பிரசாத்துக்கு வந்த தொலைபேசி மிரட்டல் அழைப்புகள் படிப்படியாக நின்றுவிட்டன.

பல மாதங்களுக்கு முன்பு இருந்த நிலைமை இது. வகுப்புவாத வெறுப்புணர்வு பரவியதிலிருந்து, ஏராளமான ரத்தம் சிந்தப்பட்டுவிட்டது. தங்களது நோக்கத்துக்கு எதிராகச் சிந்திப்பவர்கள் யாராக இருந்தாலும் அவர்கள்மீது தாக்குதல் நடத்தும் அளவுக்கு வலதுசாரிப் பிரிவு குண்டர்கள் துணிந்துவிட்டார்கள். கடந்த வாரம் பிரசாத்தை வசப்படுத்திய சிலர், தாவணெகரேயில் தனித்த இடத்திற்குக் கொண்டு சென்று, அவர்மீது தாக்குதல் நடத்தியிருககிறார்கள். பிரசாத்தின் முகத்தில் குங்குமத்தைப் பூசித் தாக்குதல் நடத்தியவர்கள், “வேசியின் மகன் நீ. இந்து தர்மத்தை விமர்சிக்க உனக்கு என்ன தைரியம்? முந்திய பிறவியில் நீ செய்த பாவத்தினால்தான், மடிகா (ஒரு தலித்) சாதியில் நீ பிறந்திருக்கிறாய். உன்னை மாதிரி அயோக்கியர்கள் கொல்லப்பட வேண்டும். தேவடியா மகனே! இந்து தர்மத்துக்கு எதிராக எழுதும் உனது விரல்களை வெட்டிவிடுவோம்”என்று மிரட்டினார்கள். தாக்கியவர்களில் ஒருவன் பிரசாத்தின் கைகளில்

பிளேடால் வெட்டினான். கைகளை இழந்துவிடுவோமோ என்ற பயத்தில் துணிச்சலுடன் தடுத்த பிரசாத், உள்ளங்கையில் சிறிய காயத்துடன் அந்தக் கொலையாளிகளிடமிருந்து தப்பினார்.

"இந்து மதத்தை நான் விமர்சனம் செய்வதில் என்ன தவறு? அம்பேத்கர்கூட இந்து மதத்தை விமர்சனம் செய்திருக்கிறார். என்னைப் பொருத்தவரை உலகில் இந்து மதத்தை மாதிரி கோரமான மதம் எதுவும் கிடையாது" என்று தனது கருத்தை நியாயப்படுத்திக் கூறினார். "ராம ராஜ்யம் என்ன ஸ்தாபிக்க விரும்புகிறது? ராம ராஜ்யத்தில் சம்புகர் போன்ற சூத்திரர்களுக்கு என்ன நேர்ந்தது என்பதை அவர்கள் எப்போதாவது யோசித்தது உண்டா? ராமர் ஆட்சியில் பெண்களின் நிலை என்னவாக இருந்தது என்று அவர்கள் எப்போதாவது எண்ணிப் பார்த்தது உண்டா? சீதை விஷயத்தில் என்ன நடந்தது? அவர்களது ராம ராஜ்யம் எங்களுக்குத் தேவையில்லை; நமது அரசியலமைப்புச் சட்டத்தில் உள்ளபடி பிரஜா ராஜ்யத்தைத்தான் நாங்கள் விரும்புகிறோம்" என்று மேலும் தெரிவித்தார்.

வலது உள்ளங்கை காயமடைந்திருந்ததால், கொஞ்ச காலம் அவரால் எழுத முடியாமல் இருந்ததைச் சுட்டிக்காட்டி, "அவர்கள் துரோணாச்சாரியாரின் வாரிசுகள்போல. நாங்கள் ஏகலைவனின் வாரிசுகள்" என்று நியாயமான கோபத்துடன் பிரசாத் கூறினார். இது குவெம்புவின் 'பெரல்கே கொரள்'(விரலுக்குக் கழுத்து) என்ற நாடகத்தை நினைவுபடுத்தியது. சிறந்த வில்லாளன் என்ற அர்ஜுனனின் பிம்பத்தை பாதுகாப்பதற்காக, ஏகலை வனிடமிருந்து குருதட்சணையாக வலதுகைக் கட்டை விரலைத் துரோணர் கேட்டது அனைவரும் அறிந்ததுதான். ஆனால், காட்டில் பழங்குடி இன வாழ்வை வாழும் ஏகலைவன், வாழ்க்கையை நடத்துவதற்கு வேட்டையாடுதல் அவசியமானது. அம்பை எய்வதற்கு இடது கையைப் பயன்படுத்த ஏகலைவன் கற்பதோடு குவெம்பு நாடகம் முடிகிறது. இதுபற்றி பிரசாத்திடம் நான் கூறியபோது, "அப்படியா? எனக்கு இது தெரியாதே? என்னையோ எனது உணர்வுகளையோ எப்போதும் அடக்கிவிட முடியாது என்பது எனக்கு உறுதியாகத் தெரியும். சுயமரியாதை, சுய விழிப்புணர்வை அம்பேத்கர் கற்பித்திருக்கிறார். நான் எப்போதும் அவரது பாதையில் நடப்பேன்" என்றார்.

நன்று. கம்புகளும் கற்களும் அவர்களது எலும்புகளை நொறுக்கிவிடலாம். ஆனால், பிரசாத் போன்ற மக்களின் மனங்களில் அம்பேத்கரின் சிந்தனைகளை வலதுசாரிப் பிரிவு குண்டர்களால் ஒருபோதும் தகர்க்க முடியாது.

பெங்களூர் மிர்ரர், 26 அக்டோபர் 2015

வலிமையான அறிவுக்குரல்

மூடநம்பிக்கைகளைக் கட்டுப்படுத்துவதற்கான சட்ட முன்வடிவு வலதுசாரிக் குழுவினரின் பிரச்சாரத்தால் கைவிடப்பட்டது

மரியாதைக்குரிய அறிஞர் எம்.எம். கல்புர்க்கி கொடூரமாகக் கொலை செய்யப்பட்டதைக் கண்டித்தும் சமீபகாலமாக அறிவுஜீவிகளுக்கும் எழுத்தாளர்களுக்கும் வரும் கொலை மிரட்டல்களுக்கு வெளிப்படையாகக் கண்டனம் தெரிவித்தும் தார்வாரில் 2015ஆம் ஆண்டு செப்டம்பர் 14ஆம் தேதி ஆயிரக்கணக்கான எழுத்தாளர்கள், சிந்தனையாளர்கள், இடதுசாரிகள், அறிவுஜீவிகள், மாணவர்கள் கூடினர். அதே நாளில், *தி டைம்ஸ் ஆஃப் இந்தியாவில்* வெளிவந்த செய்தியின் தலைப்பு: ஒருமித்த கருத்து இல்லாததால், மூடநம்பிக்கை எதிர்ப்பு சட்ட முன்வடிவு வீழ்ந்தது என கர்நாடகம் அறிவிப்பு.

ஒவ்வொருவருக்கும் இது தெரியும், கல்புர்க்கி கொலையுண்டதை அடுத்து, கர்நாடக மூடநம்பிக்கை நடைமுறைகள் தடுப்பு சட்டமுன்வடிவை கர்நாடக அரசு செயல்படுத்த வேண்டிய நேரம் இது என்று மக்களில் பலர் சொல்ல ஆரம்பித்துவிட்டனர். ஆப்ரஹாம் கோவூர், எச். நரசிம்மையா அல்லது நரேந்திர தபோல்கர் போன்று கல்புர்க்கி நாத்திகர் இல்லை என்பதை இங்கே கட்டாயம் குறிப்பிட வேண்டும். அதற்குமாறாக, அவர் தீவிரமான லிங்காயத். உண்மையைத் தடுக்கும் நடைமுறைகளையும், பொய்க் கருத்துகளையும்

லிங்காயத் மதம் கடுமையாக எதிர்க்கிறது. இந்தப் போராட்டமும் உத்தேச சட்டமுன்வடிவை சப்தமில்லால் குழிதோண்டிப் புதைக்கும் வேலையும் ஒருசேர நடப்பது, நாம் வாழும் காலத்தின் முரணை தெளிவாகக் காட்டுகின்றது.

2013இல், மாநிலத்தில் காங்கிரஸ் மீண்டும் ஆட்சிக்கு வந்தபோது, முதலமைச்சர் சித்தராமையா, சட்ட அமைச்சர் டி.பி. ஜெயச்சந்திரா ஆகியோர் தனிப்பட்ட முறையில், மூடநம்பிக்கைகளுக்கு எதிரான சட்டத்தைச் செயல்படுத்த ஆர்வம் காட்டினர். அவர்களது கோரிக்கையின் பேரில், பெங்களூருவிலுள்ள நேஷனல் லா ஸ்கூல் ஆஃப் இந்தியா பல்கலைக்கழகமும் பல்வேறு துறை நிபுணர்களும், மகாராஷ்டிர மாநிலத்தில் செயல்படுத்தப்பட்டு வரும் இதுபோன்ற சட்டத்தை ஆராய்ந்து நகல் சட்டமுன்வடிவை உருவாக்கினார்கள். ஆனால், சட்டமுன்வடிவின் நகல் அரசிடம் கொடுக்கப்பட்டபோது, வலதுசாரிப் பிரிவினரிடமிருந்து கூச்சல் கிளம்பியது. இந்துக்களின் மத உணர்வுகளைப் புண்படுத்தும் வகையில் வேண்டுமென்றே இந்தச் சட்டமுன்வடிவு கொண்டுவரப்படுவதாக, ஆர்எஸ்எஸ்ஸும் பாரதீய ஜனதா கட்சி, பஜ்ரங் தளம், விஸ்வ ஹிந்து பரிஷத் போன்ற அதன் பல்வேறு பிரிவுகளும் குற்றம்சாட்டின. மாநிலம் முழுவதும் இந்தச் சட்டமுன்வடிவை எதிர்த்துத் தீய நோக்கத்தில் தவறான தகவல்களை இந்துவெறியர்கள் பரப்பினார்கள். அந்தப் பிரசாரத்தின் காரணமாக, கிராமத்திலுள்ள மக்கள் இப்படிக் கேட்கத் தொடங்கினார்கள்: "இந்தச் சட்டமுன்வடிவு நிறைவேற்றப்பட்ட பிறகு, நமது பெண்கள் தாலி அணியவோ அல்லது குங்குமம் வைக்கவோ அனுமதிக்கப்படமாட்டார்களாமே?" "நமது வீடுகளிலிருந்து கடவுள்களின் சிலைகளையும் படங்களையும் நாங்கள் அகற்ற வேண்டியதுவரும் போலத் தோன்றுகிறதே" என்றுகூடச் சிலர் சொன்னார்கள்.

மாநிலம் முழுவதும் பொய்யான தகவல்களை வலதுசாரிகள் பரப்பியது மட்டுமல்லாமல், தங்களது சொந்த அறியாமையை வெளிப்படுத்தினார்கள். எடுத்துக்காட்டாக, தட்சிண கன்னட பாஜக பிரிவின் தலைவரான பிரதாப் சிம்ஹ நாயக், சட்டமுன்வடிவின் நகலைப் படிக்கவில்லை என்று ஒத்துக்கொண்டார். ஆனாலும், தவறாகப் பேசுவதை நிறுத்தவில்லை: "சுவாமிகளுக்குப் பாத பூஜை செய்வதையும் ருத்ராட்ச மாலை அணிவதையும் அந்த சட்டமுன்வடிவு மூடநம்பிக்கை என்கிறது. அதனால்தான் அதைக் கட்டாயம் எதிர்க்க வேண்டும்" என்றார். மற்ற பைத்தியக்கார காவிப்படையைவிட அறிவு மிகுந்தவராக கருதப்படும் முன்னாள் சட்ட அமைச்சர் சுரேஷ் குமார் போன்ற சிலர் சொல்கிறார்கள்:

“மூடநம்பிக்கைச் செயல்பாடுகள் என்று முத்திரை குத்தி, மத நடைமுறைகளைத் தடைசெய்ய அரசு முயற்சி செய்கிறது. அவர்கள் அந்த சட்டமுன்வடிவைக் கொண்டுவந்தால், அது நிச்சயம் களங்கத்தைச் சுமக்கும்”. பாஜகவின் மாநிலத் தலைவர் பிரகலாத் ஜோஷி, அந்த முற்போக்கு மசோதாவுக்கு எதிரான சவப்பெட்டியில் கடைசி ஆணியை அடித்து முடித்தார். இந்த சட்டமுன்வடிவை எதிர்த்த ஜோஷி டம்பமாக கூறினார். “சீர்திருத்தம் இந்துக்களுக்கு இயற்கையாக வரும். மாற்றங்களைக் கொண்டுவருவதற்கு, சட்டத்தைக் கொண்டுவர வேண்டிய அவசியம் இல்லை.” ஆம். ஜோஷி அவர்களே!, மலத்தை மனிதன் சுமப்பதைத் தடைசெய்ய ஓர் அற்ப சட்டம் தேவைப்படாது. அது இயற்கையாகவே வருவது. ஆம், பெத்தலே சேவே(நிர்வாண சேவை), ஒகலி (ஹோலி–கீழ்நிலை சாதி பெண்கள்மீது வண்ண நீரைப் பாய்ச்சுவது) ஆகியவற்றை முடிவுக்குக் கொண்டுவந்ததும் இந்துக்களின் சுயபரிசோதனையால்தான் நடந்தது!

உண்மையில், 2013ஆம் ஆண்டு கர்நாடக மூடநம்பிக்கை நடைமுறை ஒழிப்புச் சட்டமுன்வடிவு, அறிவியல் மனநிலை, மனிதநேயம், விசாரணை உணர்வு, சீர்திருத்தம் ஆகியவற்றைப் பரப்புவதையே நோக்கமாகக் கொண்டது. கடவுளைச் சாந்தப்படுத்த உயிர்பலி, பேய் ஓட்டுதல் அல்லது கண்கட்டி வித்தை, தெய்வீக சக்தியைப் பெறுவதற்காக மனிதப் பிணத்தைச் சாப்பிடுதல் (சித்துபுத்தி), தெய்வீக சக்தி வைத்துள்ளதாகக் கூறுதல், மனித உடலில் பாதிப்பை ஏற்படுத்த சடங்குகளைச் செய்தல், குழந்தைகளுக்கு அபாயகரமான சடங்குகளைச் செய்ய உதவுதல், மாதவிலக்கான பெண்களைத் தனித்துவைத்தல், கர்ப்பமடைந்த பெண்களைப் பிரித்துவைத்தல், பெண்களை நிர்வாணமாக அணிவகுத்து வரச் செய்தல் அல்லது பெண்களின் கண்ணியத்துக்குக் குந்தகம் விளைவிக்கும் செயல்கள், இயற்கையை மீறிய சக்தி இருப்பதாகக் கூறிப் பெண்களை பாலியல்ரீதியாகச் சுரண்டுதல் போன்ற நடைமுறைகளைத் தடை செய்வதுதான் இதன் நோக்கம். நாகரிக சமூகத்தில் இதுபோன்ற செயல்களுக்கு இடம் கிடையாது என்பதை எவரும் ஏற்றுக்கொள்வார்கள்.

ஆனால், மேற்கூறிய இந்தச் சட்டமுன்வடிவில் இருந்த மற்ற இரண்டு விஷயங்கள் இந்து வெறியர்களைக் கோபத்தில் ஆழ்த்தியது. ஒன்று. மடேஸ்நானத்தைத் (அதாவது பிராமணர்கள் சாப்பிட்ட பிறகு மிச்ச உணவுடன் இருக்கும் இலைகளில் ‘கீழ்’ சாதி மக்கள் படுத்து உருள்தல்) தடை செய்தல். இரண்டு. பந்திபேதத்தை (சாதி அடிப்படையில் பிரித்துவைத்து உணவு பரிமாறுதல்) தடை செய்தல். மடேஸ்நானம் முகஞ்சுளிக்க வைக்கிறது என்று உச்சநீதிமன்றம் கூறிய பிறகும்கூட மங்களூரு அருகே குக்கே

சுப்பிரமணிய கோவிலிலும் வேறு சில இடங்களிலும் இவை நடைமுறையில் உள்ளன. பந்திபேதத்தைப் பொருத்தவரை மதரீதியாகப் பெரும்பாலான இந்துக் கோவில்களிலும் மடங்களிலும் இது கடைப்பிடிக்கப்படுகிறது. 2014இல் உகாதி தினத்தன்று, மணிப்பாலைச் சேர்ந்த விரிவுரையாளர் வனிதா ஷெட்டி, உடுப்பியில் உள்ள கிருஷ்ணர் கோவிலுக்குச் சென்றார். 'பிரசாதம்' சாப்பிடுவதற்குச் சில நண்பர்களுடன் சேர்ந்து அமர்ந்திருந்தார். எனினும், அந்த அறையில் மேற்பார்வை செய்து வந்த பிராமணர்கள், அவரது சாதியைப் பற்றிக் கேட்டனர். பண்ட் சாதி என்று அவர் சொன்னதும், அவரை அவமரியாதை செய்து வெளியேற்றிவிட்டனர். மடேஸ்நானம், பிராணமர்களை உயர்ந்தவர்களாகச் சுட்டிக்காட்டுகிறது. பந்திபேதம், சாதி அடிப்படையில் பாரபட்சம் காட்டப்படுவதை மீண்டும் பலப்படுத்துகிறது. இந்த சட்டமுன்வடிவு நிறைவேற்றப்பட்டிருந்தால், இந்த இரண்டு தீமைகளையும் நடைமுறைப்படுத்தியதாக சில மடங்களின் மடாதிபதிகளுக்குச் சிறை தண்டனை விதிக்கப்பட்டுத் தண்டிக்கப்பட்டிருப்பார்கள்.

மூட நம்பிக்கைக்கு எதிரான சட்ட முன்வடிவை நிறைவேற்ற இயலாத நிலையில் தாம் இருப்பதைச் சட்ட அமைச்சர் ஜெயச்சந்திரா வெளிப்படுத்தினார். தி டைம்ஸ் ஆஃப் இந்தியா இதழில் அவர் சொல்லியதாக வெளிவந்தது இது: "இந்த சட்டமுன்வடிவு வேண்டும் என்பவர்களிடமிருந்து எந்தக் குரலும் இல்லை. இதை எதிர்ப்பவர்கள் ஏராளமான விளம்பரம் அடைகிறார்கள்". திரு. ஜெயச்சந்திரா அவர்களே!, நீங்கள் சொல்வது தவறு. தார்வாரில் திங்கட்கிழமை ஆயிரக்கணக்கான மக்கள்கூடித் தங்களின் குரலை வெளிப்படுத்தியதைத் தயவு செய்து கேளுங்கள். எவ்வளவு விரைவில் சாத்தியமோ அவ்வளவு விரைவாக இந்த சட்ட முன்வடிவை நிறைவேற்ற வேண்டும் என்று அவர்கள் அனைவரும் வலியுறுத்தினார்கள். அவர்களது குரல் வலிமையானது மட்டுமல்ல, நாயக், குமார், ஜோஷி மற்றும் பிற பிற்போக்குச் சீர்திருத்தங்களுக்கு எதிரான சக்திகளைவிட அறிவார்ந்தவர்கள்.

பெங்களூர் மிர்ரர், 15 செப்டம்பர் 2015

சிறுத்தை மோடியும் அவரது புள்ளிகளும்

அபாண்டமாகப் புளுகும் மற்ற சங்கப் பரிவாரங்களுக்கும் பிரதமருக்கும் வேறுபாடு இல்லை

வெறுப்பைக் கக்கும் இந்துத்துவ அணிகளைத் துணை நடிகர்கள் அல்லது குறுங்குழுக்கள் என்று குறிப்பிடுவதைப் பெரிய ஊடகங்களும் அரசியல் விமர்சகர்களும் தயவுசெய்து நிறுத்திக்கொள்வீர்களா? அவர்கள் அதைச் செய்துகொண்டிருக்கும் நேரத்தில், பிரதமர் நரேந்திர மோடி இதுபற்றிப் பேசுவார், ஏற்கெனவே மெருகேற்றப்பட்ட பிம்பத்தை மீட்பார் என எதிர்பார்ப்பதையும் தயவு செய்து நிறுத்திக் கொள்ளுங்கள். இந்த இரு கோரிக்கைகளும் ஏன் வைக்கப்படுகிறது என்றால், ஒவ்வொருவரும் மோடியை இந்த வெறிப்பிடித்த கும்பலிலிருந்து பிரித்துப் பார்த்து, அவர் இந்தத் தீவிரவாதிகளை எப்படியாவது கட்டுக்குள் கொண்டுவந்து விடுவார் என்று எதிர்பார்ப்பதுபோலத் தோன்றுவதால்தான். இந்துத்துவா கூட்டத்தின் ஒரு பகுதியாகவும் அதன் தயாரிப்பாகவும் உள்ளவர்தான் மோடி என்பதை ஏற்றுக்கொள்ள அவர்கள் மறுக்கிறார்கள். மத்தியில் பாஜக ஆட்சிக்குவந்த (2014) பதினெட்டு மாதங்களில் நடைபெற்றுவரும் வெறுப்பு நாடகத்துக்கு கதாசிரியர், இயக்குநர், தயாரிப்பாளர் மோடிதான் என்று சொல்வதில் தவறு கிடையாது.

மிகைப்படுத்திச் சொல்வதுபோலத் தோன்றுகிறதா? சில எடுத்துக்காட்டுகளைப் பார்க்கலாம்.

“நான்கு மனைவிகளும் நாற்பது குழந்தைகளும் என்கிற கோட்பாடு இந்தியாவுக்கு ஒத்துவராது”, என்று உன்னாவ் தொகுதி பாஜக எம்.பி. சாக்ஷி மகராஜ், சொன்னது பதிவாகி யிருக்கிறது. “ராம்ஜடோன் (ராமருக்குப் பிறந்தவர்கள்), ஹராம்ஜடோன் (முறைதவறிப்பிறந்தவர்கள்) இருவரில் யாரைத் தேர்ந்தெடுப்பது என்பதை நீங்கள் தீர்மானிக்க வேண்டும்” என்று மத்திய இணை அமைச்சர் சாத்வி நிரஞ்சன் ஜோதி, தில்லியில் வாக்காளர்களிடம் கூறினார். உத்தரப்பிரதேசத்தில் புர்கஸி சட்டப்பேரவைத் தொகுதியில் பாஜக வேட்பாளராகப் போட்டியிட்ட விஸ்வ ஹிந்து பரிஷத் தலைவரான சாத்வி பிராச்சி, “அவர்கள் (முஸ்லிம்கள்) காதல் ஜிகாத் மூலம் நமது மகள்களைப் பொறிவைத்துப் பிடிக்கிறார்கள். இந்த மக்கள் முப்பது, நாற்பது குழந்தைகளைப் பெற்று ... இந்துஸ்தானை தாருல் இஸ்லாமாக்க முயற்சி செய்கிறார்கள்” என்கிறார். மற்றொரு விஸ்வ ஹிந்து பரிஷத் தலைவரான சங்கராச்சாரி வாசுதேவானந்த சரஸ்வதி, “இந்துப் பெண்கள் பத்துக் குழந்தைகளையாவது பெற்றுகொள்ள வேண்டும். அப்போதுதான் இந்துக்கள், சிறுபான்மையினராக மாறமாட்டார்கள்” என்று யோசனை கூறுகிறார்.

தற்போது இதுபோன்ற பிரச்சினைகள் குறித்து மோடி மௌன விரதம் இருக்கிறார்போல. ஆனால், அவர் முன்பு முஸ்லிம்களைப் பற்றி என்ன கூறினார் என்று பார்க்கலாம். 2002இல் குஜராத்தில் நடந்த கொடூரமான கலவரத்துக்குப் பிறகு, மேஹேசேனா மாவட்டத்தில் நடைபெற்ற பேரணியில் மோடி இவ்வாறு கூறினார்: “அவர்களுக்காக நாம் ஏன் நிவாரண முகாம்களை அமைக்க வேண்டும்? நிவாரண முகாம்கள் என்பது உண்மையில் குழந்தை உற்பத்தித் தொழிற்சாலைகள். மக்கள் தொகையைத் தொடர்ந்து பெருக்கிக்கொண்டு வரும் அவர்களுக்குப் பாடம் கற்பிக்க வேண்டும்.”

கொந்தளிப்பை ஏற்படுத்தும் பேச்சாற்றல் கொண்ட சாக்ஷி மகராஜ், மாடுகளைக் இறைச்சிக்காகக் கொல்பவர்களுக்கு மரண தண்டனை விதிக்க வேண்டும் என்று வாதாடினார். சாத்வி பிராச்சி சொன்னதை மீண்டும் குறிப்பிடலாம். மாட்டிறைச்சியை உண்பவர்கள் யாராக இருந்தாலும் அவர்கள் கொல்லப்பட வேண்டியவர்கள் என்று அறிவித்தார் அவர். தாத்ரியில் ஐம்பது வயதான முகமது அக்லக்கை அடித்துக்கொன்றதுபோல. “ஓர் இந்துவுக்கு பசு என்பது தாய். எனவே, இறைச்சிக்காக பசுவைக் கொல்வது என்பது ஒருவரின் தாயைக் கொல்வதற்கு ஈடானது” என்று இந்தியாவின் கலாச்சாரத்துறை அமைச்சர் மகேஷ் சர்மா கூறினார். “பசுவைக் கொல்லுவது நிறுத்தப்படாவிட்டால், தாத்ரி சம்பவங்கள் மேலும் நடக்கும்” என்று மத்திய வேளாண்

மற்றும் உணவு பதனீட்டுத் துறை அமைச்சர் சஞ்சீவ் பலியான் தெரிவித்தார். பாஜக எம்பி யோகி ஆதித்யானந்த் தொடங்கிய அமைப்பு ஒன்று, தாத்ரி சம்பவத்துக்குப் பிறகு பிஷாடா கிராமத்திலுள்ள இந்துக்களுக்குத் துப்பாக்கிகளைத் தரத் தயாராக இருப்பதாகக் கூறியது.

பசுவை இறைச்சிக்காகக் கொல்வதில் மோடியின் நிலைப்பாடு என்ன என்று பார்க்கலாம். 2012இல் ஜெயின் வர்த்தகர்களின் மாநாட்டில் மோடி கூறினார்: "உலகிலேயே மாட்டு இறைச்சியை அதிகமாக ஏற்றுமதி செய்வது இந்தியா என்று இந்த ஆண்டில் மத்திய அரசு கூறியுள்ளது. இது நமக்கு பெருமைத் தரத்தக்கதுதானா? சகோதர, சகோதரிகளே, இது உங்களை வருத்தப்படச் செய்துள்ளதா என்பதுபற்றி எனக்குத் தெரியாது. ஆனால், இதற்காக எனது இருதயம் வேதனையில் கதறுகிறது. நீங்கள் ஏன் மௌனமான இருக்கிறீர்கள் என்பதை என்னால் புரிந்துகொள்ள முடியவில்லை. நீங்கள் ஏன் சும்மா இருக்கிறீர்கள்?"

பின்னர், 2014இல் மக்களவைத் தேர்தலில் தீவிரமாக இருந்தபோது, அடிக்கடி மோடி குறைகூறும் விஷயம் 'இளஞ் சிவப்புப் புரட்சி' (இறைச்சி ஏற்றுமதியில் புரட்சி). பீகாரில் ஒரு தேர்தல் பேரணியில் மோடி பேசியதாவது: "நமது கிராமப்புறங்கள் முழுவதும் உள்ள நமது விலங்குகள் இறைச்சிக்காகக் கொல்லப்படுகின்றன. நமது கிராமங்களிலிருந்து கால்நடைகள் திருடப்பட்டு வங்கதேசத்துக்குக் கொண்டுசெல்லப்படுகின்றன. இந்தியா முழுவதும் பெருமளவில் இறைச்சிக் கூடங்கள் செயல்பட்டு வருகின்றன. அதுமட்டுமல்ல. விவசாயிகளுக்கும் பசுக்களைப் பாதுகாக்கும் யாதவர்களுக்கும் மானியத்தை தில்லி அரசு வழங்குவதில்லை. ஆனால், இறைச்சிக்காகப் பசுக்களைக் கொல்பவர்களுக்கு, கால்நடைகளைக் கொல்பவர்களுக்கு, நமது பால் வளத்தை அழிப்பவர்களுக்கு இறைச்சிக் கூடங்களை அமைப்பதற்காக மானியங்களை வழங்குகிறது."

உண்மையில், மகேஷ் சர்மா, சஞ்சீவ் பலியான் மற்றும் காவிப் படையைச் சேர்ந்த மற்றவர்களைப்போலவே மோடியும் பசுவைப் பாதுகாப்பதற்காக போர்புரிந்து இளைஞர்களைப் பலிகொடுத்த ராணா பிரதாப்பை இந்துக்கள் பின்பற்ற வேண்டும் என நம்புகிறார். சோனியா காந்தி என்று வரும்போது, மோடியும் குத்தலாகப் பேசும் கிரிராஜ் சிங்கிற்கு சளைத்தவர்கள் அல்லர். காமிராவில் பதிவான சிங்கின் பேச்சு: "ராஜீவ்காந்தி வெள்ளைத் தோல்கொண்ட அழகான சோனியா காந்திக்குப் பதிலாக, நைஜீரியப் பெண்ணை மணந்திருந்தால், காங்கிரஸ் கட்சி

அவரைத் தலைவராக ஏற்றிருக்காது.” மோடி பேசியதும்கூடப் பதிவாகியுள்ளது: “மகாத்மா காந்தி, சர்தார் பட்டேல் பிறந்த மண்ணை நாம் இழிவுபடுத்திவிட்டோம் என்று இத்தாலியின் மகள் நமக்குப் பகிரங்கச் சான்றிதழ் கொடுத்திருக்கிறார். வெள்ளையர்களை விரட்டு என்று மகாத்மா காந்தி அடிக்கடி சொல்லுவார். ஆனால், காங்கிரஸ் என்ன செய்தது? ஓ! வெள்ளையின மக்களே, தயவுசெய்து வாருங்கள்! எங்களது காங்கிரஸ் கட்சியின் தலைவர் ஆகுங்கள் என்று அழைக்கிறது.”

காவிக் குண்டர்கள் விஷத்தைக் கக்கும்போது, அவர்களது சிந்தனையில் பாகிஸ்தானையும் விட்டு வைப்பதில்லை. 2014 ஏப்ரலில் பாஜக தலைவர் கிரிராஜ் சிங் சொன்னார், “மோடியை விமர்சனம் செய்பவர்கள் பாகிஸ்தான் போங்கள்”. இந்தக் கருத்தைக் கூறியதற்காக சிங் கண்டிக்கப்படவில்லை. அதற்குப் பதிலாக, அவருக்கு மோடி அமைச்சரவையில் இடம் அளிக்கப்பட்டது. பீகாரில் சமீபத்தில் (29, அக்டோபர் 2015) நடைபெற்ற தேர்தல் பேரணியில் பாஜக தலைவர் அமித் ஷா பேசும்போது, “தேர்தலில் பாஜக தோல்வியடைந்தால், பாகிஸ்தானில் பட்டாசுகள் வெடிக்கும்” என்றார். இதேபோலப் பேசினால், தேர்தலில் மக்களிடமிருந்து வெகுமதி கிடைக்கும் நம்பிக்கையே இத்தகைய பேச்சுக்குக் காரணம்.

விமர்சனத்துக்கும் பாகிஸ்தானுக்கும் இடையே மோடி எங்கே நிற்கிறார்? 2014இல் ஜம்மு – காஷ்மீரில் நடைபெற்ற பேரணியில், தனது அரசியல் எதிரிகளை மோடி, “பாகிஸ்தானின் ஏஜெண்டுகள். இந்தியாவின் பகைவர்கள்” என்று அழைத்தார். வெறி பிடித்த இந்துத்துவா கூட்டத்துக்கும் மோடியின் கடந்தகால பேச்சுகளுக்கும் யாராவது எந்த வித்தியாசத்தையும் கண்டுபிடிக்க முடியுமா? மகாராஜ்கள், கிரிராஜ்கள் வாயிலிருந்து உதிர்க்கும் வசனங்கள், அவர்களது ‘உப கடவுள்’ ஏற்கெனவே உச்சரித்தவை இல்லையா? அவர்கள்அனைவரும் ஒரே டிஎன்ஏவால் உருவாக்கப்பட்டவர்கள்; எனவே, அதில் ஒரு சிறுத்தை தனது புள்ளிகளை இழந்துவிட்டது என்று சொல்வது நமக்கு நகைச்சுவையாக இல்லை!

பெங்களூர் மிரர், 9, நவம்பர் 2015

மூடநம்பிக்கைக்கு எதிராக அமைச்சரின் போராட்டம்

கல்லறைத் தோட்டத்தில் விருந்து நடத்திய ஜர்க்கிஹொலி

கர்நாடக மாநில அரசின் சிறுதொழில் துறை அமைச்சர் சத்தீஷ் ஜர்க்கிஹொலி, 2013லிருந்து இரண்டு ஆண்டுகளாக, டிசம்பர் 6ஆம் தேதியை தனித்துவ வழியில் கடைப்பிடித்து வருகிறார். டாக்டர் அம்பேத்கரின் நினைவு தினத்தை, பெலகாவியிலுள்ள கல்லறைத் தோட்டத்தில் மூடநம்பிக்கை எதிர்ப்பு தினமாக (இரவும்கூட) அனுசரித்தார்.

வாக்காளர்களுக்கு மகிழ்ச்சியூட்டி வாக்குகளைப் பெற்று வெற்றிபெற வேண்டிய நிலையிலுள்ள முக்கிய அரசியல்வாதியான ஜர்க்கிஹொலி, மூடநம்பிக்கை அலைகளை எதிர்த்து நீச்சல் போடுவதற்கு முடிவு செய்தார். மனித உறவு மேடை (மானவ பந்துத்வ வேதிகே) என்ற அமைப்பை ஏற்படுத்தி, அதன் சார்பில் சதாசிவநகர் கல்லறைத் தோட்டத்தில் 2014இல் பெரிய நிகழ்ச்சிக்கு ஜர்க்கிஹொலி ஏற்பாடு செய்தார். ஆயிரக்கணக்கான சாதாரண மக்கள், நூற்றுக்கணக்கான சமூகச் செயல்பாட்டாளர்கள், லிங்காயத் மடத்தின் சில மடாதிபதிகள், பிற மதப்பிரிவினர் அந்த நிகழ்ச்சியில் கலந்துகொண்டனர். மூட நம்பிக்கைகள் எப்படி ஏழைகளையும் பின்தங்கியவர்களையும் இருட்டிலேயே வைத்திருக்கிறது என்பதைப்பற்றி அனைவரும் பேசினார்கள். அதை எதிர்த்துப்

போராடுவது குறித்தும் விவாதிக்கப்பட்டது. அனைவரும் ஒன்றாக அமர்ந்து சாப்பிட மதிய உணவுக்கும் ஏற்பாடு செய்யப்பட்டிருந்தது. அதே நேரத்தில், அங்கு சிலரது உடல்கள் அடக்கம் செய்யப்பட்டுக் கொண்டிருந்தன அல்லது சிலரது உடல்கள் எரியூட்டப்பட்டுக் கொண்டிருந்தன.

இறுதியில், நிகழ்ச்சிக்கு வந்த பலரும் கலைந்து சென்றுவிட்டனர். ஜர்க்கிஹொலியும், ஒரு சிலரும் அந்தக் கல்லறை வளாகத்தில் தாற்காலிகமாக அமைக்கப்பட்ட கொட்டகையில் இரவு முழுவதையும் கழித்தனர். இதேபோன்ற நிகழ்ச்சி இந்த ஆண்டிலும்கூட நடைபெற்றது. குருட்டு நம்பிக்கைகளை எதிர்த்து எதையாவது வெளிப்படையாக ஜர்க்கிஹொலி செய்வது இது முதல்முறை அல்ல. ஜோதிடர்களின் கருத்துப்படி, சந்திர கிரகணத்தின்போது யாரும் எதையும் சாப்பிடக்கூடாது அல்லது எதையும் அருந்தக்கூடாது. ஜோதிடர்களின் கருத்தைப் பின்பற்றும் மக்கள், சந்திர கிரகணத்தின் தீமைகளிலிருந்து விடுபட, தங்களது வீட்டில் சேகரித்து வைத்திருக்கும் அனைத்துத் தண்ணீரையும் கொட்டிவிட்டுப் புதிய தண்ணீரைப் பிடித்து வீட்டைச் சுத்தம் செய்வார்கள்.

ஜோதிடர்களுக்கும் அவர்களைக் குருட்டுத்தனமாகப் பின்பற்றுபவர்களுக்கும் உறைக்கும் வகையில், 2014இல் சந்திர கிரகணத்தின்போது டீ, வட பாவ் நிகழ்ச்சிக்கு ஜர்க்கிஹொலி ஏற்பாடு செய்தார். அமலங்கலமாகக் கருதப்படும் மகாளய அமாவாசை தினத்தன்று, தனது முகநூல் பக்கத்தில் தான் முடிவெட்டிக் கொள்வது போன்ற படத்தை வெளியிட்டார். அதனை வாட்ஸ் அப் மூலமும் மற்றவர்களுக்கு அனுப்பிவைத்தார்.

சாதிகளும் மதங்களும் மூடநம்பிக்கைகளும் புரோகித வகுப்பினரால் 'கீழ்நிலையிலுள்ள' சமூகத்தினரை ஒடுக்கிவைத்து, தாங்கள் வசதியுடன் வாழ்வதற்காக உருவாக்கப்பட்டவை என்று யதார்த்தவாதியான ஜர்க்கிஹொலி உறுதியாக நம்புகிறார். "கடவுளோ அல்லது பேய்களோ இல்லை. இதை மக்களுக்கு நிரூபிக்க விரும்புகிறேன். அதனால்தான் இதுபோன்ற நிகழ்ச்சிகளை நடத்துகிறேன்" என்கிறார் அவர்.

புத்தர், பசவண்ணர், அம்பேத்கரைத் தீவிரமாகப் பின்பற்று பவரான ஜர்க்கிஹொலிக்கு வாக்காளர்களின் நம்பிக்கைக்கு எதிராகத் தான் இருப்பது அவர்களிடம் கடுங்கோபத்தை ஏற்படுத்தும் என்பது தெரியும். "மக்களின் நம்பிக்கை என்ற தேன் கூட்டில் கைவைப்பது அபாயம் என்று அரசியல்வாதியான நான் அறிவேன். நல்லதுதான். மக்களுக்கு விழிப்புணர்ச்சியூட்டுவதற்காக முயற்சி செய்ததால்தான், புத்தர்கூட நாட்டை விட்டு வெளி

யேற்றப்பட்டார். பன்னிரெண்டாம் நூற்றாண்டில் சமுதாய சமத்துவத்துக்காகப் போராடிய பசவண்ணர், மந்திரி பதவியிலிருந்து விலகும்படி மக்களால் நிர்பந்திக்கப்பட்டார். அதேபோல, நான் பதவி இழப்பதாக இருந்தாலும் அதைப்பற்றிக் கவலைப்படவில்லை. மூடநம்பிக்கைக்கு எதிராகத் தனிநபர் ராணுவமாக நான் தொடர்ந்து போராடுவேன்" என்று யெம்கனாத்ரி சட்டப்பேரவைத் தொகுதிப் பிரதிநிதியான ஜர்க்கிஹொலி அறிவித்துள்ளார்.

ஜர்க்கிஹொலி, தேர்தலுக்காக வேட்பு மனு தாக்கல் செய்யும்போது, ராகுகாலம் போன்றவற்றைப் பார்ப்பதில்லை. கோவிலுக்குப் போவதோ அல்லது ஹோமங்கள் செய்வதோ கிடையாது. கடந்த ஆண்டு, தனது குழந்தைகளின் படிப்புக்காகத் தனது இருப்பிடத்தை சொந்த ஊரான கோகாக்கிலிருந்து பெலகாவிக்கு மாற்றினார். "அந்தப் புதிய வீடு பல ஆண்டுகளாகக் காலியாகவே இருந்தது என்று நான் அந்த வீட்டுக்குப் போன பிறகுதான் தெரியவந்தது. அதற்கான காரணம் என்ன என்று விசாரித்தபோது, கல்லறைமீது அந்த வீடு கட்டப்பட்டிருந்ததால், அந்த வீட்டில் குடியிருக்க மக்கள் மறுத்து வந்தார்கள் என்பது தெரிய வந்தது. மறுபிறவி அல்லது பேய்கள் மீது எனக்கு நம்பிக்கை இல்லாததால், இறந்தவர்கள் என்னை தொல்லை படுத்தப்போவதில்லை. நானும் அவர்களைத் தொல்லைப்படுத்த மாட்டேன்" என்று நக்கலாகக் கூறினார்.

நிச்சயமாக, புதிய வீட்டில் குடியிருப்பதற்கு முன்னதாக கிரகப்பிரவேச நிகழ்வோ அல்லது வேறு எந்தச் சடங்குகளோ செய்யவில்லை. கொஞ்ச காலம், சமயா செய்தித் தொலைக் காட்சிக்கு ஜர்க்கிஹொலி உரிமையாளராக இருந்தார். அந்தத் தொலைக்காட்சி நிதிப் பற்றாக்குறையில் சிக்கி இருந்த போதிலும்கூட, ஜோதிட, வாஸ்து சாஸ்திர நிபுணர்களின் நிகழ்ச்சிகளை ஒளிபரப்ப மறுத்துவிட்டார்.

"அந்தத் தொலைக்காட்சியை வாங்கியதற்கு முழுக்காரணமே பகுத்தறிவைப் பரப்ப வேண்டும் என்பதுதான். ஜோதிடம், வாஸ்து சாஸ்திரம் போன்ற மூட நம்பிக்கையைப் பரப்பும் நிகழ்ச்சியை ஒளிபரப்புவதற்காகச் சிலர் மாதம் ரூ.50 லட்சம் தர முன்வந்தனர். அதற்கு வளைந்துகொடுக்க நான் மறுத்துவிட்டேன்" என்கிறார் ஜர்க்கிஹொலி. அதைத் தொடர்ந்து, நிதி இழப்பு காரணமாக அந்தத் தொலைக்காட்சியை விற்றுவிட்டார்.

குருட்டு நம்பிக்கைகளுக்கு எதிரான அவரது போராட்டத்துக்கு இருபது வயது. "நான் திருமணம் செய்து கொண்ட போதும், சடங்குகளைச் செய்ய எந்தப் புரோகிதரும் வரவில்லை. எனினும்,

நானும் என் மனைவியும் மகிழ்ச்சியாக வாழ்கிறோம். கடவுளை வணங்குவதற்காக நான் நேரத்தை வீணாக்குவதில்லை. பில் கேட்ஸோ அல்லது நானோ எப்போதும் லட்சுமி கடவுளை வணங்கியதில்லை. எனினும், பில்கேட்ஸ் இன்று கோடீஸ்வரர். எனது விற்று முதலும் ரூ.600 கோடி. சரஸ்வதியை வேண்டி வணங்குவதைவிட, பெண் குழந்தைகளுக்காக முதல் பள்ளியைத் திறந்த சாவித்ரிபாய் பூலேயை நினைத்துப் பார்ப்பது மிகவும் அர்த்தமுள்ளது என்று நான் நினைக்கிறேன்" என்கிறார் அவர்.

"புத்தர், பசவண்ணர், அம்பேத்கர், ஜோதிபா பூலே, பெரியார், நாராயண குரு போன்று பல சமூக சீர்திருத்தவாதிகளை இந்தியா கண்டிருக்கிறது. எனினும், மக்களில் பலர் ஏழ்மை யிலும் அறியாமையிலும் ஏன் இருக்கிறார்கள்? சமூக சீர்திருத்த வாதிகள் கற்பித்ததை மறந்ததுதான் இதற்குக் காரணம். மக்கள் நம்பியவர்கள்தான் பல நூற்றாண்டுகளாக சுரண்டிக் கொண்டிருக்கிறார்கள். நமது சமூக சீர்த்திருத்தவாதிகள் பரப்பிய கருத்துகளை நாம் எப்போது பின்பற்றுகிறோமோ அப்போதுதான் நமது நாடு முன்னேறும்" என்கிறார் ஜர்க்கிஹொலி.

ஜர்க்கிஹொலி அரசியல்வாதி. ஆனால், மூட நம்பிக்கை களுக்கும் குருட்டு நம்பிக்கைகளுக்கும் எதிராக உறுதியாகப் பேசுகின்ற அவர், இந்த சமூகத் தீமைகளை எதிர்த்து தனது சொந்தப் பணத்தையும் செலவழிக்கிறார். அவர் சாதாரணமானவர் அல்லர்.

பெங்களூர் மிர்ரர், 7 டிசம்பர் 2015

ஒரு தற்கொலையும் சாதி அரசியலும்

ரோஹித் வெமுலாவை சாவுக்குத் துரத்திய அகில பாரதீய வித்யார்த்தி பரிஷத்தும் பாஜகவும்

நான் இந்தப் பத்தியை எழுதிக்கொண்டிருக்கும் போது, ரோஹித் வெமுலாவின் மரணத்துக்கு எதிராக நாடு முழுவதும் போராடிக்கொண்டிருக்கின்றனர். யார் இந்த ரோஹித்?

இருபத்தாறு வயதான ரோஹித், புத்திசாலியான, ஆர்வமிக்க இளைஞர். குண்டூரில் ஏழைக் குடும்பத்தில் பிறந்த அவர், இரண்டு ஜூனியர் ரிசர்ச் ஃபெல்லோஷிப் பெறும் அளவுக்கு புத்திசாலி. சிகரெட் பிடிப்பதையும் பீர் சாப்பிடுவதையும் நண்பர்களுடன் சேர்ந்து அரட்டையடிப்பதையும் விரும்புபவர் என்பதை முகநூலில் வெளியிட்டுள்ள அவரது படங்கள் காட்டுகின்றன. அந்தப் பகிர்வுகள் இவரது சமூக அக்கறையையும் காட்டுபவை. எடுத்துக் காட்டாக, இரண்டு ஆண்டுகளுக்கு முன் அம்பேத்கர் பிறந்த நாளையொட்டி அவர் எழுதினார்: ‘‘பரஸ்பரம் சமத்துவமும் பரிவும் அன்பும் கொண்ட சமூகம் உருவாக நாம் வாழ்த்துவோம்... வகுப்புக்கலவரங்கள் இல்லாத, மகிழ்ச்சியும் உறுதியும் கொண்ட குழந்தைகளின் – அவர்கள்

எந்தப் பின்னணியைச் சார்ந்தவர்களாக இருந்தாலும் – முகங்கள் நிறைந்த சூழலை நாம் விழைவோமாக . . .”

மிக அண்மையில், எம்.எம். கல்புர்க்கியின் மரணத்தைக் கண்டித்தும் “நான் மாட்டு இறைச்சி சாப்பிடுவேன். இதைக் கேட்பதற்கு நீங்கள் யார்?' என்று கேட்ட சித்தராமையாவைப் பாராட்டியும் பேசியிருந்தார். சாவித்திரிபாய் பூலே பிறந்த தினத்தையொட்டி, அவரது மேற்கோள்களைப் பகிர்ந்து கொண்டதுடன், உஸ்மானியா பல்கலைக்கழகத்தில் ஏற்பாடு செய்யப்பட்டிருந்த மாட்டு இறைச்சி உணவுத் திருவிழாவுக்கு ஆதரவும் அளித்தார். பதான்கோட்டில் மடிந்த இந்திய வீரர்களுக்கு இரங்கல் தெரிவித்தார். ரோஹித் பற்றிச் சுருக்கமாகக் கூற வேண்டும் என்றால் சமத்துவத்தின்மீது நம்பிக்கைக்கொண்ட உணர்ச்சிப்பூர்வமான ஒரு தாராளவாதி இளைஞன். ஒரு செய்திப் பகிர்வில் ‘வாழ்க்கையை வாழ்வதில் நம்பிக்கைகொண்ட அம்பேத்கரியன் நான்’ என்று தன்னைச் சொல்லிக்கொண்டார். வாழ்வின்மீது நம்பிக்கைக்கொண்ட இந்த இளைஞனை, தனது வாழ்வை முடித்துக்கொள்ளத் தூண்டியது எது?

தில்லியில் ஜவஹர்லால் நேரு பல்கலைக்கழகத்தில் இடதுசாரிகளின் கை ஓங்கி இருந்தபோதிலும், நாடு முழுவதும் மற்ற கல்வி நிலையங்களில் வலதுசாரிகளின் கரம் தாராளமாக நீண்டிருந்தது. இளைஞர்களைத் தேர்ந்தெடுத்து அவர்களை வகுப்புவாத வளையத்துக்குள் கொண்டுவருவதுதான் அவர்களது முக்கிய நோக்கம். சில நேரங்களில் அது, கொடூர சாவுகளுக்கும் வழிவகுத்தது. எடுத்துக்காட்டாக, 2006இல், போபாலில் பேராசிரியர் எச்.எஸ். சபர்வால், அகில பாரதீய வித்யார்த்தி பரிஷத் குண்டர்களால் கொடூரமாகத் தாக்கப்பட்டார். மருத்துவமனைக்கு கொண்டுச்செல்லும் வழியில் அவர் இறந்துபோனார். அகில பாரதீய வித்யார்த்தி பரிஷத் உறுப்பினர்கள் சூழ்ந்துகொண்டு கலகம் செய்ததால், இந்தூர் கல்லூரி முதல்வருக்கு மாரடைப்பு ஏற்பட்டதாக *இந்தியா டுடே* இணையதளம் சொல்கிறது. 2010இல், குஜராத் பல்கலைக்கழகத் துணைவேந்தர் பரிமல் திரிவேதியின் வீட்டுக் கதவை உடைத்துக்கொண்டு வந்த அகில பாரதீய வித்யார்த்தி பரிஷத் குண்டர்கள், அவரைத் தாக்கினார்கள். 2011இல் உஜ்ஜைனியில், தனது சகாக்களை அகில பாரதீய வித்யார்த்தி பரிஷத் கும்பல் தாக்கியதைப் பார்த்த, பேராசிரியர் சுந்தர் சிங் தாக்கூர் அதிர்ச்சியில் இறந்துபோனார். நமது சொந்த மாநிலமான கர்நாடகத்தில் 2005இல் பேராசிரியர் வி.எஸ். ஸ்ரீதராவை நக்ஸலைட் ஆதரவாளர் என்று குற்றம்சாட்டி அகில பாரதீய வித்யார்த்தி பரிஷத் முரடர்கள் தாக்கினர்.

சமீபகாலமாக, பிற்படுத்தப்பட்ட, தாழ்த்தப்பட்ட சமூகங்களைச் சேர்ந்த மாணவர்கள் காவிக் கூட்டத்தை எதிர்க்கத் தொடங்கியுள்ளனர். சமூகசீர்திருத்தத் தலைவர்களான அம்பேத்கர், பெரியார், நாராயண குரு, ஜோதிபா பூலே போன்றவர்களின் படைப்புகளால் ஊக்கம் பெற்ற அவர்கள் சில பிரசாரங்களையும் மேற்கொண்டனர். இயற்கையாகவே, அவை காவி ஆதரவாளர்களைக் கோபமடையச் செய்தன. கடந்த ஆண்டு பிரசித்திபெற்ற சென்னை ஐஐடியில் அம்பேத்கர் பெரியார் படிப்பு வட்டத்தை மாணவர்கள் தொடங்கி, வகுப்புவாதம், உலகமயமாக்கலுக்கு எதிரான விரிவுரைகளுக்கு ஏற்பாடு செய்தபோது, மத்திய மனித வளத்துறை அமைச்சர் ஸ்மிருதி இரானிக்கு அனாமதேயக் கடிதம் எழுதப்பட்டது. அதன்பிறகு, உடனே அந்தப் படிப்பு வட்டத்தின் அங்கீகாரம் ரத்து செய்யப்பட்டது.

அடுத்தது, ஹைதராபாத் திறந்த நிலைப் பல்கலைக்கழகம். கடந்த ஆண்டில் யாகூப் மேமன் தூக்கிலிடப்பட்டபோது, ரோஹித் தீவிர உறுப்பினராக இருந்த அம்பேத்கர் மாணவர் சங்கம், மரண தண்டனைக்கு எதிராகக் குரல் எழுப்பியது. தில்லி பல்கலைக்கழகத்தில் ‘முசாபர்நகர் பாஹி ஹை’ என்ற ஆவணப்படம் திரையிடுவதை அகில பாரதீய வித்யார்த்தி பரிஷத் பலவந்தமாகத் தடுத்துவிட்டது. அம்பேத்கர் மாணவர் சங்கம், அதற்கும் கண்டனம் தெரிவித்தது. அகில பாரதீய வித்யார்த்தி பரிஷத்தின் பல்கலைக்கழகத் தலைவரான சுஷில் குமார், அம்பேத்கர் மாணவர் சங்கத்தின் எதிர்ப்பு குறித்து, “அம்பேத்கர் மாணவர் சங்க குண்டர்கள், போக்கிரித்தனத்தைப் பற்றி பேசுவது வேடிக்கையாக இருக்கிறது” என்று முகநூலில் விமர்சித்தார். அம்பேத்கர்வாதிகளைக் குண்டர்கள் என்று சுஷில் குமார் குறிப்பிட்டது குறித்து அம்பேத்கர் மாணவர் சங்க உறுப்பினர்கள், அவரை எதிர்கொண்டு, அவர் மன்னிப்புக் கேட்க வேண்டும் என்று வலியுறுத்தினர். அவரை எதிர்த்தவர்கள் எண்ணிக்கையில் அதிகமாக இருந்ததால், அகில பாரதீய வித்தியார்த்தி பரிஷத் தலைவர் தனது கூற்றை வாபஸ் பெற்றுக்கொண்டார்.

தலித் தாராளவாதிகளுக்கும் வகுப்புவாத காவிப் பிரிவினருக்கும் இடையே மோதல் அத்துடன் முடிந்து விடவில்லை. அடுத்தநாள், அம்பேத்கர் மாணவர்கள் சங்க உறுப்பினர்கள் தன்னைத் தாக்கினார்கள் என்று சுஷில் குமார் குற்றம் சாட்டினார். பாஜக எம்எல்சி ராமச்சந்திர ராவ், ஆர்எஸ்எஸ், ஏபிவிபி உறுப்பினர்கள், திறந்தநிலைப் பல்கலைக்கழகத் துணை

வேந்தருக்கு அழுத்தம் கொடுத்தனர். செகந்தராபாத் எம்பியான பண்டாரு தத்தாத்ரேயா, ஸ்மிருதி இராணிக்குக் கடிதம் எழுதினார். பல்கலைக்கழகம், 'சாதியவாதிகள், தீவிரவாதிகள், தேசவிரோத சக்திகளின்' கூடாரமாக ஆகிவிட்டது என்றும் அம்பேத்கர் மாணவர் சங்க உறுப்பினர்கள்மீது நடவடிக்கை எடுக்க வேண்டும் என்றும் வலியுறுத்தினார். ஒரு விசாரணைக் குழு அமைக்கப்பட்டது. அம்பேத்கர் மாணவர் சங்க உறுப்பினர்கள் சுஷில் குமாரைத் தாக்கியதற்கு 'எந்த முக்கிய ஆதாரத்தையும் கண்டுபிடிக்க முடியவில்லை' என்று அந்தக் குழு சொன்ன போதிலும், ரோஹித் உள்பட ஐந்து தலித் மாணவர்களை இடைநீக்கம் செய்ய பரிந்துரை செய்தது.

தனது படிப்பை முடிவுக்குக் கொண்டுவந்த அந்தச் சூழ்நிலையிலும் ரோஹித் தனது முகநூலில் இப்படிக் குறிப்பிட்டிருந்தார்: "சமூக முரண்பாடுகளுக்கும் மூட நம்பிக்கை களுக்கும் எதிரான எனது குரலை அடக்க முயன்ற எனது நண்பர்களுக்கு ஒன்றைக் கூறிக்கொள்கிறேன். அன்புள்ள தோழர்களே, எப்போதும் தீப்பொறியைப் பஞ்சு மெத்தையால் அணைக்க முயலாதீர்கள்... அது வேகமாகத் தீப்பிடிக்கும்... எனது போராட்டம் கருத்துகளுக்கும் பரவலான மூடநம்பிக்கைகளுக்கும் எதிரானது. கோபராஜு ராமச்சந்திர ராவ், நரேந்திர தபோல்கர் போன்றவர்கள் காட்டிய பாதையில் தொடர்வேன்."

ஆதாரங்கள் இல்லாமல் இருந்தபோதிலும் இடைநீக்கம் செய்ததை அம்பேத்கர் மாணவர் சங்கம் எதிர்ப்புத் தெரிவித்ததை அடுத்து, துணைவேந்தர் தனது முடிவைத் திரும்பப் பெற்றுக் கொண்டு, புதிய குழுவை அமைத்துப் புதிதாக விசாரணை நடத்த சம்மதித்தார். ஒரு சில வாரங்களுக்குப் பிறகு, பல்கலைக்கழகத்தின் புதிய துணைவேந்தராக போடிலே அப்பாராவை மோடி அரசு நியமித்தது. அப்பாராவ், புதிய குழுவை அமைத்தாரா இல்லையா என்பது யாருக்கும் தெரியாது. அம்பேத்கர் மாணவர் சங்க உறுப்பினர்கள் ஐந்து பேர், டிசம்பர் 20ஆம் தேதி முறையற்ற வகையில் விடுதிகளைவிட்டு வெளியேற்றப்பட்டதுடன், வளாகத்தில் பொது இடங்களுக்குள் நுழையக் கூடாது என்று தடையும் விதிக்கப்பட்டது. அதன் விளைவாக, பல்கலைக்கழகத் தால் அவர்கள் 'தீண்டத்தகாதவர்களாக' மாற்றப்பட்டனர்.

சரியாகச் சொன்னால், ரோஹித் போன்ற இளைஞர்கள் எதற்காகப் போராடி வந்தார்களோ, அதே வகையான சமூக ஒதுக்கிவைப்புக்கு ஆளானார்கள். 'நான் இறங்கியுள்ள போராட்டத்தின் பரிமாணத்தை' நான் அறிந்து இருக்கிறேன்

என்று முந்திய பதிவில் ரோஹித் குறிப்பிட்டிருந்தபோதிலும், கடும் போராட்டத்துக்குப் பிறகு கல்வி ஏணியில் ஏறி வந்துகொண்டிருந்த நிலையில், தான் அங்கிருந்து துரத்தப்படுவது அவரை நிலைகுலையச் செய்திருக்க வேண்டும்.

எனினும், சாதிப் பிரச்சினையை போர்வைக்குள் மறைத்து விட நினைத்தாலும்கூட, சாதி அரசியலின் விளைவே ரோஹித் மரணம் என்பதை நாம் அங்கீகரித்தே ஆக வேண்டும். இந்த உண்மையை ஏற்றுக்கொள்ளாவிட்டால், மேலும் பல ரோஹித் வெமுலாக்கள் சமத்துவத்துக்கான போராட்டத்தைக் கைவிட நேரிடும்.

பெங்களூர் மிர்ரர், 19 ஜனவரி 2016

'தேசபக்தியைவிட மேலான மனிதநேயம்'

நாட்டின்மீது உண்மையான அக்கறை கொண்டவர்கள் கன்னையா குமாரும் உமர் காலித்தும்

ஜவஹர்லால் நேரு பல்கலைக்கழகத்தில் 2016 பிப்ரவரி 9ஆம் தேதி கன்னையா குமார் பேசிய எழுச்சியுரை, அவர்மீது எனக்குப் பற்றை ஏற்படுத்தியது. இந்த இளைஞரின் இதயமும் மூளையும் சரியான இடத்தில் இருப்பதாக நான் நினைத்தேன்.

ஒன்றரை மாதம் கழித்து, இன்று காலையில், அதே வளாகத்தில் உமர் காலித் தனது மனதில் இருப்பதைப்பேசும்போது, ரவீந்திரநாத் தாகூரின் பாடல் "எங்கே மனம் அச்சமின்றி விளங்குகிறதோ" எனக்கு நினைவுக்கு வந்தது. அறிவுக்கு எங்கே தளையில்லையோ, சாதி, சமூகம், பாலினம் அடிப்படையில் சமூகம் எங்கே துண்டு துண்டாக உடையாமல் இருக்கிறதோ, மக்கள் எங்கே முழுமையை நோக்கி விடா முயற்சி செய்கிறார்களோ, எங்கே ஒவ்வொருவரும் தலைநிமிந்து நிற்கிறார்களோ என இந்தியா எப்படி உருவாக வேண்டும் என்பதைப் பற்றி அந்தக் கவிதை பேசிக்கொண்டே போகும். தெளிவாகச் சொன்னால், தாகூர் கற்பனை செய்த இந்தியாவின் உறுப்பினர் உமர்.

மற்ற இளைஞர்களும் கன்னையா, உமர்போல ஆக முயல வேண்டும் என்று நான் நினைக்கிறேன்.

குக்கிராமத்தில் ஏழைக் குடும்பத்திலிருந்து வந்தவர் கன்னையா. பள்ளி, கல்லூரி நாட்கள் முழுவதும் கடுமையான பொருளாதார நெருக்கடிகளை எதிர்கொண்டவர். ஒவ்வொரு ஆண்டும் நாடு முழுவதும் ஆயிரக்கணக்கான மாணவர்களுக்கு ஜவஹர்லால் நேரு பல்கலைக்கழகத்தில் இடம் கிடைக்காத நிலையில், அதில் இடம்பெறுவதற்கான தகுதிகொண்ட புத்திசாலி.

பழமைவாய்ந்த முஸ்லிம் குடும்பத்திலிருந்து வந்த உமர், மதத்தின் தளைகளிலிருந்து தன்னை விடுவித்துக் கொண்டவர். அமெரிக்கப் பல்கலைக்கழகத்தில் படிப்பதற்கான கல்வி உதவித்தொகையை நிராகரித்தவர். அதனால், இந்தியாவில் ஆதிவாசிகளின் அவலநிலையைப் பற்றி அவரால் ஆய்வுசெய்ய முடிந்தது. தனது உயிருக்கு மிரட்டல் இருக்கிறது என்று அவருக்குத் தெரிந்திருந்தாலும், வளாகத்துக்குத் திரும்பி வரும் துணிச்சல் இருந்தது. பயத்துடன் வாழமாட்டேன் என்றும் யாரும் தனது வாயை அடைத்துவிட முடியாது என்றும் அறிவித்தார்.

அவர்கள் இருவரும் பகிரங்கமாக அறிவித்துக் கொண்ட நாத்திகர்கள். இடதுசாரி சங்கங்களின் உறுப்பினர்கள். எனினும்கூட, ஏபிவிபி, பாஜக எம்பி மகேஷ் கிரி, ஜவஹர்லால் நேரு பல்கலைக்கழகத் துணைவேந்தர் ஜகதீஷ் குமார், தில்லி போலீஸ் கமிஷனர் பி.எஸ். பாஸ்ஸி மற்றும் சில தொலைக்காட்சி நெறியாளர்கள், ‘அல்லாஹு அக்பர்’, ‘இன்ஷா அல்லா’ என்ற கோஷங்களுடன்கூடிய போலியாகத் தயாரிக்கப்பட்ட வீடியோக்களை நம்பினார்கள்.

இந்த மாணவர்களைத் தேச விரோதிகள் என்று முத்திரை குத்தவும் ஜவஹர்லால் நேரு பல்கலைக்கழகத்தை அபாயகரமான சக்திகள் வளரும் இடமாகச் சித்திரிக்கவும் இது அவர்களுக்குப் போதுமானதாக இருந்தது. “கம்யூனிஸ்ட்டுகள் ஏற்பாடு செய்துள்ள ஆர்ப்பாட்டத்தில் அல்லாஹு அக்பர், இன்ஷா அல்லா எப்படி வர முடியும்?” என்று சரியான மனம்கொண்ட யாரும் ஆச்சரியத்தில் உறைந்துவிடுவார்கள்.

கன்னையா குமார், உமர் ஆகியோருக்கு எதிரான துரோகக் குற்றச்சாட்டு சீட்டுக் கட்டுபோலச் சரிந்து விழுந்து பாஜகவை வெட்கப்படச் செய்தது. தேசிய கொடியின் பின்னால் தங்களை மறைத்துக்கொண்டு அதைச் சமாளிக்க வேண்டியதாயிற்று. மத்திய மனிதவள மேம்பாட்டுத்துறை அமைச்சர் ஸ்மிருதி இரானி, அனைத்து மத்தியப் பல்கலைக்கழகங்களின் வளாகங்களிலும் மூவர்ணக் கொடியை ஏற்ற வேண்டும் என்று உத்தரவிட்டார். பல ஆண்டுகளாகத் தேசியக் கொடி ஏற்றிவரும் ஜவஹர்லால் நேரு பல்கலைக்கழகம் தேச விரோதிகளை வளர்ப்பதாக

காவிக் கூட்டத்தால் குற்றஞ்சாட்டப்படுவது வேடிக்கைதான். இதில் சோகம் என்னவென்றால், சட்டத்துக்குப் புறம்பான வகுப்புவாத நடவடிக்கைகளை மூடி மறைப்பதற்காக இந்த எளிய கொடி பயன்படுத்தப்பட்டதுதான். எடுத்துக்காட்டாக, உச்சநீதிமன்றத்துக்கு எதிராக சில வழக்கறிஞர்கள், நீதிமன்ற வளாகத்திற்குள்ளேயே மக்களைத் தாக்கினர். அவர்கள் கண்டனம் செய்யப்பட்டதும், மூவர்ணக் கொடியைத் தூக்கிக்கொண்டு எதிர்ப்புப் பேரணி நடத்தினார்கள். கடந்த ஐம்பது ஆண்டுகளுக்கு மேலாக நாக்பூரில் உள்ள தனது தலைமையகத்தில் தேசிய கொடியை ஏற்ற மறுத்த ஆர்எஸ்எஸ், முஸ்லிம் சமுதாயத்தினர் தங்களது தேசப்பற்றை வெளிப்படுத்தும் வகையில் அனைத்து மசூதிகளிலும் தேசியக் கொடியைப் பறக்கவிட வேண்டும் என்று சொன்னார்கள். ஹுப்ளியிலுள்ள அனைத்துக் கோவில்களிலும் தேசியக் கொடி பறக்காதபோது, சில ஆண்டுகளுக்கு முன்னால் ஈத்கா மைதானத்தில் தேசியக் கொடியை ஏற்றுவதற்கான தேசியப் பிரச்சாரத்தை பாஜக நடத்தியது.

கன்னையா, உமர் போன்றவர்களுக்குத் தேசபக்தி என்பது தேசியக்கொடியை அசைத்துக்காட்டுவதல்ல. தேசியக் கொடியை அசைப்பதிலுள்ள தேசபக்தியைச் சார்ந்து இருக்க வில்லை. அதற்குப் பதிலாக, விளிம்புநிலை, ஒடுக்கப்பட்ட, அடித்தட்டு மக்களின்மீது அக்கறைகொண்டு அவர்களின் மேம்பாட்டுக்காகப் பாடுபடுவதுதான் தேசபக்தி. அம்மாக் களுக்கும் சகோதரிகளுக்கும் பாலியல் வன்கொடுமை அச்சுறுத்தல்கள் இருக்கும்போது ‘பாரத் மாதா கீ ஜே’ என்று கோஷம் இடுவதைவிட, பெண்கள் மரியாதையுடன் நடத்தப்பட வேண்டும். தேசபக்தி என்பது ஒவ்வொன்றிலும் இந்துத்துவாவைத் திணிப்பதல்ல; இந்தியாவில் மத, மொழி, கலாசார, பாரம்பரிய மற்றும் பிற பன்முகத்தன்மைகளைப் பாதுகாப்பது. ஆர்எஸ்எஸ் கருத்தாக்கங்களுக்கு ஒத்துப்போவதில்லை. ஆனால், காந்தி, அம்பேத்கர், ஜோதிபா பூலே, பெரியார் உள்ளிட்ட பெரியவர்களின் கருத்துகளை வெளிப்படுத்துவது. எனது கருத்துப்படி, இந்த நாட்டின் மக்கள் மீது உண்மையிலேயே அக்கறை கொண்ட கன்னையா, உமர் ஆகிய இருவரும் உண்மையான தேசபக்தர்கள். எப்படி இருந்தாலும், தேசியக்கொடி பிரதிநிதித்துவப்படுத்தும் மக்களைப் பற்றி நீங்கள் கவலைப்படாவிட்டால், அது என்ன தேசபக்தி? ஜவஹர்லால் நேரு பல்கலைக்கழக மாணவர்களுக்கு எதிராக ஆர்எஸ்எஸ் நடத்திவரும் கேலிக்கூத்துகள் தொடர்கின்றன. கோமாளியாகவும் அதிகாரமையத்தின் கைப்பாவையாகவும் இருப்பதை நிரூபித்துள்ள பாஸ்ஸி (தில்லி முன்னாள் போலீஸ் கமிஷனர்), தங்களது குற்றமின்மையை நிரூபிக்க வேண்டிய

பொறுப்பு மாணவர்களுடையதுதான் என்று தற்போது கூறியிருக்கிறார். நமது நாட்டின் சட்டப்படி, ஒருவரின் குற்றம் நிரூபிக்கப்படாதவரை அவர் குற்றமற்றவர் என்பதை அவர் மறந்துவிட்டாரா? அந்த மாணவர்கள் தேச விரோதிகள் என்பதை நிரூபிக்க பாஸியால் முடியாமல் போய்விட்டதற்காக அவர்கள் தாங்கள் உண்மையான தேசபக்த இந்தியர்கள் என்பதை நிரூபிக்க வேண்டுமா!

தாகூரின் மற்றொரு மேற்கோளுடன் முடிக்க விரும்புகிறேன்: "தேசபக்தி, நமது இறுதி ஆன்மிக இருப்பிடமாகிவிட முடியாது. எனது அடைக்கலம் மனிதநேயம்தான். வைரத்தின் விலை கொடுத்து நான் கண்ணாடித் துண்டுகளை வாங்கமாட்டேன். மனிதநேயத்தைத் தேசபக்தி வெற்றிகொள்வதை வாழும்வரை நான் அனுமதிக்கமாட்டேன்."

***பெங்களூர் மிர்ரர்*, 22 பிப்ரவரி 2016**

கடவுளின் சொந்த தேசத்தில் கடவுள் இறக்கிறார்

அய்யப்பன் கோவில் கூட்டநெரிசலுக்குப் பின்னர் அரசு

'கடவுளின் சொந்த தேசம்' என்று தன்னை முன்னிறுத்திக்கொள்ளும் கேரளத்தில், கடவுளின் பெயரால் ஏராளமான சாவுகள் ஏற்பட்டுள்ளதைக் காண்கிறோம். இந்தியாவிலுள்ள மிகவும் பிரபலமான கோவில்களில் ஒன்றான சபரிமலையில் இதுவரை சுமார் மூன்று சோக நிகழ்வுகள் பதிவாகியுள்ளன. 1952ஆம் ஆண்டில் வாண வேடிக்கையின் போது பட்டாசுகள் வெடித்துச் சிதறி 66 பக்தர்கள் மரணமடைந்தார்கள், 2016ஆம் ஆண்டு ஏப்ரல் 10 தேதி புட்டிங்கல் என்ற இடத்தில் நடந்ததுபோல. மேலும் 1999இல், மகர ஜோதியைப் பார்த்த பிறகு ஏற்பட்ட கூட்டநெரிசலில் 52 பக்தர்கள் மரணமடைந்தனர். இந்த இரண்டு சோக நிகழ்வுகளும் 106 பேரின் உயிரைப் பலி கொண்ட 2011ஆம் ஆண்டு கூட்ட நெரிசலைத் தடுக்கவில்லை.

பட்டாசுகளை வெடிப்பதன் மூலம் தீய சக்திகளை அகற்ற முடியும் என புட்டிங்கல் தேவி கோவிலுக்குவரும் பக்தர்கள் நம்புகிறார்கள். மகர ஜோதியைப் பார்ப்பதால் ஆன்மா சுத்தியடையும் என்றும், கடவுள் அருள்பாலிப்பார் என்றும் சபரிமலை அய்யப்பன் பக்தர்கள் நம்புகிறார்கள்.

ஆனால் உண்மையில், பல்வேறு சாதித் தலைவர்கள், அரசியல் கட்சிகள், ரூ.6000 கோடிக்கு மேல் விற்றுமுதல் கொண்ட பட்டாசுகளை உற்பத்தி செய்யும் தொழிற்சாலைகள் ஆகியவை தங்களது செல்வாக்குப் பலத்தைக் காட்டுவதற்காக நடந்ததுதான் புட்டிங்கல் வாண வேடிக்கை. இதேபோல, கேரள மின்வாரியத் தொழிலாளர்கள், சபரிமலை அய்யப்பன் கோவிலை நிர்வகிக்கும் திருவிதாங்கூர் தேவஸ்வம் போர்டு உறுப்பினர்களால் 'தெய்வீக' மகர ஜோதி, மோசடியாக ஏற்றப்படுகிறது. எனினும், 'தீய கண்' 'தெய்வீக அருள்பாலித்தல்' போன்ற மூட நம்பிக்கைகளை பல ஆண்டுகளாக வளர்த்து வந்தது ஏன்? ஏனெனில் இந்தக் குருட்டு நம்பிக்கைதான் – பகுத்தறிவு அல்ல – கடவுள் நம்பிக்கை என்ற வியாபாரத்தை அமோகமாக வளர்த்தெடுக்க உதவியிருக்கிறது.

அறிவியல் மனநிலையை உருவாக்க வேண்டும் என்ற இந்திய அரசியலமைப்புச் சட்டத்துக்குக் கட்டுப்பட்ட நமது அரசு, அதற்குப்பதிலாக மதங்களின் தவறான நம்பிக்கைகளை ஊக்குவிப்பது ஏன்? இந்தக் கேள்விக்கான விடையைக் கண்டறிவதற்கு முன், அய்யப்ப பக்தி மோகத்தைச் சுற்றியுள்ள பொருளாதாரத்தை நாம் பார்க்கலாம். ஒவ்வொரு ஆண்டும் இரண்டிலிருந்து இரண்டரைக் கோடி பக்தர்கள் சபரிமலைக்கு வருகிறார்கள். இதனால், பக்தர்கள் தரும் பல்வேறு வரிகள் மூலம் அரசாங்கக் கருவூலத்துக்கு ரூ10ஆயிரம் கோடிக்கு மேல் வருவாய் கிடைக்கிறது. பக்தர்கள் செலுத்தும் காணிக்கை வாயிலாக திருவிதாங்கூர் தேவஸ்வம் போர்டுக்கு ரூ.2 ஆயிரம் கோடிக்கு மேல் கிடைக்கிறது. ஒவ்வொரு ஆண்டும் அய்யப்ப சீசனிலும் (நவம்பர் முதல் ஜனவரி வரை) ஹோட்டல்கள், உணவகங்கள், கடைகள்; பல்வேறு வர்த்தகங்கள் மூலம் கணிசமான பணம் கிடைத்து வருகிறது. இவர்கள் ஒவ்வொருவரும் லாபம் ஈட்டும்போது, பக்தர்கள் மட்டுமே தங்களது மனதையும், அறிவார்ந்த சிந்தனையின்றித் தங்களது வாழ்க்கையையும் இழக்கிறார்கள். கேரளத்தில் மதச்சார்பற்றதாகச் சொல்லப்படும் காங்கிரஸ் ஆட்சியாக இருந்தாலும் அல்லது நாத்திக கம்யூனிஸ்ட் தலைமையிலான அணி ஆட்சியாக இருந்தாலும், அய்யப்ப ஆர்வம் தொடர்ந்து வளர்ந்து வருகிறது. கிறிஸ்துவ, இஸ்லாமிய நம்பிக்கை உடையவர்கள் உள்பட, மற்ற மத சம்பந்தமான இடங்களிலும் இதேபோன்ற அதிசயக் காட்சிகளைக் காணலாம்.

தற்போதைய முதலமைச்சரும் காங்கிரஸ்காரருமான உம்மன் சாண்டி, புட்டிங்கல் சோக நிகழ்வு குறித்து நீதி விசாரணை நடத்தப்படும் என்று அறிவித்துள்ளார். 1999இல் அப்போதைய முதலமைச்சரும் மார்க்சிஸ்ட் கம்யூனிஸ்ட்

கட்சியைச் சேர்ந்தவருமான ஈ.கே. நாயனார், சபரிமலை கூட்ட நெருக்கடி சம்பவம் குறித்து நீதி விசாரணைக்கு உத்தரவிட்டார். அதைத் தொடர்ந்து என்ன நடந்தது? "நாட்டின் பல்வேறு பகுதிகளிலிருந்தும் வரும் பக்தர்களின் பாதுகாப்புக்கு உறுதி செய்யாமல் அலட்சியமாக இருந்துவிட்டது" என்று நீதிபதி சந்திரசேகர மேனன் தலைமையிலான நீதி விசாரணை கமிஷன் மாநில அரசுமீது குற்றம்சாட்டியது. பக்தர்களின் உயிர்களுக்குப் பாதுகாப்பு அளிக்க கேரள அரசு எந்த நடவடிக்கையும் எடுக்கவில்லை. புட்டிங்கல் சோக நிகழ்வு குறித்த விசாரணைக்கும் இதே கதிதான் என்பதை கணித்துச் சொல்ல ஒருவருக்குத் தெய்வீக அருள் தேவையில்லை. மற்றொரு நீதி விசாரணை ஆணையம் அமைக்கப்படும். இப்படியே இந்தக் கதை செல்லும்.

மக்களது நம்பிக்கையை வைத்து விளையாடும் அரசியல் வாதிகளின் விளையாட்டுகளைப் பார்க்கலாம். நாற்பது ஆண்டுகளுக்கு முன்புவரை, ஐயப்ப பக்தி மோகம் கேரளத்தில் மட்டுமே இருந்தது. 1970களின் தொடக்கத்தில் மகரஜோதி மாயை மாநிலத்துக்கு வெளியேயும் பரவத் தொடங்கியது. இந்த மாயையின் உத்வேகத்தால் அமிதாப் பச்சன், ரஜினிகாந்த், கர்நாடகத்தைச் சேர்ந்த டாக்டர் ராஜ்குமார், அவரது மகன்கள் போன்ற 'நட்சத்திர' பக்தர்கள் 'அய்யப்ப மாலை'யை எந்தவிதச் சிரமமும் இல்லாமல் பரப்பினார்கள். விரைவில், அய்யப்பனின் புகழ் நாட்டின் வடபகுதிகளிலும்கூட பரவியது. கேரளத்தில் உள்ள பகுத்தறிவாளர்கள் இதுகுறித்து எச்சரிக்கையானார்கள். 1980இல் பகுத்தறிவாளர்கள் குழுவினர், மகர ஜோதி என்பது மோசடியானது என்பதை ஆய்வுசெய்து அதற்கான ஆதாரங்களை வெளிக்கொண்டு வந்தனர். ஆனால், வலிமையான ஆதாரங்கள் இருந்தும் அரசும் கோவில் நிர்வாகமும் மௌனமாக இருந்தன. 2008ஆம் ஆண்டில், உண்மையை ஒப்புக் கொள்ள வேண்டிய கட்டாயச்சூழல் ஏற்பட்டது. அப்பாவி மக்கள் தெய்வீக தரிசனத்தைக் காண முண்டியடித்துக்கொண்டிருக்கிறார்கள் என்பது தெரிந்திருந்தபோதும் இந்த இரு தரப்பினரும் அவர்கள் அப்படி நம்பிக்கொண்டிருப்பது தங்களுக்கு லாபமீட்டித் தருவதால் அது தொடரட்டும் என்று விட்டுவிட்டார்கள்.

புட்டிங்கல் தேவி கோவில் பிரச்சினையைப் பொருத்தவரை, வாண வேடிக்கைக்கு அனுமதி வழங்க உள்ளூர் நிர்வாகம் மறுத்துவிட்டது. முதலில் அதிகாரிகளை மிரட்டுவதற்கு அரசியல்வாதிகள் 'சாதி' அஸ்திரத்தை எடுத்தனர். பின்னர் அவர்கள் 'மத நம்பிக்கை மற்றும் பாரம்பரியம்' என்ற அஸ்திரத்தை எடுத்தனர். 'சட்டத்தைப் பற்றி கவலைப்பட மாட்டோம்' என்ற

அஸ்திரத்தை இறுதியாக அவர்கள் கையில் எடுத்தனர். ஏன் இந்த அஸ்திரங்கள்? இவை அனைத்தும் வரப்போகின்ற தேர்தலில் வாக்குகளை அள்ளித் தரும் என்பதுதான்.

மனித உயிர்களைவிட, மூடநம்பிக்கைகளை ஊக்குவித்து அதனால் கிடைக்கும் அரசியல் லாபமே முக்கியம் என்றால், கடவுள் மீண்டும் மீண்டும் தனது சொந்த நாட்டில் மரணித்துக் கொண்டுதான் இருப்பார்.

பெங்களூர் மிர்ரர், 11 ஏப்ரல் 2016

அதிருப்தி என்பது தேச துரோகமல்ல

பொதுக் கருத்தை இந்துத்துவ குழுக்கள் தணிக்கை செய்வதைக் காங்கிரஸ் பார்த்துக்கொண்டிருக்கிறது

தில்லியின் முன்னாள் போலீஸ் கமிஷனர் பி.எஸ். பாஸ்ஸியும் அவரது பாஜக முதலாளிகளும் 2016 பிப்ரவரி 12ஆம் தேதி ஜவஹர்லால் நேரு பல்கலைக்கழக மாணவ கூட்டத்தின் மீது தேசதுரோகக் குற்றச்சாட்டுகளைப் பதிவுசெய்தது எவருக்கும் ஆச்சரியத்தை அளிக்கவில்லை. ஆனால், கர்நாடகத்தில் காங்கிரஸ் ஆட்சி நடைபெற்று வந்தாலும்கூட, சமீபத்தில் சிலருக்கு எதிராக போலியான தேச துரோக குற்றச்சாட்டுகளைப் போலீசார் பதிந்தது பலரை அதிர்ச்சிக்குள்ளாக்கியிருக்கிறது.

அகில இந்திய மாணவர் பெருமன்றத்தைச் சேர்ந்த இரண்டு மாணவர்கள் தாக்கப்பட்ட சம்பவம் குறித்து பெரிய அளவு செய்திகள் எதுவும் வெளிவரவில்லை. மார்ச் 30ஆம் தேதி தும்கூர் பல்கலைக்கழகம் அருகே ஜோதி கே., வி. சின்னப்பா ஆகிய இருவரும் துண்டுப் பிரசுரங்களை விநியோகித்துக் கொண்டிருந்தனர். ஆர்எஸ்எஸ் பற்றியும் கல்வி காவிமயமாவது குறித்தும் விமர்சனம் செய்த அந்தத் துண்டுப்பிரசுரங்கள், ஜவஹர்லால் நேரு பல்கலைக்கழக மாணவர் சங்கத் தலைவர் கன்னையா குமாரை ஆதரித்தும், இந்த ஆண்டின் தொடக்கத்தில் ஹைதராபாத் மத்திய

பல்கலைக்கழகத்தில் நிர்வாகத்தினரால் துன்புறுத்தலுக்கு ஆளான தலித் ஆராய்ச்சி மாணவர் ரோஹித் வெமுலா தன் உயிரை மாய்த்துக்கொண்டதற்கு நீதி கேட்டும் இருந்தது. துண்டுப்பிரசுரத்தின் உள்ளடக்கம் அகில பாரதீய வித்யார்த்தி பரிஷத் உறுப்பினர்களைக் கோபத்தில் ஆழ்த்தியது. எண்பதுக்கு மேற்பட்டவர்களைக் கொண்ட அவர்களின் கும்பல், அந்த இடதுசாரி மாணவர்களைத் தாக்கிப் பலமாகக் காயமடைய வைத்தது. இதையடுத்து, அகில பாரதீய வித்யார்த்தி பரிஷத் உறுப்பினர்கள் தங்களைத் தாக்கியது குறித்து, ஜோதியும் சின்னப்பாவும் போலீசில் புகார் தெரிவித்தனர். ஆனால், அந்த இருவரும் 'பாகிஸ்தான் ஜிந்தாபாத்' என்று கோஷமிட்டதாக அகில பாரதீய வித்யார்த்தி பரிஷத் சார்பில் பொய் புகார் அளிக்கப்பட்டது. அத்துடன் தும்கூரை அடுத்துள்ள சித்தகங்கா மடத்தின் ஸ்ரீசிவகுமார சுவாமியை அவமதித்ததாகவும் குற்றஞ் சாட்டப்பட்டது.

உடனடியாக, உள்துறை அமைச்சர் பரமேஸ்வர், இந்தச் சம்பவம் குறித்து ஆய்வுசெய்தார். காவிக்கூட்டத்தின் அராஜகத்தைச் சகித்து கொள்ள முடியாது என்று அவர்களுக்கு உணர்த்தும் வகையில் அகில பாரதீய வித்யார்த்தி பரிஷத் குண்டர்களை காங்கிரஸ் அரசு சுற்றிவளைக்கும் என்று ஒவ்வொருவரும் நம்பிக்கொண்டிருந்தனர். ஆனால் நடந்ததோ அதற்கு நேர்மாறு. ஜோதி, சின்னப்பாவுக்கு எதிராகத் தேசதுரோகக் குற்றத்தின் கீழும், அகில பாரதீய வித்யார்த்தி பரிஷத்தைத் சேர்ந்த நான்கு பேர் மீது மட்டும் முதல் தகவல் அறிக்கையும் உள்ளூர் போலீசார் பதிவுசெய்தனர். தேசத்துரோகக் குற்றச்சாட்டு அவர்கள்மீது ஏன் பதிவு செய்யப்பட்டது என்று கேட்கப்பட்டபோது, போலீசார் உள்ளூர் பாஜக தலைவர்களின் அழுத்தத்தின்பேரில் தான் அவ்வாறு பதிவுசெய்ததாகப் பதிலளித்தார்கள். தனது சொந்த மாவட்டத்து போலீசாரிடமிருந்து வந்த பதிலைக் கேட்டு பரமேஷ்வர் திகைத்துப்போய்விட்டார்.

இரண்டு வாரங்கள் கழித்து, ஷிவமொக்கா மாவட்டத்தில் இதுபோன்ற ஒன்று நடந்தது. பி.ஆர். அம்பேத்கரின் 125வது பிறந்த நாளையொட்டி, சாகர் நகரில் ஒரு நிகழ்ச்சியில் கலந்துகொள்வதற்காக மதிப்புமிக்க மொழியிலாளர் பேராசிரியர் மல்லிகார்ஜுனன் மேதி அழைக்கப்பட்டிருந்தார். கூட்டத்தில் பேசிய மேதி, "எழுபது ஆண்டுகால ஜனநாயக ஆட்சிக்குப் பிறகும், அம்பேத்கரின் கனவுகள் நனவாகவில்லை. நாம் சமூகநீதியைச் சாதிக்க முடியாமல், அடித்தட்டு மக்களின் வாழ்வு நாளுக்குநாள் மோசமடைந்துக் கொண்டுவரும் நிலையில், 'பாரத மாதா கீ ஜே' என்று கோஷமிடுவதில் என்ன பயன்?" என்று கேள்வி

எழுப்பினார். குழப்பம் செய்து நிகழ்ச்சியைச் சீர்குலைக்க வலதுசாரிகளுக்கு இதுபோதுமானதாக இருந்தது. மேதியை தேச விரோதி என்றும் நாட்டை அவமானப்படுத்திவிட்டதாகவும் அவர்கள் குற்றம்சாட்டினார்கள். மேதிமீது தேசதுரோகக் குற்றச்சாட்டு பதிவுசெய்யப்பட வேண்டும் என்று பாஜக தலைவர்கள் என்று தங்களைச் சொல்லிக் கொண்ட சிலரும் இந்துத்துவா அமைப்புகளைச் சேர்ந்தவர்களும் சாகரிலும் ஷிவமொக்காவிலும் ஆர்ப்பாட்டம் செய்தனர். "அவர்மீது தேசத் துரோகக் குற்றச்சாட்டு பதிவு செய்யவில்லை என்றால், நாங்களே அவரைப் பார்த்துக்கொள்கிறோம்" என்று அவர்கள் மிரட்டினார்கள். 'தேசபக்தர்களின்' இந்த மாதிரியான அழுத்தத்தைப் பார்த்து, போலீசார் என்ன செய்ய முடியும்? மேதி என்ன பேசினார் என்று பார்ப்பதற்குப் பதிலாக, இந்துத்துவா குண்டர்களைப் போகும்படி கூறிவிட்டு, அவர்களின் அழுத்தத்துக்குப் பணிந்து, சட்டத்துறையின் ஆலோசனையைக் கேட்டார்கள். பிரச்சினை வளர்ந்துகொண்டே போவதைக் கேள்விப்பட்ட, முதலமைச்சர் சித்தராமையா ஒன்றும் செய்ய முடியாமல் விரக்தியில் கையைக் கட்டிக் கொண்டார்.

சில நாட்கள் கழித்து, ஏப்ரல் 11இல், 'அச்சே தின் எல்லி?' (நல்ல நாட்கள் எங்கே?) என்ற கன்னட வீதி நாடகம் பெங்களூருவில் உள்ள ரவீந்திர கலாசேத்ராவின் திறந்த வெளியில் நடத்தப்பட்டது. இதனை எழுதி இயக்கியவர் சசிகாந்த் யடஹள்ளி. நரேந்திர மோடி கொடுத்த உறுதி மொழிகள் நிறைவேற்றப்படவில்லை என்பதையும் மற்ற தேர்தல் வாக்குறுதிகள் குறித்தும் பற்றிப் பேசும் நாடகம் 'அச்சே தின் எல்லி?' பார்த்துக் கொண்டிருந்தவர்களில் ஒரு சிலர் உடனே: "உங்களது முட்டாள்தனமான இந்த நாடகத்தை நிறுத்துங்கள்" என்று சத்தம் போட்டார்கள். நாடகத்தை நிறுத்த முயன்றார்கள். பார்வையாளர்களில் பெரும்பாலானவர்கள் இடதுசாரிகள் என்பதால், சப்தம் போட்டவர்களை வளாகத்தைவிட்டு வெளியேற்றினர். ஆனால், அது அவர்களை நிறுத்திவிடவில்லை. நிகழ்ச்சி முடிந்ததும் மீண்டும் வளாகத்துக்கு வந்த அவர்கள், "மீண்டும் இந்த நாடகத்தைப் போடக்கூடாது. இல்லாவிட்டால் . . ." என்று யடஹள்ளியை எச்சரித்தனர். சட்டம் ஒழுங்கைப் பாதுகாக்க வேண்டிய போலீஸ் வளாகத்தைச் சுற்றி எங்கும் காணோம். மாநிலத்தில் பாஜக ஆட்சி அதிகாரத்தில் இல்லாதபோதிலும்கூட, பல்வேறு இந்துத்துவா குழுக்களின் அதிகாரம்தான் தற்போதும் உள்ளது. அதனால்தான் கருத்துரீதியாகத் தங்களுக்கு எதிராக உள்ளவர்களை எதிர்த்து அவர்கள் கூச்சலிடுகிறார்கள். தாக்குகிறார்கள். தப்பியும் விடுகிறார்கள்.

மேலே குறிப்பிடப்பட்டுள்ள இந்த மூன்று சம்பவங்களிலும் அரசின் செயல்பாடு மாநிலத்தில் உள்ள முன்னணி அறிவுஜீவிகளுக்கும் சமூக செயல்பாட்டாளர்களுக்கும் உண்மையிலேயே கவலையளிப்பதாக உள்ளது. நாற்பதுக்கும் மேற்பட்டவர்கள் கையெழுத்திட்டு மாநில அரசுக்கு அனுப்பிய பகிரங்கக் கடிதத்தில் கூறியிருப்பதாவது: ''வன்முறைகளின் மூலம் அறிவுஜீவிகளைக் கட்டாயமாக மௌனமாக்கும் முயற்சிகள் மற்றும் சமீபமாக அதிகரித்துவரும் கலாச்சார பயங்கரவாதத்தை நாங்கள் கண்டிக்கிறோம். சமத்துவமற்ற, நியாயமற்ற தற்போதைய நிலைமை தொடருவதற்காக அவர்கள் செய்துவரும் சூழ்ச்சிதான் இது.'' முற்போக்காளர்களின் குரல்களை வலுக்கட்டாயமாக ஒடுக்குபவர்களுக்கு எதிராக அரசு நடவடிக்கை தேவை என்று வலியுறுத்தி கையெழுத்திட்டுள்ள (சுதந்திரப் போராட்ட வீரர் எச்.எஸ். துரைசாமி, மூத்த விமர்சகர் கே. மருளசித்தப்பா, ஓய்வுபெற்ற நீதிபதி ஏ.ஜெ. சதாசிவா உள்பட) அந்தக் கடிதம் இப்படி முடிகிறது: "எதிர்ப்பு, விவாதம், விமர்சனம் ஆகியவை ஜனநாயகத்தை வலுப்படுத்தும் என்று உறுதியாக நம்புகிறோம். அனைத்துச் சிந்தனையாளர்களும் அச்சமின்றி சமூகத்தின் மீது தங்களது மதிப்பீட்டையும் விமர்சனத்தையும் தொடர்ந்து முன்வைக்க வேண்டும்.'' பசவண்ணர், ஷிஷுநாள ஷரீஃப், குவெம்பு ஆகியோரது மண்ணில் நல்ல போராட்டத்திற்கான இவர்களின் அழைப்பு கட்டாயம் வீண்போகாது.

இருந்தாலும், காங்கிரஸ் அரசு விழித்துக்கொண்டு, எதிர்ப்பாளர்கள் என்பவர்கள் நிச்சயம் தேசவிரோதிகள் கிடையாது என்று போலீசாருக்கு அறிவுறுத்துமா?

பெங்களூர் மிர்ரர், 2 மே 2016

மதம், அரசியல், நிர்வாண உண்மை

மதச்சார்பற்ற அரசியலமைப்பு மீது நடந்துசெல்லும் துறவி

ஹரியானா சட்டப்பேரவைக்கு 2016 ஆகஸ்ட் 26ஆம் தேதி ஜெயின் முனி தருண் சாகர் வந்தது குறித்து அதிகமாகப் பேசப்பட்டது. ஆடையில்லாமல் வந்தது குறித்து மதநம்பிக்கையை இழிவுபடுத்தும் பொருத்தமற்ற விமர்சனங்களை மக்கள் செய்யமாட்டார்கள் என்று நான் உறுதியாக நம்புகிறேன். அவர் மதத்தின் விதிமுறைகளைக் கடைப்பிடிக்கிறார். அரசியல் அமைப்புச் சட்டம் தந்த உரிமையை அவர் அனுபவிக்கிறார். ஆனாலும் எனக்கு இரண்டு ஆட்சேபணைகள் இருக்கின்றன. முதலாவது, முனி தருண் சாகரின் சொற்பொழிவின் உள்ளடக்கம் தொடர்பானது; இரண்டாவது, மதமானது அரசியலமைப்புச் சட்டத்திற்கும் மேலான தாக வைத்துப் பார்க்கப்படுவது தொடர்பானது.

அவரது கசப்பான சொற்பொழிவில் (கட்வே ப்ரவசன்), முனி தருண் சாகர் வழங்கிய 'சூத்திரத்தின்படி', பெண் சிசுக்கொலையைத் தடுக்க வேண்டும் என்பதும் பாலின பாரபட்சத்துக்கு எதிரான அவரது நிலைப்பாடும் பாராட்டத்தக்கது. ஆனால் பெண் சிசுக்கொலையைத் தடுப்பதற்கு அவர் சொல்லும் காரணத்தில் ஆணாதிக்க மனோ பாவத்தின் முடைநாற்றம் வீசுகிறது. மரியாதைக்குரிய முனிஜி, பாலியல் வன்முறைகள் நிகழ்வதற்குக்

காரணம் ஆண் – பெண் விகிதாச்சாரத்திலுள்ள மாறுபாடல்ல. அவற்றின் வேர்கள் வேறு இடத்தில் இருக்கின்றன.

முனி தருண் சாகர் மேலும் கூறியுள்ளார்: "அரசியலைத் தர்மம் கட்டுப்படுத்த வேண்டியது அவசியம். தர்மம் என்பது கணவன் போன்றது. அரசியல் என்பது மனைவி போன்றது. ஒவ்வொரு கணவரின் கடமையும் மனைவியைப் பாதுகாப்பது. ஒவ்வொரு மனைவியும் கணவர் சொல்லும் ஒழுங்கை ஏற்றுக்கொள்ள வேண்டும். அரசியல்மீது தர்மத்துக்குக் கட்டுப்பாடு இல்லாமல் இருந்தால், அது கட்டுப்பாடில்லாத யானை போலாகிவிடும்." முனிஜி கூறுவது, துரதிர்ஷ்டவசமாக அதே சமூகப் பாலின பாரபட்சத்துக்கு ஆதரவாக உள்ளது, நீங்களே சொல்லியதுபோல, "நாம் பதினான்காம் நூற்றாண்டில் வாழ்கிறோம்" என்று உணர வைத்துள்ளது.

ஹரியானா சட்டப்பேரவையில் முதலமைச்சர், சட்டப் பேரவைத் தலைவர் ஆகியோரின் நாற்காலிகளைவிட முனிஜியின் நாற்காலி உயரமாக இருந்ததாகச் செய்திகள் பதிவாகியுள்ளன. ஆளுநருக்கு அளிக்கப்பட்டது, இதைவிட உயரம் குறைவானதுதான். 'கணவன்' தர்மம், 'மனைவி' அரசியலைக் கட்டுப்படுத்தும் என்று முனிஜியின் கருத்தைப் பிரதிபலிப்பதாக இது உள்ளது. மதச்சார்பற்ற அரசியலமைப்பைவிட மதம் மேலானது என்று அரசியல்வாதிகளைக் கட்சி வேறுபாடுகளைக் கடந்து நினைக்க வைத்திருக்கிறது.

அரசியலமைப்புக்கு அவமரியாதை செய்திருப்பதை ஹரியானாவில் ஆட்சியில் இருக்கும் பாஜகவை குற்றம்சாட்டுவதில் அர்த்தம் இல்லை. 69 ஆண்டுகளுக்கு முன் அரசியல் சாசனம் பிறந்தபோதிலிருந்தே, நமது நாட்டில் இந்த நச்சு மனநிலை இருந்துவருகிறது.

1951ஆம் ஆண்டில் இந்தியக் குடியரசுத் தலைவராகத் தேர்ந்தெடுக்கப்பட்ட பிறகு ராஜேந்திர பிரசாத், வாரணாசியில் 201 பிராமணர்களின் காலைப் பணிவுடன் கழுவி, அந்தத் தண்ணீரை அருந்தினார் என்பது அனைவருக்கும் தெரியும். அவ்வாறு செய்தன் மூலம், இந்திய நாட்டின் முதல் தலைவரான அவர், பிராமணர்களின் அந்தஸ்தைவிட அரசியலமைப்புக் கீழானது என்று நினைத்திருக்கிறார்.

பலருக்குத் தெரியாதது ஒன்று என்னவென்றால், அனைவரும் அறிந்த சம்ஸ்கிருத அறிஞரும் கன்னட எழுத்தாளரும், 'மஹா பிராமண' என்ற நூலை (விஸ்வாமித்திரரின் வாழ்க்கையை அடிப்படையாகக் கொண்டு) எழுதியவரும் அந்த நாளில்

பனாரஸில் இருந்தார். தாமும் இந்த வகையில் கௌரவிக்கப்பட உள்ளதை அறிந்த அவர், குடியரசுத் தலைவரின் மதிப்பைக் குறைத்துவிடக்கூடாது என்பதால் அதில் பங்கேற்காமல் தவிர்த்துவிட்டார். அவர் வேறு யாருமில்லை தேவுடு நரசிம்ம சாஸ்திரி. ஆனால், தேவுடுவின் எதிர்ப்பைப் பற்றி அந்த அமைப்பாளர்கள் கவலைப்படாமல், அமைதியாக அவருக்குப் பதிலாக ஓர் உள்ளூர் பிராமணரை அமர்த்திவிட்டனர்.

இந்தச் சம்பவத்தைப் பற்றி கேள்விப்பட்ட தீவிர சோசலிஸ்டான ராம் மனோகர் லோகியா, “ஏழை சம்ஸ்கிருத ஆசிரியர் எடுத்த நிலைப்பாட்டை நான் பாராட்டுகிறேன்” என்று தேவுடு பற்றிச் சொன்னார். கூடுதலாக, சாதியும் சமூகப் பாலின பாரபட்சமும் என்ற கட்டுரையில் லோகியா, “புனித நகரமான வாரணாசியில் இந்தியக் குடியரசுத் தலைவர் பொது இடத்தில் இருநூறு பிராமணர்களின் காலைக் கழுவி இருக்கிறார். பொதுவெளியில் மற்றவர்களின் காலைக் கழுவியது இழிவானது” என்று எழுதினார்.

சாதியை அழித்தொழிக்க முயன்றுவந்த, பி.ஆர். அம்பேத்கரும், ராஜேந்தர பிரசாத் செய்ததைக் குற்றமாகப் பார்த்தார். அதனால்தான், அவர் கூறினார்: “இந்தியர்கள் இன்று இரண்டு வேறுபட்ட கருத்தியல்களினால் ஆளப்படுகிறார்கள். சுதந்திரம், சமத்துவம், சகோதரத்துவம் இவற்றை வலியுறுத்தும் முன்வாசகம் கொண்ட அரசியலமைப்புச் சட்டத்தின் வழியிலான அரசியல் கோட்பாட்டாலும், அவற்றை மறுக்கும் மதத்தைக்கொண்டுள்ள சமூகக் கோட்பாட்டாலும்.”

இதுபோன்ற கடுமையான விமர்சனங்கள் ராஜேந்திரப் பிரசாத்தைத் தடுத்துவிடவில்லை. ஓராண்டு கழித்து, சோமநாதர் கோவிலைப் புதுப்பிப்பதைத் தொடங்கிவைக்கும் நிகழ்ச்சியில் அவரும் உள்துறை அமைச்சர் வல்லபாய் பட்டேலும் கலந்துகொண்டனர். அந்தக் கோவிலைப் புதுப்பிப்பதற்கு சௌராஷ்டிரர்கள் ஒதுக்கீடு செய்த தொகை ரூ.25 லட்சம். அந்த நாளில் அது மிகப் பெரிய தொகை. புதிதாகச் சுதந்திரம் அடைந்த இந்தியா சொந்தக் காலில் நிற்பதற்குப் போராடிக் கொண்டிருந்த நேரம் அது என்பதை நினைவில் கொள்ள வேண்டும்.

‘தீவிர மதச்சார்பற்ற’ ஜவஹர்லால் நேருவைப் பற்றி என்ன சொல்ல? ஆக்ஸ்போர்டு பல்கலைக்கழக ஆராய்ச்சியாளர் இந்திரஜித் ராய், ஒரு கட்டுரையில் நேருவைப் பற்றி சொல்லியிருக்கிறார்: “முற்போக்காளர்களாகத் தங்களை வரித்துக்கொண்ட உயர்வர்க்கத்தினரின் நாயகன், இங்கிலாந்தில் படித்த ஜவஹர்லால்

நேருவுக்கு, மத அறிஞர்கள் பயன்படுத்தும் ‘பண்டிட்’ என்ற கௌரவப் பட்டம் கொடுக்கப்பட்டபோது அதை ஏற்பதற்கு அவர் வெட்கப்படவில்லை. ‘தி டிஸ்கரி ஆஃப் இந்தியா’ நூலில், ‘பிராமணர்களின் பொதுச்சேவை மற்றும் தனிப்பட்ட தியாகச் சாதனைகள்’ (பக்கம் 87) குறித்து குறிப்பிடுவதன் மூலம் தனது பாராட்டை அவர் மறைக்க முயலவில்லை. இந்தியா சுதந்திரம் அடைந்தபோது, சங்குகள் முழங்க ‘விதியுடன் ஓர் ஒப்பந்தம்’ நடந்தது. முந்திய காலகட்டங்களில் மன்னர்களுக்கான பட்டாபிசேஷகங்களில் நடந்த இந்துமதச் சடங்குகளை இது நினைவுபடுத்தியது.

நமது மதச்சார்பற்ற அரசியலமைப்பு மதத்தையும் அரசியலையும் கண்டிப்பாகப் பிரிக்கிறது. ஆனால், நடைமுறையில் அனைத்து அரசியல் செயல்பாடுகளிலும் மதம் முக்கியப் பங்கு வகிக்கிறது. சட்டசபைக் கூட்டங்கள் ஆரம்பிப்பதற்கு ‘நல்லநேரம்’ பார்ப்பதையும், அரசாங்கக் கட்டடங்களுக்கான அடிக்கல் நாட்டும்போது ‘திசை’ பார்ப்பதையும், கப்பல்களை வெள்ளோட்டம் விடும்போது தேங்காய் உடைப்பதையும், அணைகளைத் திறக்கும்போது மலர்தூவுவதையும், அரசாங்க நிகழ்ச்சிகள் துவங்கும்போது மந்திரங்கள் முழங்குவதையும் வேறு எப்படி விளக்க முடியும்? மதத்துடன் எந்தத் தொடர்பும் இல்லாத, அரசமைப்புக்குக் கட்டுப்பட்டதாக எதிர்பார்க்கப்படும் நமது நீதிமன்ற வளாகங்களில் கோவில்கள் இருக்கின்றன.

தர்மம் என்கிற ‘கணவன்’ திணித்துள்ள தடைகளை அரசியல் ‘மனைவி’ வெற்றிகரமாக உடைத்துக்கொண்டு, இந்தியா எப்போது உண்மையான மதசார்பற்ற நாடாக மாறும் என்று கேட்க வைத்திருக்கிறது.

பெங்களூர் மிர்ரர், 29 ஆகஸ்ட் 2016

நேர்காணல்

பெண்ணாக இருப்பது தற்போது எனது பாதுகாப்பு

பத்திரிகையாளராக இரண்டாவது இன்னிங்ஸ்

லங்கேஷ் பத்திரிகே இதழின் ஆசிரியராக கௌரி லங்கேஷ் பொறுப்பேற்று இரண்டு மாதங் களுக்குப் பிறகு, அவரைப் பத்திரிகையாளர் ஜே.டி. ரித்தி பேட்டி கண்டார்.

அப்பாவின் பாரம்பரியத்தை சுவீகரிக்கப்போகிறோம், அதாவது, லங்கேஷ் பத்திரிகேயின் ஆசிரியராக ஆவோம் என்று எப்போதாவது சிந்தித்திருக்கிறீர்களா?

ஒருபோதும் இல்லை. ஒரு விஷயம், எனது அப்பாவின் பாரம்பரியத்தை எடுத்துச்செல்லும் உண்மையான வாரிசாக எப்போதும் யாரும் இருக்க முடியும் என்று நான் நினைக்கவில்லை. இலக்கிய உலகிலும் கன்னடப் பத்திரிகை உலகிலும் அவர் பெரிய ஆளுமை. அவர் இறந்த நாளில், நாங்கள் தில்லி விமான நிலையத்தில் இருந்தபோது, 'பத்திரிகே' என்ன ஆகும்? என்று எனது நண்பர்கள் என்னிடம் கேட்டனர். காலங்காலமாக நடந்துவந்த அதை மூடுவதைத்தவிர, வேறு எதையும் செய்யும் கேள்விக்கே இடமில்லை என்று அவர்களிடம் நான் சொன்னேன். அவரது இடம் பெரியது. அதை நிரப்புவது கடினம்.

எந்தச் சூழ்நிலையில் இந்த வார இதழின் ஆசிரியர் பொறுப்பை ஏற்றுக்கொள்ள முடிவு செய்தீர்கள்?

கௌரி லங்கேஷ் : மரணத்துள் வாழ்ந்தவர் 161

முதலில், என்னைவிட்டுவிட்டு, வாரிசுகள் வேறு எவருடைய தலைமையிலாவது பத்திரிகை நடத்துவது எப்போதும் சாத்தியமாகும் என்று நான் நினைக்கவில்லை. ஏனெனில், ஒவ்வொருவரும் மற்றொரு லங்கேஷைப் பார்க்க விரும்புகிறார்கள். ஏனெனில், மதச்சார்பின்மை, தலித்துகள், பெண்கள், அடித்தட்டு மக்கள் ஆகியவற்றுக்காக நின்றது அது. அதனால், தயவுசெய்து பத்திரிகையை மூடிவிட வேண்டாம் என்று பலர் செய்தி அனுப்பினார்கள். பெரும் பத்திரிகைகளில் இடம் இல்லாத நிலையில், தங்களது குரலை எதிரொலிப்பதற்கான இடமாக 'பத்திரிகே' உருவாகி இருந்தது.

எனது அப்பாவின் நெருங்கிய நண்பரும், முக்கிய கன்னட மாலை இதழான *சஞ்ஜேவாணி,* தமிழ் நாளிதழான *தினச்சுடர்* ஆகியவற்றின் ஆசிரியர் மற்றும் வெளியிட்டாளரும், பல ஆண்டுகளாக எங்களது பத்திரிகையை அச்சிட்டு வழங்கி வருபவருமான மணியை எனது சகோதரர், சகோதரியுடன் நானும் சென்று பார்த்தேன். பத்திரிகையை மூடிவிட விரும்புவதாக அவரிடம் நாங்கள் கூறினோம். "உங்களது அப்பா, தான் செய்துவந்த வேலையை விட்டுவிட்டு, தனது அனைத்து சேமிப்பையும் போட்டு, இந்தப் பத்திரிகையைத் தொடங்கினார். போராடுவதற்கான துணிச்சல் அவருக்கு இருந்தது. பத்திரிகையை வைத்து ஏதாவது செய்துவிட வேண்டும் என்று நினைத்தார். ஆனால், போராடக்கூட முயற்சி செய்யாமல் அதை விட்டுவிட வேண்டும் என்று நீங்கள் விரும்புகிறீர்கள். குறைந்தது கொஞ்சகாலம் துணிச்சலுடன் ஏன் முயற்சி செய்து பார்க்கக்கூடாது? அது சரிப்பட்டு வரவில்லை என்றால் மூடிவிடுங்கள்"என்றார் அவர். பிறகு மீண்டும் யோசித்தபோது அப்பா பணி முடிந்துபோன சூழ்நிலை, ஏதோ அறிகுறிபோல தோன்றியது. தாம் எழுத வேண்டிய பத்திகளை அவர் எழுதி முடித்து, அந்த இதழ் அச்சுக்குபோன பிறகு, அவர் திங்கட்கிழமை காலமானார். அவர் தனது பணிகளைச் சுத்தமாக முடித்துவிட்டுப் போன சூழ்நிலையில், திடுதிப்பென்று அந்த இதழை மூடுவது என்பது அவரது நினைவுகளுக்குச் செலுத்தும் அவமரியாதை போலவே தோன்றியது. பத்திரிகையைத் தொடர்ந்து நடத்த வேண்டும் என்று எனது அப்பா விரும்பினாரா என்ற ஒரு கேள்வி தொடர்ந்து எங்களை வதைத்தது. இன்னும் அதற்கான விடை எங்களுக்குத் தெரியவில்லை. அவர் எப்போதும் அதுகுறித்துச் சொல்லியது இல்லை.

நீண்ட காலம் அவர் உடல்நலமில்லாமல் இருந்தபோதிலும், பத்திரிகையின் எதிர்காலம் குறித்து யாரிடமும் அவர் கலந்தாலோசித்ததே இல்லையா?

இல்லை. உண்மையில், கடந்த இரண்டு ஆண்டுகளாக ஒரு மாலை நாளிதழைத் தொடங்கும் யோசனையுடன் அவர் முயற்சி செய்துவந்தார். அவரது யோசனையை வீட்டிலுள்ள அனைவரும் நிராகரித்தோம். ஏனெனில், அதைச் செய்வதற்கேற்ற வகையில் அவரது உடல்நலம் இருப்பதாக நாங்கள் கருதவில்லை. அதன் நோக்கங்களைச் செயல்படுத்தும் வரையிலும் அந்த இதழ் வர வேண்டும் என விரும்பியதை அவர் எப்போதும் உணர்ந்தார். அது செயல்படுவதற்கான தேவை இன்னமும் இருப்பதாக நான் நினைத்தேன்.

என்றாவது ஒரு நாள், இந்த இதழை எடுத்து நடத்த வேண்டி வரும் என்ற எண்ணத்தில் பத்திரிகையாளராக ஆனீர்கள், இல்லையா?

நான் இந்தப் பணிக்காகத் தயாரிக்கப்பட்டேனா? நிச்சயமாக இல்லை. ஏனெனில், எனது அப்பா பத்திரிகையைத் தொடங்கிய அதே நேரத்தில்தான் நான் இதழியல் படிப்பைப் படிக்கத் தொடங்கி இருந்தேன். இந்த நிலையில், பத்திரிகையைப் பொருத்தவரை அவரது வாரிசாக நான் வருவது என்பது எதுவுமில்லை. உண்மையில், எனது முதல் விருப்பம் டாக்டராக வேண்டும் என்பதுதான். அது நடக்கவில்லை. எனவே, நான் பத்திரிகையாளராக முடிவு செய்தேன். இந்த இருபது ஆண்டுகளில், நான் இந்தப் பத்திரிகைக்கு ஒரே ஒரு முறை மட்டுமே எழுதியிருக்கிறேன். நான் வேண்டுமென்றே இந்த இதழுக்கு எழுதுவதிலிருந்து விலகிருந்தேன். ஏனெனில், உரத்த குரலில் கடுமையாகத் தாக்கி எழுதும் பத்திரிகை அது. நான் ஒரு பெரிய ஆங்கில நாளிதழில் பணிபுரிந்து வந்தேன்.

ஒரு பத்திரிகையாளராக உங்கள் பணி, பெரிதாகச் சொல்லும் வகையில் இல்லை என்றும், கடந்த பத்தாண்டுகளில் உங்களது பணி தேக்க நிலையில் உள்ளது அல்லது கீழ்நோக்கிப் போய்விட்டது என்றும் உங்களது விமர்சகர்கள் சுட்டிக்காட்டுகிறார்கள். இந்த நிலையில் இப்போதைய பணி உங்களுக்கு அதிர்ஷ்டவசமானது என்று நினைக்கிறீர்களா?

இது மற்றவர்களுக்குத் தேவையில்லாதது. எனது பணியில் தேக்கநிலை இருந்தால், அதை நானே முதலில் ஒத்துக்கொள்வேன். ஒருவேளை, இடர்களை ஏற்கத் தயங்கியதால் இப்படித் தோன்றி யிருக்கலாம். எனது தனிப்பட்ட வாழ்க்கையில் பரபரப்பாக எதுவும் ஏற்படாததால்கூட இப்படி இருக்கலாம். வேலையைத் துரத்திக்கொண்டிருப்பதைவிட, தனிப்பட்ட மகிழ்ச்சியைத் தேடுவதில் நான் அதிக கவனம் செலுத்தினேன். இன்று நான் என்னளவில் மகிழ்ச்சியாக இருக்கிறேன். அதற்காகக் கொடுக்க வேண்டிய விலையைப் பற்றி நான் கவலைப்படவில்லை.

உங்களது தனிப்பட்ட வாழ்க்கை, தொழில்ரீதியான வாழ்க்கை இரண்டிலும் நீங்கள் மகிழ்ச்சியாக இருக்கிறீர்களா?

தற்போது என்ன நிலையில் இருக்கிறேனோ அதில் மிகவும் மகிழ்ச்சியாக இருக்கிறேன். தனியாக வாழ்வதில் எந்தப் பிரச்சினையும் இல்லை என்று கடந்த ஆண்டில் முடிவு செய்தேன். எனது அனைத்துத் தனிப்பட்ட குழப்பங்களுக்கும் தீர்வு கண்டிருக்கிறேன். எனது பணியில் கவனம் செலுத்தத் தயாராக இருந்தேன். அந்த நேரத்தில்தான், எனது தந்தையின் மரணம் எனக்கான விஷயத்தைத் தீர்மானித்தது. எனது பணி உண்மையிலே முன்னேற்றப் பாதையில் அடியெடுத்து வைக்கும் சூழ்நிலையில், நான் இங்கே திரும்பி வந்தேன். இந்தப் பத்திரிகை ஆசிரியர் பணியைப் பொருத்தவரை இதற்கான தகுதிகள் அனைத்தையும் நான் ஈட்டிவிட்டதாக நினைக்கவில்லை. என்னால் எந்த அளவுக்குச் சிறப்பாகச் செய்ய முடியுமோ அதைச் செய்து, தகுதி ஈட்டுவதை உறுதி செய்துகொள்கிறேன்.

இப்போது இந்த பத்திரிகைக்கு உங்களது திட்டங்கள் எவை?

இறுதிவரை எனது அப்பா இந்தப் பத்திரிகைக்கு வழிகாட்டியாக இருந்தார். ஆனால், கடந்த இரண்டு ஆண்டுகளாக, அவரது உடல்நிலை சரியில்லாததால், பத்திரிகை உண்மையிலேயே வாசகர்களைச் சென்றடைவது குறைந்துவிட்டது. தற்போது மீண்டும் மக்களைச் சென்றடைய நான் முயற்சித்துக் கொண்டிருக்கிறேன்.

குடும்பத்தில் இரண்டாம் தலைமுறையாக இந்தப் பத்திரிகையை நடத்திக்கொண்டிருக்கும் நீங்கள், இந்த வெளியீட்டை வேறு திசைகளில் எடுத்துச் செல்ல, உலகளவில் எடுத்துச் செல்ல, இணையதளத்தில் வெளியிட அல்லது வேறு ஏதாவது திட்டம் இருக்கிறதா?

எனது அப்பாவுக்குத் தொழில்நுட்பம் என்றாலே தயக்கம். இதில் அவர் மிகவும் பழமைவாதி. இறுதிவரை அவர் தனது கையால் எழுதிவந்தார். இணையம் அல்லது பங்குச்சந்தை குறித்துக்கூட அவர் எப்போதும் புரிந்துகொண்டதில்லை. அடிநிலையில் மாற்றத்தைச் சிறப்பாகக் கொண்டுவர முடியும் என்பதை அவர் உறுதியாக நம்பினார். அவரது கருத்தை நான் ஏற்கிறேன். ஆனால், அடிநிலையில் இருந்தாலும் தொழில்நுட்ப அறிவைப் பெற வேண்டும் என்பதை மேலும் உணர்ந்திருக்கிறேன். நாங்கள் நிலைநிறுத்திக்கொண்ட பிறகு, பத்திரிகையை இணையதளத்தில் கொண்டுவர நான் திட்டமிடுவேன். அத்துடன் என் அப்பாவின் மற்ற எழுத்துகளையும். தற்போது, அவரது ஒரு

நாவலை தொடராகப் பத்திரிகையில் வெளியிட்டு வருகிறோம். அந்தத் தொடரையும் இணையதளத்தில் வெளியிடுவோம் என நம்புகிறேன்.

உங்களது பத்திரிகைக்கு இணையப் பதிப்பு இருக்கிறதா?

லங்கேஷ் பத்திரிகே என்ற பெயரில் ஓர் இணையதளத்தை யாரோ ஒருவர் ஏற்கெனவே பதிவு செய்திருப்பதை நாங்கள் கண்டறிந்தோம். அதில் எனது அப்பாவின் புகைப்படத்தைத்தவிர வேறு ஒன்றும் இல்லை. அந்த இணையதளத்தை வைத்திருப்பவருக்கு எனது சகோதரர் கடிதம் எழுதினார். அவர் எனது அப்பாவின் ரசிகர். எப்போது வேண்டுமானாலும் நாங்கள் விரும்பியபடி அதை எடுத்துக்கொள்ளலாம் என்று அவர் எங்களிடம் கூறினார். இப்போதிருந்து சில வாரங்களில் அந்த இணையதளத்தைச் செயல்பாட்டுக்குக் கொண்டுவர நாங்கள் திட்டமிட்டுள்ளோம்.

வாசகர் தளம், ஊழியர்கள், தற்போதுவரை அதன் தலைமை என்று ஆண் அடையாளம் கொண்ட ஒரு பத்திரிகையின் ஆசிரியராக வேண்டுமென்று நீங்கள் எப்படி விரும்பினீர்கள்?

பத்திரிகையில் பெண்களுக்கான இடம் உள்ளது. ஆனால், ஆண்களுக்கு மட்டுமே ஈடுபாடுள்ள விஷயங்களான புலனாய்வு போன்றவற்றில்தான் அதன் கவனம் இருக்கிறது. மாநிலங்களின் பிற பகுதிகளில் உள்ள ஆண் பத்திரிகையாளர்கள் அதிகமும் இத்தகைய செய்திகளைத்தான் தருவார்கள். எங்களது வாசகர்கள் பெரும்பாலும் ஆண்கள்தான் என்று கூறுவதை நான் மறுக்கிறேன். வைதேகி, லலிதா நாயக், பானு முஷ்டாக் போன்ற சிறந்த கன்னட எழுத்தாளர்களை நாங்கள் தந்திருக்கிறோம். எழுத்தாளர்களின் எழுத்துகளை சிறப்பு வாசகர்களுக்கு நாங்கள் கொண்டுசேர்ப்பதால், அவர்கள் இன்னமும் முதலில் எங்கள் இதழில் வெளியிட விரும்புகிறார்கள். கன்னட பத்திரிகைகளில் பல பெண் பத்திரிகையாளர்கள் உருவாவதற்கு என் அப்பா ஊக்கமாக இருந்திருக்கிறார்.

வாழ்க்கையில் மிரட்டல்களையும் சட்ட வழக்குகளையும் அடிக்கடி சந்தித்த உங்களது அப்பா, எல்லா வகையான பெயர்களிலும் அழைக்கப்பட்டிருக்கிறார். இவை அனைத்தையும் அவர் சுவடுகளாக எடுத்துக்கொண்டார். பெங்களூரில் தனித்து வாழும் அழகான இளம் பெண்ணான நீங்கள், இதுபோன்ற அழுத்தத்தைத் தாங்குவீர்களா?

எனது அப்பாவுக்கு எதிராக வழக்குத் தொடர்ந்த அனைவரையும் விட, அதிக எண்ணிக்கையிலானவர்கள் அதிலிருந்து தூர விலகி இருந்தார்கள். ஏனெனில், அவர் செய்வது

சரி என்று அவர்கள் நம்பினார்கள். அந்தக் கொடுக்கினை இழந்துவிடாமல், மேலும் தொழில் பண்புகளுடன் வார இதழை நடத்த நான் முயற்சி செய்கிறேன். இந்தச் சூழ்நிலையில், பொறுப்பில் பெண் இருப்பது பயனுள்ளதாக இருக்கும் என்று நான் நினைக்கிறேன். ஏனெனில், எங்களது நிருபர்களில் யாராவது, எனது அப்பாமீது கோபம் கொண்டுள்ள அரசியல்வாதிகளைச் சந்திக்கும்போது, அவருக்கு எதிராக அரசியல்வாதிகள் மோசமான வார்த்தைகளைப் பயன்படுத்தலாம். ஆனால், அதே மோசமான வார்த்தைகளைப் பெண்கள் மீது பயன்படுத்தினால், அவர்கள் மரியாதையை இழந்துவிடுவார்கள். சமூகத்தின் கோபத்தையும் அவர்களே எதிர்கொள்ள வேண்டும். எனவே, பெண்ணாக இருப்பது தற்போதைக்கு எனக்குப் பாதுகாப்புதான்.

உங்களிடம் மோசமான வார்த்தைகளைப் பயன்படுத்தமாட்டர்கள் என்பது நல்லதுதான். ஆனால், அவ்வப்போது உங்களது அப்பாவைத் தாக்க அவர்கள் முயற்சி செய்ததைப்போல, உங்கள் மீதும் தாக்குதல் நடத்தினால் நீங்கள் பெண்ணாக இருப்பதால் தடுக்க முடியாது. நீங்கள் தனிமையில் வாழ்ந்து வருவதால், குறிப்பாக நீங்கள் பாதிக்கப்படுவீர்கள் என்பதை அவர்கள் அறிந்திருப்பார்கள்.

உடல்ரீதியான தாக்குதல்களைக் கண்டு நான் எப்போதும் பயப்படவில்லை. கடந்த பதினைந்து தினங்களுக்கு முன்புவரை பல இரவுகளில் நள்ளிரவுக்குப் பிறகு மூன்று மணிக்கு வீட்டுக்கு நான் வருவது வழக்கம். ஒரு சமயம், நான் வரும் சாலையின் நடுவில் சேலையைச் சுற்றிக்கொண்டு ஒருவன் படுத்துக் கிடந்ததைப் பார்த்து நான் காரை நிறுத்தினேன். இப்போது, நான் வீட்டைச் சென்றடையும் வரை, என்னுடன் டிரைவரை வைத்திருக்கிறேன். அதுமட்டுமல்ல, வெற்றுத் தொலைபேசி அழைப்புகள் வந்ததில்லை. தாலுகா நிலையிலான 'பிளாக் மெயில்' பத்திரிகைகளில் எனது தனிப்பட்ட வாழ்க்கை குறித்து அச்சுறுத்திப் பணம் பிடுங்க முயற்சி செய்து ஒரு சில தொலைபேசி அழைப்புகள் வந்தன. "தயங்காமல் செய்யுங்கள். என்னைப்பற்றி என்ன எழுத விரும்புகிறீர்களோ அதை எழுதுங்கள். வெளிப்படுத்துவதற்குப் பயப்படும் அளவுக்கு நான் எந்தத் தவறையும் செய்யவில்லை" என்று நான் சொன்னதும் அந்தத் தொலைபேசி அழைப்புகளும் நின்றுவிட்டன.

தொழில் முறையில் பத்திரிகை நடத்துவது பற்றி நீங்கள் பேசுகிறீர்கள், இந்தப் பத்திரிகை பரபரப்புச் செய்தி பத்திரிகை போல உருவாகுமா அல்லது மேலும் உயர்நிலை கொண்டதாக இருக்குமா?

எங்களது பத்திரிகை ஏ4 அளவே தவிர, அதில் வெற்றுப் பரபரப்புச் செய்தியோ அல்லது கீழான விஷயங்களோ எதுவும்

இருக்காது. நிச்சயமாக, எங்களது பத்திரிகை அதிக விலை கொண்டது இல்லை. சிலர் செய்யும் தவறுகளைக் கண்டுபிடித்து எழுதும்போது, நாம் விமர்சிப்பவர்கள், எங்களை மஞ்சள் பத்திரிகை என்று சொல்லி ஒதுக்கிவிட விரும்புவார்கள். அவர்கள் யார் என்பதைச் சொல்வதிலுள்ள அபாயத்தையும் நாங்கள் எப்போதும் கணக்கில் கொண்டுள்ளோம்.

பிராந்திய மொழியில் ஒரு வெளியீட்டைக் கொண்டு வருவதற்கு, அந்த மொழியில் மிகச்சிறந்த திறமை வேண்டும். கன்னட மொழியில் எழுதுவது உங்களுக்கு வசதியாக இருக்கிறதா?

அப்படி இருப்பதாக நம்புகிறேன். கடந்த இரண்டு மாதங்களாக எந்த ஒரு வார்த்தையும் நான் பார்க்காமல், அனுமதி வழங்காமல் பத்திரிகையில் ஏறாது. மேலோட்டமான, மேல்நாட்டுப் பாணியில் வாழும் இந்தியர்களின் வெளிப்பாட்டு மொழி ஆங்கிலம் என்பதை எனது அப்பா உணர்ந்திருந்திருந்தார். இந்திய மொழி ஒன்றிலிருந்து அல்லாமல் மற்றொரு மொழியில் உண்மையான சுயவெளிப்பாடு சாத்தியமல்ல என்று அவர் எப்போதும் சொல்வார். அவர் சொல்வது மிகச் சரியானது என்பதை நான் இப்போது கண்டுகொண்டேன். ஏறக்குறைய இருபது ஆண்டுகள் ஆங்கிலத்தில் சிந்தித்து, எழுதிய பிறகு, கன்னடத்தில் எழுதுவதற்காகக் கிடைத்த வாய்ப்பு எனக்கு மிகவும் இயல்பான, வெளிப்பாட்டுச் சுதந்திரத்தை அளித்துள்ளது.

Rediff.com, 15 மார்ச் 2010

இவர்களைப் பற்றி கௌரி

அப்பா

எனது பள்ளியில் ஆண்டு விளையாட்டு விழா. அதற்கு வரும்படி எனது பெற்றோரைக் கேட்டுக் கொண்டேன். முதல்சுற்று ஓட்டப் பந்தயத்தில் நான் நன்கு ஓடியதால், இறுதிச் சுற்றில் வெற்றி பெறுவது உறுதி என்று உணர்ந்தேன். எனது தன்னம் பிக்கையைப் பார்த்த எனது பெற்றோர், நான் பதக்கம் பெறுவதைக் காண்பதற்காக ஆர்வத்துடன் வந்தார்கள்.

ஆனால் ஓட்டப் பந்தயத்தில் நான் தடுக்கி விழுந்தேன். நான் சுதாரிப்பதற்குள், போட்டி முடிந்துவிட்டது. எனது வெற்றி வாய்ப்புகள் குறித்துத் தம்பட்டம் அடித்து இருந்ததால், நான் அவமானமாக உணர்ந்தேன். என்மீது அனுதாபத்தைப் பெறுவதற்காகச் சத்தம்போட்டு அழுதேன். வீட்டுக்குச் செல்லும் வழியில் என்னைச் சமாதானப் படுத்த முயன்றார் அம்மா. அப்பா அமைதியாக இருந்தார்.

அன்று மாலையில், அப்பா எனக்காக சிறுகதைப் புத்தகம் ஒன்று வாங்கிவந்தார். அதை என்னிடம் கொடுத்துவிட்டுச் சொன்னார்: "போட்டியில் நீ வெற்றி பெறாவிட்டால் என்ன? இந்தா, உனது முயற்சிக்கு ஒரு பதக்கம் எனது பக்கமிருந்து."

அப்போது எனக்குப் பத்து வயது. அதுதான் எனக்குக் கிடைத்த முதல் கதைப் புத்தகம். எனினும்கூட, கதை படிப்பதில் ஈர்ப்பு என்னிடம் ஏற்கெனவே இருந்தது. ஒவ்வொரு இரவும் படுக்கப் போகும்போது என் அப்பாவைத் தொந்தரவு செய்வேன்: "அப்பா! எனக்கு ஒரு கதை சொல்லுங்க!" ஈசாப் கதைகளிலிருந்து அவர் கதை சொன்னதை நினைத்துப் பார்க்கிறேன். அவை அனைத்திலும் எனக்கு மிகவும் பிடித்தமானது 'சிங்கமும் எலியும்' கதைதான். இப்போதுவரை புத்தகம் கேட்டு அப்பாவைத் தொந்தரவு செய்துகொண்டிருப்பேன். நான் கல்லூரியில் படிக்கும்போது. அவரது புத்தக அலமாரியிலிருந்து திருட்டுத்தனமாகப் புத்தகத்தை எடுப்பேன். பிரிமியர் புத்தகக் கடையில் புத்தகம் வாங்கவதற்காகப் பெயர் குறிப்பிடப்படாத காசோலையை அவரிடமிருந்து வாங்கிக்கொள்வேன்.

நான் குழந்தையாக இருந்தபோது, நான் அப்பாவை ஆந்தை என்று அழைப்பது வழக்கம். மற்றவர்கள் அனைவரும் படுக்கச் சென்ற பிறகும்கூட இரவில் நெடுநேரம் படித்துக்கொண்டிருப்பார் அல்லது எழுதிக் கொண்டிருப்பார். சில ஆண்டுகளுக்குப் பிறகு, அம்மா எங்கள் இருவரையும் ஆந்தைகள் என்று கூப்பிட ஆரம்பித்தார். ஒவ்வொரு இரவும் எங்களிடமிருந்த புத்தகத்தைப் பிடுங்கி வைத்து ஓய்ந்துவிட்ட அவர், எங்களை ஓர் அறைக்குள் செல்லும்படி விரட்டினார். "அப்பாவும் மகளும் எவ்வளவு நேரம் விரும்புகிறீர்களோ அவ்வளவு நேரம் படியுங்கள்!" இது அப்பாவுக்கும் எனக்கும் மகிழ்ச்சி தந்தது. ஆனால் எதிர்பாராதவிதமாக, அப்பாவுடன் ஓர் அறையைப் பகிர்ந்துகொள்ளும் ஏற்பாடு நீண்டகாலம் தொடரவில்லை.

நான் படித்த புத்தகங்கள் குறித்து அறிவதில் எனது அப்பா ஆர்வமாக இருந்தார். ஆனால், பள்ளியில் எந்த வகுப்பில் படிக்கிறேன் என்பதை அறியாமல் இருந்தார். எந்த வகுப்பில் நான் படிக்கிறேன் என்று யாராவது கேட்டால், அவர் என் பக்கம் திரும்பி, 'நீ எந்த வகுப்பு?' என்று கேட்பார்.

எனது அப்பா வழக்கத்துக்கு மாறானவர் என்று எனக்கும் என் சகோதரி, சகோதரனுக்கும் தெரியும். தேர்வில் எந்த அளவுக்குச் சாதித்திருக்கிறோம் என்பது அவருக்கு விஷயமே இல்லை. எங்களது மெலிந்த உடல் குறித்துக் கவலைகொண்ட எங்கள் அம்மா மேலும் சாப்பிடும்படி கடிந்து கொள்ளும்போது, "ஏன் அவர்களைத் தொந்தரவு செய்கிறாய்? ஒரு சில நாட்கள் அவர்கள் சாப்பிடாமல் போனால், அதன் தேவையை அவர்களே உணர்ந்துவிடுவார்கள்" என்பார்.

ஆனால், அப்பா எங்கள்மீது அக்கறை கொள்ளாமல் இருந்தது இல்லை. வாழ்க்கையின் மகிழ்ச்சிகளுடன் துன்பத்தையும் அனுபவித்து நாங்களே சுயமாக வளர வேண்டும் என்று அவர் நினைத்திருக்கலாம். நாங்கள் இப்போது வளர்ந்து விட்டோம். நாங்கள் சில சந்தர்ப்பங்களில் தவறு செய்திருக்கிறோம். ஆனால், நாங்கள் எப்படி இருக்க வேண்டும் என்று, அதாவது ஒழுக்கமானவர்களாக இருக்க வேண்டும் என்று அப்பா விரும்பினாரோ, ஓரளவுக்கு அப்படி உருவாகி இருக்கிறோம் என்று நான் நினைப்பதுண்டு. அதைவிட முக்கியமானது, நாங்கள் மேலும் சிறந்த மனிதர்களாக முயற்சி செய்துகொண்டிருக்கிறோம் என்பதுதான்.

பல வழிகளில், வீட்டுக்கும் வெளிக்கும் அவருக்கு எப்போதும் எந்த வித்தியாசமும் இருந்தது கிடையாது. எண்ணெய் கொப்பளிப்பதில் (ஆயில் புல்லிங்) ஆர்வம் வந்தது என்றால் நயந்து பேசி அம்மாவையும் அதைச் செய்து பார்க்கச் செய்வார். வீட்டில் எப்படி கோபத்தில் உறுமுவாறோ, அலுவலகத்திலும் அப்படித்தான். அவர் மகிழ்ச்சியான மனநிலையில் இருந்தால், சிரிப்புடன் மியாவ் சப்தம் வரும். வேறுவிதமாக இருந்தால், கோபம் அவரது முகத்தில் தெரியும். அவருடன் பேசுவதற்கு முன்னதாக, அவரது மனநிலையை நாங்கள் அளந்து பார்க்க வேண்டும். நல்ல மனநிலை என்றால், அனைத்துக் கோரிக்கைகளுக்கும் அனுமதி கிடைத்துவிடும். வேறுவிதமாக இருந்தால், நாங்கள் மற்றொரு நாளுக்காகக் காத்திருக்க வேண்டும். ஆனால், புத்தகங்கள், கதர் துணிகள் வாங்கும் எனது வேண்டுகோளுக்கு எந்த நேரமும் அனுமதி கிடைத்துவிடும்.

வேடிக்கையான ஒரு விஷயம் என்னவென்றால், ஒவ்வொரு வரும் அப்பாவைப் பயப்படாதவர் என்று கருதுகிறார்கள். ஆனால், அவருக்கும் பயங்கள் உண்டு. பெரிதாக ஒன்றுமில்லை. பல்புகளை மாற்றுவது போன்ற சின்ன விஷயங்களில்தான். மின்சாரம் குறித்து அவருக்கு அளவுக்குமீறிய பயம். அவரது வாழ்க்கையில் ஒரு பல்பைக்கூட மாற்றியது கிடையாது. தற்கால தொழில்நுட்ப வளர்ச்சிகள் குறித்த விழிப்புணர்வு அப்பாவுக்கு இருந்தாலும்கூட, அந்த விவரங்களைத் தெரிந்துகொள்வதில் பொறுமை இருக்காது. அவர் டெலிவிஷன் பார்க்க விரும்பினால், எங்களில் ஒருவர் அல்லது வீட்டு வேலை செய்பவர் டெலிவிஷனை ஆன் செய்ய வேண்டும். அவருக்கான சேனலை வைக்க வேண்டும். ரிமோட் கண்ட்ரோல் மூலம் அதனை அணைக்க மட்டுமே அவருக்குத் தெரியும்.

மார்க்வெஸ் அல்லது இசபெல் அலெண்டே எழுத்துகள் குறித்து நானும் அப்பாவும் ஒருவொருக்கொருவர் ஒப்பிட்டுப் பேசுவோம். ஆனால், அனைத்து வகையான சாதுரியமான உற்சாகமான கருத்துப் பரிமாற்றங்கள் எனது சகோதரிக்கும் அவருக்கும்தான். பெரும்பாலும் ஒவ்வொரு நாளும் நான் வேலையில் இருக்கும்போது, அந்த நிகழ்ச்சியை விளக்குவதற்கு முன்னதாக, உணர்ச்சிபொங்க அவள் சொல்வாள், "அப்பா இன்று அற்புதமான உரையாடலுடன் வந்தார்" என்று. நம்ப முடியாத அளவுக்கு நகைச்சுவை உணர்வுகளை அவர்கள் பகிர்ந்துகொள்வார்கள்.

விளையாட்டு ஈடுபாடு காரணமாக அப்பாவுக்கும் எனது சகோதரர் அஜித்யுவிக்கும் இடையே பிணைப்பு இருந்தது. மாலையில் தொடங்கும் விம்பிள்டன் போட்டியிலிருந்து நள்ளிரவில் ஒளிபரப்பப்படும் அமெரிக்க ஓபன் டென்னிஸ் போட்டிவரை அவர்கள் டென்னிஸ் விளையாட்டைப் பார்ப்பார்கள். அதுகுறித்து விவாதம் செய்வார்கள்.

அவரது மூன்று குழந்தைகளும் அவரைப் பின்பற்றவில்லை. அவரது சில குணாதிசயங்கள் குறித்து நாங்கள் பகிர்ந்துகொள்ள விரும்புகிறோம். அப்பாவின் பன்முக குணாதியங்கள் குறித்து எல்லோரையும் விட நாங்கள் நன்றாக அறிந்திருக்கிறோம்.

எனது பாட்டியைப்போல எனது அம்மாவும் ஒரு கரடி;[1] நவீன கரடி. அதாவது, ஓரளவுக்கு. எனது அப்பாவையும் எங்கள் மூவரையும் பாதுகாத்து, உணவு அளித்து, ஊக்கப்படுத்திக் கவனித்துக்கொண்டவர். எங்கள் அனைவருடனும் அவர் எப்போதும் இருப்பார்.

எங்களது அப்பாவின் பல நண்பர்கள், நலம் விரும்பிகள் அம்மாவைப் பார்த்ததே கிடையாது. அதற்குப் பல காரணங்கள் இருக்கின்றன. ஒன்று, அம்மாவுக்கு வெட்கம் அதிகம். இரண்டாவது. அவர் தன்னளவிலேயே ஒரு வெற்றியாளர். தனது வாழ்க்கைத் துணையைப் புரிந்துகொண்டவர். அற்புதமான அம்மா. எல்லாவற்றுக்கும் மேலாக, வெற்றிகரமான வணிகராகவும் திகழ்ந்தார்.

---

1. லங்கேஷின் பிரபலமான கவிதை 'அவ்வா' (அம்மா). இந்தக் கவிதையில் லங்கேஷ் தனது தாயின் வளர்ப்பு முறையைக் காட்டிலுள்ள கரடியின் வளர்ப்புமுறையோடு ஒப்பிட்டிருப்பார். மரபார்ந்த வளர்ப்புமுறையிலிருந்து விலகிய வளர்ப்புமுறை. இந்தக் கவிதையை ஏ.கே. ராமானுஜன் ஆங்கிலத்தில் மொழிபெயர்த்திருக்கிறார். *Oxford Book of Modern Indian Poetry (1997)*யில் இது இடம்பெற்றுள்ளது.

அன்புக்கும் உரசலுக்கும் இடையே எனது பெற்றோர்கள் வழக்கத்துக்கு மாறானவர்கள். அப்பாவின் அறிவார்ந்த உலகத்துடன் அம்மா தன்னை ஒப்பிட்டுப் பார்க்கமாட்டார். அம்மாவின் வாழ்க்கையில் ஒவ்வொரு நாளும் உள்ள சவால்களைச் சந்திக்க அப்பாவுக்குப் பொறுமை இருக்காது. அப்பாவுக்கான ராகி கூழ் சூடாக இருந்ததா, இல்லையா என்ற கவலை அம்மாவுக்கு. அதேபோல, அம்மாவின் உடல்நலம் குறித்து அப்பா தொடர்ந்து கவனம் செலுத்துவார். இருவரும் உயர்ரத்த அழுத்தத்தால் பாதிக்கப்பட்டதிலிருந்து, அம்மாவிடம் சரியான உணவுகளைச் சாப்பிடச் சொல்லிச் சோதனை செய்வார்.

என்னைப் பொருத்தவரை, இருவரும் ஒருவர் மீது மற்றவர் பரஸ்பரம் மரியாதை வைத்திருந்தது அவர்களது உறவின் சிறப்பு அம்சம். இருவரும் ஒருவொருக்கொருவர் அவர்களுக்கான இடத்தை அறிந்து தனித்து வளர இடமளித்து இருந்தார்கள். அவர்களது மூன்று குழந்தைகளும் அதேபோல வளருவதற்கு அதே இடத்தை அளித்திருந்தனர்.

இதற்கிடையே, நான் ஒன்றைச் சொல்ல அறவே மறந்து விட்டேன். அம்மா பெயர் இந்திரா. அப்பா பெயர் லங்கேஷ்.

யாராக இருந்தாலும், இந்த உலகத்தில் எப்படி வாழ்ந்தார் என்பதைப்போல இந்த உலகத்திலிருந்து வழியனுப்பப்படுதலும் முக்கியம்தான். இதுகுறித்து நான் குழம்பியதைப் போல, நான் அப்பாவை நினைத்துப் பார்க்கிறேன்.

அந்த நாளில் *(2005 ஜனவரி 25)* தில்லியிலிருந்து அவசரமாக வந்து அப்பாவைப் பார்த்தபோது, லேசாக உயர்ந்திருந்த அவரது கை ‘குட்பை’ சொல்ல முயற்சிப்பதுபோல இருந்தது. அவர், தனக்குப் பிடித்தமான நீலநிற ஸ்வெட்டரில் இருந்தார். ஏதோ மாறாக இருப்பதை எனது கண்ணீருக்கு இடையே என்னால் பார்க்க முடிந்தது. அடுத்து உடனடியாக எதைச் செய்ய வேண்டும் என்று எனக்குத் தெரிந்தது. அதே நேரத்தில், எனது சகோதரி கவிதா, என்னைப் பிடித்து இழுத்து, “விபூதியை அழி, கௌரி!” என்றாள். யாரோ ஒருவர் அப்பாவின் நெற்றியில் விபூதியைப் பூசியிருந்தார். அதைத் தொடக் கடினமாக இருந்தது. அப்பாவின் உடல் குளிர்ந்திருந்தது. என் வருகைக்காகக் காத்திருந்தார் என் சகோதரி. சோகத்தின் மத்தியிலும் எனக்குக் கோபம் வந்தது. குழந்தைப் பருவத்தைத்தவிர, என் அப்பா எப்போதும் விபூதி பூசிக்கொண்டதில்லை. அல்லது பூஜை செய்ததில்லை. அல்லது லிங்கத்தைக் கழுத்தில் கட்டிக்கொண்டதில்லை. அப்படிப்பட்ட மனிதர் நிராதரவாக, எதிர்வினை செய்ய முடியாமல்

இருக்கும்போது, யாரோ ஒருவர், அவரது நெற்றியில் விபூதி பூசியிருக்கிறார்கள். அதனை அழித்த பிறகு, நான் அழுதேன். "யாரும் எனது தந்தையைத் தொடக்கூடாது. இதுபோன்ற காரியங்களைச் செய்யாதீர்கள்" என்றேன்.

அப்படியும் இதுபோன்ற செயல்கள் முடிவுக்கு வரவில்லை. அடுத்த நாள் வந்த அப்பாவின் மூத்த சகோதரர் சிவருத்ரப்பாவும் மற்ற உறவினர்களும் அப்பாவை அவமானப்படுத்தாமல் இருப்பதைக் கண்காணிப்பதே எனக்கு வேலையாகப் போய் விட்டது. அப்பாவுக்குப் பூஜை செய்வதையோ அல்லது அவருக்குக் குங்குமம் அல்லது விபூதி வைப்பதையோ தடுப்பதற்காக நாங்கள் கூடுதல் கவனத்துடன் இருந்தோம்.

அப்பாவின் உடலைப் பண்ணைக்கு எடுத்துச் சென்றபோது, ஏற்கெனவே பாடை ஒன்றை யாரோ தயாரித்து வைத்திருந்தனர். அப்பாவின் உடலை வேனிலிருந்து எடுத்துச் செல்வதற்காக வைத்திருந்தது போல அது தோன்றியது. அப்பாவின் உடலுக்கு அருகே அதைக் கொண்டுவர வேண்டாம் என்று நானும் என் சகோதரியும் உடனே சொன்னோம். பண்ணை வீட்டில் அப்பாவின் உடல் வைக்கப்பட்டிருந்தபோது, மா மரத்தின் அடியில் தோண்டப்பட்ட சவக்குழியைச் சுற்றிச் சிலர் பூஜை செய்யத் தொடங்கினார்கள். எனது தந்தையுடன் பணிபுரிந்த ஒருவர், இதைப் பார்த்து அதிர்ச்சியடைந்து ஓடி வந்தார். "லிங்காயத் பாரம்பரிய முறைப்படி, அவரது உடலைப் புதைக்கப் போகிறீர்களா?" என்றார். இல்லை என்று விளக்கமளித்தேன்.

சிறிய பூஜை தேவை என்று அம்மா உணர்ந்தார். அவ்வளவு தான். "பாரம்பரிய முறை எதுவும் இங்கு கிடையாது. அவரது உடலை யாரும் தொடக்கூடாது" என்று நான் ஏற்கெனவே கூறியிருக்கிறேன். ஆனால், நிலைமை அவ்வளவு எளிதாக இல்லை.

எனது அப்பாவழி உறவினர் ஒருவரும் அவரது மகன் நாகராஜுவும் எதிர்ப்புத் தெரிவித்தார்கள். "என்ன இது? அடக்கம் செய்வதற்கான சவக்குழி, லிங்காயத் பாரம்பரிய முறைப்படி தோண்டப்படவில்லையே" கடுமையாக முயற்சி செய்து அவர்களைச் சமாதானப்படுத்த முயன்றோம். அவர்கள் காது கொடுத்துக் கேட்கவில்லை. எனது உறவினர் மற்றொரு பிரச்சினையைக் கிளப்பினார். "உடலை நேராகப் படுக்க வைத்திருப்பது சரியல்ல. நமது வழக்கப்படி, கால்கள் கட்டப் பட்டிருக்க வேண்டும். உடல் உட்கார்ந்த நிலையில் இருக்க வேண்டும்."

அப்பா இறந்து 36 மணி நேரம் ஆகிவிட்டது. "என்ன? இப்போது, அப்பாவின் கைகளையும் கால்களையும் உடைக்க வேண்டுமா?" என்று நான் கேட்டேன். "அவருக்கு வலி தெரியாது" என்றார் அவர் கூலாக. எனக்கு அழுவதா அல்லது கோபப் படுவதா என்று தெரியவில்லை. ஆனாலும் அந்த விஷயத்தில் உறுதியாக நின்றுவிட்டேன்.

"இந்த விஷயங்கள்பற்றி எனக்குத் தெரியாது. ஆனால், அப்பாவின் நம்பிக்கைகளை யாரும் மீற அனுமதிக்க முடியாது. உங்களுக்கு நன்றியுணர்வு இருந்தால், எந்தவிதமான பூஜையையும் செய்ய வேண்டாம்."

நேரம் நெருங்கி வந்தது. சவக்குழியில் மண்ணைக் கொண்டு நிரப்ப வேண்டியதுதான் பாக்கி. அந்த நேரத்தில் சவக்குழியில் அப்பாவின் உடலருகே நின்றிருந்த யாரோ ஒருவர், எங்கிருந்தோ கொண்டு வந்த லிங்கத்தை கழுத்தைச் சுற்றிக் கட்டினார். நான் சீற்றம் அடைந்தேன். "அதை அகற்றுங்கள். இப்போதே அகற்றுங்கள்" என்று நான் கத்தினேன்.

அந்த நேரத்தில், எனது உறவினர் ஏற்பாடு செய்திருந்த பறையடிப்பவர்கள், வேகமாக பறையடிக்கத் தொடங்கினார்கள். குழியில் இருந்தவரிடம், அவர் கட்டிய லிங்கத்தை அகற்றும்படி கத்தினேன். பறை முழக்கத்தில் அது அவரது காதில் விழவில்லை. பறை ஒலியை நிறுத்தும்படி எனது சகோதரி கத்தினாள். பறையொலி நின்றதும் லிங்கத்தைக் கழற்றும்படி நாங்கள் கேட்டுக் கொண்டோம். நடிகர் பிரகாஷ் ராயும் (பிரகாஷ் ராஜ்) எங்களுடன் சேர்ந்து குரல் கொடுத்தார். இந்த சமயம், அவருக்கு நாங்கள் சொன்னது கேட்டது. அதை அகற்றுவதைத் தவிர வேறு வழியில்லை.

ஜாதிப் பாரம்பரியத்தை மறந்துவிட்டு, நாங்கள் அப்பாவின் பாரம்பரியத்துக்கு விசுவாசமாக இருந்தோம். காகிதம் மற்றும் பேனா, சிகரெட் பாக்கெட், தீப்பெட்டி, பிளாக் லேபிள் ஸ்காட்ச் விஸ்கி, குதிரைப் பந்தயப் புத்தகம், சீட்டுக்கட்டு, ஒரு நாவல் ஆகியவைதான் அப்பா பாரம்பரியத்தின் மையமாக இருந்தன. இவற்றுடன் அவரை வழியனுப்பி வைத்தோம்.

அதற்கு அடுத்த நாள், அப்பாவுக்குப் பிடித்தமான இனிப்பு மற்றும் பண்டங்களைக் கொண்டுவந்து அவரைப் புதைத்த இடத்தில் வைத்தார் எனது அம்மா. இதைச் செய்யும்படி அவரிடம் யாராவது யோசனை சொல்லியிருக்கலாம். அல்லது சில சடங்குகளைச் (அம்மாவுக்கு பாரம்பரியச் சடங்கு களில் நம்பிக்கை இல்லாத போதிலும்கூட) செய்ய விரும்பி

யிருக்கலாம். காக்கைகளுக்காகத் திறந்த வெளியில் ஒரு தட்டில் சில போளிகளையும் எலுமிச்சை சாதத்தையும் வைத்தார். நேரம் ஆனதே ஒழிய, ஒரு காக்கையும் வரக்காணோம். எனது சகோதரியும் நானும் நகைச்சுவையாகச் சொன்னோம்: "மண்ணுக்கு அடியிலிருந்து இந்த முட்டாள்தனத்துக்கு எதிராக அப்பா கத்திக்கொண்டிருப்பார். அதனால்தான் என்னவோ காக்கைகள் வரவில்லை!'' இறுதியாக, அப்பா அன்புடன் வளர்த்த இரண்டு பசுக்களுக்கு உணவு கொடுத்துவிட்டு வீடு திரும்பினோம்.

(கௌரி கன்னடத்தில் எழுதிய முதல் முயற்சி. இந்தக் கட்டுரை, 'தலெமாரின தளமள' (தலைமுறையின் தவிப்பு) – லங்கேஷின் வாழ்க்கை மற்றும் பணிகள் குறித்த எழுத்துகளின் தொகுப்பு – நூலில் வெளியாகியுள்ளது. தொகுப்பாசிரியர் – காந்தகர் குஸ்தகி, கவிதா ப்ரகாஷண, ராய்ச்சூர், 1997.)

அம்மா

எனது அம்மா, இந்திராவுக்கு 72 வயது. அவரது வாழ்க்கையில் ஒரேயொரு புத்தகம் எழுதியுள்ளார். அந்தப் புத்தகத்துக்கு இலக்கியத்துக்கான பி. சரோஜாதேவி விருது கிடைத்தது. 'ஒரு புளி மாங்கா மற்றும் நான்' (ஹுளிமாவு மத்து நானூ) என்ற அந்தப் புத்தகம், எனது அப்பாவுடன் அம்மாவின் நாற்பது ஆண்டுகள் மணவாழ்க்கை பற்றியது; இந்த இதழின் பக்கங்களில் தொடராக வந்தது. நான் அதுபற்றி எனது வாசகர்களுக்குப் புதிதாக அறிமுகப்படுத்த வேண்டியதில்லை.

ஆனால், அந்தப் புத்தகத்தின் பின்னணி குறித்துச் சில வார்த்தைகளை உங்களுடன் பகிர்ந்து கொள்ள விரும்புகிறேன். இது நிகழ, மயூரா மாத இதழின் ஜி.பி. பசவராஜுதான் காரணம். அப்பாவுக்காக ஒரு சிறப்பிதழ் கொண்டுவருவதற்கு அவர் திட்டமிட்டார். அதற்காக எழுதும்படி அம்மாவையும் என்னையும் அவர் கேட்டார். "இல்லை. என்னால் முடியாது" என்றார் அம்மா. உறவினர்களுக்குக் கடிதங்களும் வெற்றிகரமான சேலைக் கடையின் கணக்குகளை எழுதியதும்தான் அவர் இதுவரை எழுதிய எழுத்துகள்.

ஆனால், நான் அவரை வலியுறுத்தி இணங்கச் செய்தேன். 'ஸ்கூட்டர் நாட்கள்' என்ற கட்டுரையை அவர் எழுதினார். அப்பாவும் அம்மாவும் ஸ்கூட்டர் வாங்குவதற்கு மேற்கொண்ட முயற்சிகள், அதில் பயணித்துக் கழித்த நேரங்கள் போன்ற விஷயங்கள் பற்றி அந்தக் கட்டுரை எழுதப்பட்டிருந்தது. எனது அப்பாவுடன் நாற்பது ஆண்டுகாலம் பழகிய ஒருவர், அவரது ஆளுமையின் மற்ற பகுதிகளை

வெளிப்படுத்தும் ஒரு புத்தகத்தைக் கொண்டு வரலாம் என்று *லங்கேஷ்* இதழின் குழுவினர் நினைத்தார்கள்.

யாரும் அவருக்குள் எழுத்தாளர் இருக்கிறார் என்பதை யூகிக்கவில்லை. அவரது கதையை அவர் சொல்லவும் மற்றொருவர் அதை எழுதலாம் என்றுதான் நாங்கள் தொடக்கத்தில் பரிந்துரைத்தோம். யார் அதைச் செய்வார்கள்?

நானோ என் பணிகளில் பரபரப்பாக இருந்தேன். அப்போது வெளியான, விவசாயிகளின் தலைவரான கடிதாள் ஷாமண்ணாவின் 'காட்டு ஓடையின் தடம்' ('காடுதொரெய ஜாடு') என்ற சுயவரலாற்றை நன்றாக எழுதியிருந்த கே. அக்ஷதா, பெங்களூரில் வசித்து வந்தார். எங்களுக்குத் தெரிந்த மற்றவர்கள், பிசியாக இருந்தார்கள். அல்லது தொலைவில் வசித்துவந்தார்கள். அதனால், புத்தகத்துக்கான பணியைச் செய்வதில் சில ஆண்டுகள் பின்னடைவு ஏற்பட்டது.

இறுதியாக, "உங்களுக்கு நேரம் கிடைக்கும்போதெல்லாம், உங்களது நினைவுகளைக் குறித்து வைக்கத் தொடங்குகள். புத்தகத்தைப் பற்றி பிறகு யோசித்துக் கொள்ளலாம்" என்று நான் அம்மாவிடம் சொன்னேன். அம்மா எழுதத் தொடங்கினார். சில நாட்கள் கழித்து, சில காகிதங்களில் அவரது குறிப்புகளை என்னிடம் கொடுத்து, எப்படி எழுதியிருக்கிறேன் என்று பார்க்க முடியுமா என்றார்.

படிக்க நன்றாக இருந்தது.

அம்மாவால் நன்றாக எழுத முடிகிறபோது, எழுதுவதற்கு ஒருவரைத் தேடி இவ்வளவு காலத்தைக் கழித்துவிட்டோமே என்று வருந்தினேன். அவரது நினைவுகளை அடுத்த வாரத்திலேயே இதழில் வெளியிட முடிவு செய்தோம். ஆனால், அதற்கு என்ன தலைப்பு? 'என் தேஜஸ்வி'[1] என்று பிரபல எழுத்தாளர் பூர்ணசந்திர தேஜஸ்வி குறித்து அவரது மனைவி ராஜேஸ்வரி ஏற்கெனவே வெளியிட்டிருந்ததால், அதுபோன்று இல்லாமல், வேறு வித்தியாசமான தலைப்புத் தேவை என்பதை உணர்ந்தோம். லங்கேஷும் நானும் என்பது சுமாராக இருந்தது. (கொஞ்சம் நான் சிந்தித்துப் பார்த்தேன்) அப்பாவின் சுயவரலாற்றுக்கு 'புளியங்கா மரம்' (ஹுளி மாவின் மரா) என்று தலைப்பு வைக்கப்பட்டிருந்தது. 'புளி மாங்கா மற்றும் நான்' (ஹுளிமாவு மத்து நானு) என்று வைக்கலாம் என நினைத்தேன். அது அந்தப் பத்திக்கு நல்ல தலைப்பு. அம்மாவும் அந்தத் தலைப்பை விரும்பினார்.

1. புகழ்பெற்ற எழுத்தாளர் பூர்ணச்சந்திர தேஜஸ்வியின் மனைவி ராஜேஸ்வரி தேஜஸ்வியின் நினைவுகள்

இந்திரா மிகவும் ஒழுங்கைக் கடைப்பிடிக்கும் பத்தி எழுத்தாளர் என்பதை எனது பத்திரிகை ஆசிரியப் பணியில் நான் கண்டுகொண்டேன். அனுப்புவதற்கான கால அவகாசம் சில நாட்கள் இருக்கும்போதே, அவர், அந்தப் பகுதிக்கான கட்டுரையை அனுப்பிவிடுவார். பயணம் செய்ய வேண்டிய தேவை இருந்தால், தனது கட்டுரையை எழுதி, நகரிலிருந்து கிளம்புவதற்கு முன்னரே அனுப்பி வைத்துவிடுவார்.

விரைவிலேயே அம்மாவின் எழுத்துகள் பிரபலமடைந்தது. வார இதழில் வேறு விஷயங்களைப் படிப்பதற்கு முன்னதாக, பல வாசகர்கள் அவரது பத்தியைப் படித்தார்கள். அந்தத் தொடர் முடிந்த பிறகு, எனது பெற்றோரின் சொந்த ஊரான ஷிமோகாவில் புத்தகத்தை வெளியிட நினைத்தேன். கூச்ச சுபாவம் கொண்ட அம்மா, இந்த புத்தக வெளியீட்டுக்கு, 'நான் வரவேண்டியது அவசியமா?' என்றார். 'சும்மா வாங்க!' என்றேன் நான். எனது மருமகள் ஈஷாவுடன் வந்தார்.

எனது அம்மா எங்களை எப்படி உயர்த்தினார் என்பதை விவரிக்க வேண்டியது அவசியம். எங்களது சிறுவயதில், எங்கள் மீதான அவரது அன்புக்கு எல்லை இல்லை. அடியும் எங்கள்மீது பொழியும். எங்களின் மிகச்சிறிய பிரச்சினைகூட அவருக்குக் கவலையளித்துவிடும்.

பள்ளி ரிப்போர்ட் கார்டில் குறைந்த மதிப்பெண்கள் இருப்பது தெரிந்தால், அவரிடமிருந்து எங்களுக்கு சரமாரி அடி விழும். (அப்பா எங்களை எப்போதும் அடித்ததே இல்லை); வீட்டுப்பாடம் எழுதிமுடித்த பிறகுதான் விளையாட்டு, கதைப்புத்தகம் போன்றவை எல்லாம். நாங்கள் அனைத்து வீட்டுப் பாடங்களையும் முடித்தபிறகு, எங்களைக் கவனிக்க எங்களுடன் உட்காரமாட்டார். எங்கள் வீட்டில் இந்த நாள் வரை, மதிய உணவின்போது வீட்டிலுள்ள பெரும்பாலானவர்கள் ஒரு கையில் புத்தகத்தை வைத்துக்கொண்டிருப்பதைப் பார்க்க முடியும். இன்று வரையிலும் அந்த ஒழுங்கைக் கடைப்பிடித்து வரும் அவர், நாங்களும் அதை வளர்த்துக்கொள்ள வேண்டும் என்று முயற்சிசெய்வார். (எனது சகோதரி மட்டுமே அந்த ஒழுங்கை எடுத்துக்கொண்டார். ஆனால், ஒழுங்குக்கும் எனக்கும் வெகுதூரம்.) தட்டில் ஒரு பருக்கைகூட இல்லாமல் எங்களது உணவைச் சாப்பிட்டுவிட வேண்டும் என்று அம்மா எங்களைக் கட்டாயப்படுத்துவார் (எனது சகோதரன் இந்தப் பழக்கத்தை எப்போதும் கடைப்பிடித்ததே இல்லை.)

இவற்றை எல்லாம்விட, எனது சகோதரிக்கும் எனக்கும் பெண்ணியத்தின் பாலபாடங்களைக் கற்றுத்தந்தார். பெண்களின்

இயக்க வரலாறோ, அதன் தத்துவமோ அல்லது அதன் தலைவர்கள் பற்றியோ அவருக்குத் தெரியாது. தனது அனுபவத்தின் வாயிலாகக் கற்றுக்கொண்டவர் அவர். போதிய கல்வி, பொருளாதாரச் சுதந்திரம் இல்லாமை இவற்றால் பெண்கள் ஆண்களைச் சார்ந்திருந்து அவமானப்பட நேர்கிறது என்பது அவர் கற்றுக் கொண்ட பாடங்களில் ஒன்று. அதனால்தான் எங்களிடம் "கடுமையாகப் படியுங்கள். சொந்தக் காலில் நில்லுங்கள்" என்று அடிக்கடி அன்பாக அறிவுரை சொல்லுவார். சில நேரங்களில் கடுமையான உத்தரவுகளைப் போடுவார்.

ஒரு சமயம், நான் எனது ஆண் நண்பனுடன் இருந்ததைப் பார்த்த அவர் எனது கன்னத்தில் அறைந்தார். இரண்டு நாட்களுக்கு வீட்டிலேயே சிறை வைத்தார். பெண்கள் பதின்பருவ வயதின் இறுதியை எட்டும்போது, அவர்களுக்கு ஏற்ற பையனைத் தேடத் தொடங்குவது குடும்பங்களில் சகஜமான ஒன்று. ஆனால் எங்கள் விஷயதில், நாங்கள் படித்து முடித்து, வேலை மூலம் கொஞ்சம் வருமானம் ஈட்டத் தொடங்கிய பிறகுதான் திருமணம் பற்றிய பேச்சை எடுத்தார் அம்மா.

வாழ்க்கையில் அம்மாவின் போராட்டங்களும் வெற்றிகளும் சிலிர்ப்பூட்டுபவை. ஒரு புறம் அவர் பியூசி (தற்போதைய 12ஆம் வகுப்பு) படிப்பைத் தாண்டிப் படித்தவர் இல்லை. மற்றொருபுறம், வேலைவாய்ப்பைப் பெறுவதற்கு ஏற்ற திறமையோ அல்லது பயிற்சியோ அவருக்குக் கிடையாது. மூன்று குழந்தைகளையும் வளர்க்கும் பொறுப்பை அவர் ஏற்றுக்கொண்டார். அவரது கணவர் மற்றொரு பெண்ணின் பின்னால் சென்றபோது, தனது தாலியைக் கழற்றி எறிந்துவிட்டார். "சுயசார்புடன் மனநிறை வான வாழ்க்கையை நடத்துவதற்கு நான் என்ன செய்ய வேண்டும்? எங்கு நான் செல்ல வேண்டும்?" 33 வயதில் இந்தக் கேள்விகளையெல்லாம் அவர் எதிர்கொண்டார்.

அப்போதுதான், வீட்டிலிருந்துகொண்டே சேலைகளை விற்கத் தொடங்கினார். அந்தத் தொழில் பெரிய கடையாக வளர்ந்தது. எனது அம்மா சுதந்திரமான வாழ்க்கையைத் தொடர்ந்தார் சுயமரியாதையுடன். அவரது 72வது வயதில் இலக்கியத்துக்கான பரிசை வென்றார். இந்த இந்திரா சாதாரணப் பெண் அல்ல.

குசகூரு சோமசுந்தர இந்திரா லங்கேஷிற்கு மனமார்ந்த வாழ்த்துகள்! எங்களை வளர்த்ததற்காக அப்பாவுக்கும் உங்களுக்கும் எனது நன்றி! உங்களை மிகவும் நேசிக்கிறேன்.

கௌரி லங்கேஷ் பத்திரிகே, 25 ஏப்ரல் 2005

சென்னி

அப்பா நேசித்த சென்னி, இரண்டு வாரங் களுக்கு முன் இறந்துவிட்டது. அவளுக்கு வயது 13. அவளது வாழ்நாள் முடிவுக்கு வந்துவிட்டது. அவள் தனது கடைசி நாட்களில் உணவைத் துறந்தாள். மனிதத் தொடர்புகளையும் புறக்கணித்தாள். அம்மாவின் நெலமங்களா பண்ணையில் இன்று அடக்கம் செய்யப்பட உள்ளாள்.

அப்பாவின் மிகுந்த நேசத்துக்குரிய இந்தச் சென்னி, டாபர்மேன் ரகம். ராஜா, ஸ்டெபிக்குப் பிறகு, அப்பாவின் இதயத்தை வெற்றிகண்ட நாய் அவள். ஒவ்வொரு நாள் காலையிலும் அப்பா நடைப்பயிற்சி மேற்கொண்டுவிட்டுத் திரும்பி வரும்போது, வீட்டுக்குள் அவருடன் நுழைவாள். அப்பாவுக்கு மசாஜ் செய்யப்படும்போது, அவளுக் காகவெனத் தயாரிக்கப்பட்ட சோபாவில் சென்னி அமர்ந்திருப்பாள். அவர் காலை உணவைச் சாப்பிட்டு முடிக்கும்வரை, அவர் தரும் சில சப்பாத்தித் துண்டு களுக்காக ஆர்வத்துடன் அவர் அருகே காத்திருப் பாள்.

குறிப்பாக, இரவில் அப்பா வீட்டுக்குத் திரும்பி வந்ததும் சென்னி மிகுந்த மகிழ்ச்சி கொள்வாள். அவருடன் வீட்டுக்குள் நுழைவாள். அவர் விஸ்கி சாப்பிட்டுவிட்டு, டின்னர் சாப்பிடும்வரை அவருடன் இருப்பாள். சென்னி வீட்டைக் குழப்பியது கிடையாது. அவளுடன் நாங்கள் யாரும் வம்பு செய்ததும் கிடையாது. ஏனெனில், அப்பாவைப் பொருத்த வரை வீட்டின் ராணி அவள். அப்பா வீட்டிலிருக்க நேர்ந்தால், அவளை வீட்டுக்குள் அனுமதிப்பதில்லை.

அப்போது அவளின் கோபத்தைக் கட்டுப்படுத்த முடியாது. வீட்டின் கதவைத் திறந்து வைத்துதான் அவளை அமைதிப்படுத்த முடியும். கதவைத் திறந்த நொடியில், அவள் அப்பாவிடம் போவாள். அவரை முகர்ந்து பார்ப்பாள். அவரது முகம் முழுவதும் நக்கிக் கொடுப்பாள். அப்புறம், அவரது கால்களை தனது கால்களால் தேய்த்துக்கொடுத்து விட்டுத்தான் ஓய்வாள்.

இந்தச் சென்னிதான், 2000ஆம் ஆண்டு ஜனவரி 25இல், தாங்க முடியாத இழப்பை அவள் அனுபவிக்க நேர்ந்தது. அந்த நாளில் அப்பாவைக் கடைசியாகப் பார்ப்பதற்கு ஆயிரக் கணக்கானோர் வந்திருந்தனர். சென்னி, அவளது இருப்பிடத்தில் அடைத்துவைக்கப்பட்டாள். சுற்றியுள்ள சப்தத்தின் நடுவே, தனித்து வேதனையால் பாதிக்கப்பட்டாள் அவள். அன்று இரவு, அப்பாவின் உடல் வீட்டிலிருந்து எடுத்துச் செல்லப்பட்டபோது, சென்னி சப்தமாகக் குரைத்து அழுதது. இந்தநாள் வரை, அதன் கூண்டிலிருந்து அது எழுப்பிய ஓலம் நினைவில் இருக்கிறது.

இதில் என்ன மிகவும் புதுமை என்று உங்களுக்குத் தெரியுமா? அப்பா இறந்த பிறகு, சென்னி வீட்டுக்குள் நுழையவில்லை. வீட்டின் கதவைத் திறந்து வைத்துக் கொண்டு, 'சென்னி வா!' என்று அழைக்கும்போது, எங்களை ஒரு கணம் பார்த்துவிட்டு அமைதியாகிவிடும். அப்பா வாழ்ந்தபோது, அவளை வீட்டுக்கு வெளியே இருக்கவைப்பது பிரச்சினை. அப்பா இல்லாத நிலையில், என்ன செய்து பார்த்தும் அவளை வீட்டுக்குள் அழைத்து வருவது சாத்தியமில்லாமல் ஆகிவிட்டது. இறுதியாக ஒரு நாள், அப்பாவின் அறை, படிப்பு அறை, குளியல் அறை ஆகிய இடங்களுக்கு அவளைத் தூக்கிவந்து முகர்ந்து பார்க்கச் செய்துகொண்டே, "இங்கே பார் சென்னி! உனது அப்பா இப்போது இங்கு இல்லை. ஆனால், இதுதான் அப்பாவின் அறை" என்று அம்மா கூறினாள். அறையைச் சில கணங்கள் சுற்றிப் பார்த்துவிட்டு, அம்மாவின் கைகளிலிருந்து தப்பி வெளியே ஓடிவிட்டாள். தான் நேசித்த அப்பா இல்லாத வீட்டில் அவள் இருக்க விரும்பவில்லை.

தன்னோடு முடங்கிவிட்ட சென்னி, அடுத்த ஒன்றிரண்டு ஆண்டுகளுக்குத் தனது வேலையில் மட்டும் கவனம் செலுத்தினாள். இந்தக் காலத்தில், ஏழு குட்டிகளை ஈன்று, தனது வாழ்க்கையில் முதன் முறையாகத் தாய் ஆனாள். எனது குட்டி மருமகன் சமர், அவளது குட்டிகளைப் பார்த்து மகிழ்ச்சியடைந்தான். ஆனால், சில நாட்கள் கழித்து, சென்னி அப்பாவின் பண்ணைக்குக் கொண்டுசெல்லப்பட்டாள்.

அங்கு அவளது வாழ்க்கை நரகமாக மாறியது. நாள் முழுவதும் கட்டிவைத்திருப்பது எனது சகோதரிக்குச் சோகத்தை

ஏற்படுத்தியது. அப்பாவின் பண்ணை விற்கப்பட்ட பிறகு, நெலமங்களாவில் உள்ள அம்மாவின் பண்ணைக்குக் கொண்டு செல்லப்பட்டாள்.

அங்கு சென்னி அதிசயிக்கத்தக்க வகையில் மறுபடியும் மாறினாள். பண்ணையைப் பாதுகாப்பதில் அவளது நேரம் கழிந்தது. நான் பார்வையிடச் செல்லும்போதெல்லாம், என்னைத் தொடர்ந்து சுற்றிவருவாள். ஆனால், இரண்டு மாதங்களுக்கு முன், பண்ணையைக் கவனித்துவந்த கல்லப்பா, பண்ணையை விட்டுச் சென்றதால், கால்நடைகள், அருகில் உள்ள வழக்கறிஞர் ஜெயராம் பண்ணைக்குக் கொண்டுசெல்லப்பட்டன. சென்னியை எனது வீட்டுக்குக் கொண்டுவந்துவிட்டேன்.

அடிக்கடி திருட்டு நடக்கும் எனது வீட்டுக்குக் காவல் செய்ய இப்போது ஒரு நாய். திருடர்கள் வராமல் பார்த்துக்கொண்டது சென்னி. எனது தாறுமாறான வேலைகளுக்கு இடையே, அவள்மீது நான் செலுத்தும் கொஞ்சம் கவனத்திலும் அவள் நிறைவு அடைந்தாள்.

ஆனால், அவளது வாழ்க்கை முடிவுக்கு வந்து கொண்டிருந்தது. முதுமை காரணமாகச் சில நோய்கள் வந்தன. அவள் சாப்பிடுவதை நிறுத்தினாள். மருந்துகளை எடுக்க மறுத்தாள். இறுதியில், அவளை உயிருடன் வைத்திருக்க கால்நடை மருத்துவர்கள் ஊசியையும் குளுக்கோஸையும் மட்டுமே கொடுக்க முடிந்தது. அவளால் நீண்டநாள் வாழ முடியாது என்று கால்நடை மருத்துவர்கள் கூறியதும், நான் அவளை அம்மாவின் பண்ணைக்கு மீண்டும் எடுத்துச்சென்றேன்.

அங்கு, தண்ணீரை மட்டும் குடித்துக்கொண்டு இருந்த சென்னி, நான்கு நாட்கள் தாக்குப்பிடித்து இறுதியில் மூச்சை விட்டாள். அடுத்த நாள், நான் எனது மருமகள் ஈஷாவை அழைத்துக்கொண்டு பண்ணைக்குச் சென்றேன். தாத்தாவின் நாய் எங்கே என்று அவள் கேட்டாள். 'தாத்தாவைப்போல சென்னியும் இப்போது நட்சத்திரமாகிவிட்டாள்' என்றாள் என் அம்மா.

'ஏன்?' என்பது குட்டி ஈஷாவின் கேள்வி.

"இங்கு போதுமான அளவுக்கு இருந்துவிட்டாள். தாத்தாவுடன் இருக்க அவள் விரும்பினாள். அதனால் சென்று விட்டாள். இப்போது, ஒவ்வொரு நாள் இரவும், வானத்தில் உனது வழியில் தாத்தா தோன்றி அங்கிருந்து உன்னைப் பார்ப்பார். அவருடன் சென்னியும் அங்கு தோன்றி உன்னைப் பார்ப்பாள்" என்றாள் அம்மா.

கௌரி லங்கேஷ் பத்திரிகே, 23 ஆகஸ்ட் 2006

பி.வி.காரந்த்

கடுமையாக நோய்வாய்ப்பட்டிருந்ததைக் கேட்ட உடன், பி.வி. காரந்த் அவரை நேரில் சென்று பார்த்தேன். நான் சின்னப் பெண்ணாக இருந்த காலத்திலிருந்தே அவரைத் தெரியும்.

“நீங்கள் எப்படி இருக்கிறீர்கள்?” என்று நான் கேட்டேன்.

‘‘அலோபதி மருத்துவர்கள் கைவிட்டு விட்டார்கள். நான் வீட்டிலிருந்து சில சிகிச்சைகளை எடுத்துவருகிறேன்.”

‘‘உங்களுக்குத் தேவை எது இருந்தாலும் என்னிடம் தயவுசெய்து சொல்லுங்கள். உங்களுக்காக நாங்கள் இருக்கிறோம்.”

“எனக்கு எதுவும் தேவையில்லை. பத்திரிகையை நன்றாகக் கவனித்துக்கொள். நல்லது, அதுபோதும்”

சமீபத்தில், காரந்த் வீட்டுக்குச் செல்ல இருந்த எனது நண்பர் ஜெயந்த் காய்க்கினியுடன் நானும் சென்றேன், ஓர் இசைஒலி நாடாவைக் கொடுப்பதற்காக.

நான் குழந்தையாக இருந்தபோது, தில்லியில் காரந்த் வீட்டில் அம்மாவும் அப்பாவும் சில நாட்கள் தங்கினார்கள். நான் எனது அம்மாவுக்கு மோசமான ஆங்கிலத்தில் எழுதிய கடிதத்தைப் பார்த்து, பிரேமா பி.வி. காரந்த் கூச்சப்பட்டுப்போயிருப்பார் என்று நம்பினேன். பின்னர், பிரேமாவும் காரந்த்தும் பெங்களூரு திரும்பியபோது, அவர் தனது கையால் என்னை வளைத்துக் பிடித்துக்கொண்டு என் அப்பாவிடம் வேடிக்கையாகச் சொன்னார்:

“லங்கேஷ், எங்களுக்குக் குழந்தை இல்லை. எப்படியும் உனக்கு இரண்டு குழந்தைகள் உள்ளன. கௌரியை நாங்கள் ஏன் தத்து எடுத்துக் கொள்ளக்கூடாது?” என் அப்பா சிரித்துக் கொண்டே சொன்னார்: “ நிச்சயமாக, நீங்கள் அவளைத் தத்து எடுத்துக்கொள்ளலாம்!”

காரந்த்தின் நாடகக் குழுவான ப்ரதிமா நாடக்குழு (ப்ரதிமா நாடக தண்டா) ரவீந்திர கலாசேத்ரா வளாகத்தில் மூன்று நாடங்களை நடத்துவதாக இருந்தது. எனது சகோதரி பேபியும் நானும் அப்பாவின் நாடகமான ‘கிங் ஈடிபஸ் அண்ட் அந்திகொனே’ நாடகத்தில் ஈடிபஸின் (கிரீஷ்கர்னாட் நடிப்பில்) குழந்தைகள் பாத்திரத்தில் நடித்தோம். அது எளிதாகச் சென்றுகொண்டிருந்தது, ஏனெனில் எங்களது பாத்திரங்களுக்கு வசனங்கள் இல்லை. சந்திரசேகரக் கம்பாரின் ‘சாங்கிய பால்ய’ நாடகத்துக்கான தேர்வுக்கு நாங்கள் முயற்சி செய்தபோது மிரண்டுவிட்டோம். வசனங்களைச் சொல்லத் தடுமாறினோம். எங்கள் மீது காரந்த் திருப்தி அடையவில்லை. எங்கள் இருவரையும் வெளியேற்றிவிட்டார்.

சில ஆண்டுகளுக்குப் பிறகு, நான் படித்துவந்த விஜயா உயர்நிலைப் பள்ளிக்கு ஒரு நாடகத்தை அவர் இயக்க வந்தபோது அவரைச் சந்தித்தேன். நாடகத்தில் நடிக்க இடம் கிடைக்கும் என்று நம்புபவர்கள், மைக் முன்னால் நின்று தங்களை அறிமுகப்படுத்திக்கொள்ள வேண்டும். நான் என்னை அறிமுகப்படுத்தும்போது, என்னை யார் என்று தெரிந்துகொள்ளாமல் போய்விடுவாரோ என்று நினைத்து, என் பெயருடன், எனது அப்பா பெயரையும் சேர்த்துச் சொன்னேன். எனது புத்திசாலித்தனத்தைப் பார்த்துக் சிரித்துக்கொண்டே நாடகத்தில் நடிக்க ஒரு பாத்திரம் கொடுத்தார். ரவீந்திரநாத் தாகூரின் ‘தி கிங்டம் ஆஃப் கார்ட்ஸ்’ நாடகத்தில் ‘குயின் ஆஃப் ஹார்ட்ஸ்’ பாத்திரத்தில் நான் நடிக்க வேண்டும். நடிப்பு என்பது எனக்கானது இல்லை என்று உணர்ந்தேன். நாடகத்தைப் பார்க்க அப்பா வந்திருந்தார். முதல் வரிசையில் அவரைப் பார்த்ததும் நடுங்கி நான் மயங்கும் நிலைக்கு வந்துவிட்டேன். “நீ நன்றாகத் தோன்றினாய். ஆனால், உனது வசனங்கள் காதில் விழவில்லை” என்று பின்னர் அவர் கூறினார். அத்துடன், நாடகங்களில் நடிக்கும் எனது சோதனை முடிவுக்கு வந்தது.

அதற்கு பிறகு நான் தில்லியில் படித்தபோதுதான், காரந்த்தைச் சந்தித்தேன். மதுவிருந்துக்கு அவர் தனது ஹார்மோனியத்துடன் வந்தார். நள்ளிரவு வரை பாடி எங்களை மகிழ்வித்தார். அதன்பிறகு, அவரை நான் பத்திரிகையாளராகச் சந்தித்தேன். அவர் வேலைசெய்த மைசூரில் உள்ள ரங்காயணா நாடக

அமைப்பில் அவரைச் சந்தித்தபோது, என்னைப் பார்த்ததில் மகிழ்ச்சியடைந்தது போல தோன்றியது. ஆனால், பழைய மாதிரி மகிழ்ச்சி தெரியவில்லை. எனது கண்களை நேருக்கு நேர் பார்த்து, "போபால்[1] நிகழ்வு என்னை இப்படி மாற்றியிருக்கிறது" என்றார்.

போபாலில் நடந்த எதிர்பாராத நிகழ்விலிருந்து காரந்த் விடுபட பல ஆண்டுகள் ஆயின. "அவை எங்களுக்கு உண்மையிலேயே அதிர்ச்சியான நாட்கள். சில நேரங்களில் காரந்த் வாரக்கணக்கில் மனச்சோர்வுடன் இருப்பார்" என்றார் பிரேமா காரந்த். ஆனால், அவரது கனவுகள் ரங்காயணா மூலம் மீண்டும் துளிர்விடத் தொடங்கியுள்ளன.

சில ஆண்டுகளுக்குப் பிறகு, ஹைதராபாத்துக்கு அருகே உள்ள கிராமத்தில் அவரைச் சந்தித்தேன். அங்கு, தொழில்ரீதியான தெலுங்கு நாடகக் குழுவுக்கு பிரெக்ட்டின், 'மதர் கரேஜ்' நாடகத்தை நடிக்கக் கற்றுத் தந்துகொண்டிருந்தார். அவர் இந்தியில் கத்தினார்; நடிகர்கள் தெலுங்கில் வசனத்தைப் பேசினர். இரண்டு தரப்புக்கும் இடையே மொழிபெயர்ப்பாளர் சிக்கித் தவித்தார். எங்கு இருந்தாலும் நாடகத்தின்மீது காரந்த்துக்கு அளப்பரிய உற்சாகம் உண்டு என்பது தெரிந்ததுதான். "குப்பி வீரண்ணாவின் தொழில்ரீதியான நாடகக்குழுவிலிருந்துதான் எனது நாடக நாட்கள் தொடங்கின. அப்புறம், அனைத்து இடங்களிலும் அலைந்து திரிந்தேன். இறுதியாக, நான் தொழில்ரீதியான நாடகக்குழுவிடமே திரும்பி விட்டேன்" என்றார்.

அவரது படுக்கை அருகே நான் அமர்ந்ததும் அவர் என் கையைப் பிடித்துக்கொண்டபோது, எனது மனதில் அனைத்து நினைவுகளும் பளிச்சிட்டன.

"பத்திரிகை லாபகரமாக இயங்குகிறதா?" என்று அவர் கேட்டார். "இழப்பு ஏற்பட்டாலும், அதை நடத்தும் அளவுக்கு எனது சகோதரர் பணக்காரர் இல்லை" என்றேன். "வாழ்த்துகள்! உனது அப்பாவின் பத்திரிகையை நடத்திவருவது மகிழ்ச்சி" என்று அவர் கூறினார்.

பனாரஸில் இருந்த நாட்களில் அங்கிருந்த தேசிய நாடகப்பள்ளியின் தற்போதைய இயக்குநர் அங்கூருடன் இருந்த நினைவுகள் அவரிடம் நிழலாடத் தொடங்கின. குழந்தையைப் போலக் கஞ்சியைக் குடிக்க அவர் மறுத்தார். அவரது நீண்டகால

---

1. 1986இல் போபால் பாரத் பவனில் ரங்க் மண்டல் நாடகக் குழுவை அமைப்பதற்கு உதவிய காரந்த், கொலைக் குற்றத்தை எதிர்கொள்ள வேண்டியது வந்தது. ஊடகங்களில் அதுகுறித்து விரிவான விவாதங்கள் வெளிவந்தன. அவர்மீது தொடரப்பட்ட குற்றச்சாட்டுகள் நீதிமன்றத்தில் விலக்கிக்கொள்ளப்பட்டதை அடுத்து அந்தச் சர்ச்சை முடிவுக்கு வந்தது.

சகாவான ஹோலா, அதைக் குடிக்க வைக்க முயற்சி செய்து கொண்டிருந்தார். பிங் ஃபிளாய்ட் ராக் இசை கேசட்டை அவர் தேடி எடுத்தவர், காய்க்கினி அதைக் கேட்க வேண்டும் என்று கட்டாயப்படுத்தினார். தனது சிகிச்சைக்காக நிறைய செலவாவது குறித்து அவர் கூச்சலிட்டார். பேச்சு அவரைச் சோர்வடையச் செய்து, விக்கலை வரவழைத்தது. மெதுவாக அதிலிருந்து விடுபட்ட அவர், தொடர்ந்து பேசினார்...

வைதேகி எழுதி முடித்த காரந்தரின் கதை (காரந்தர கதனா) பற்றி எங்களது பேச்சு திரும்பியது. "பிரேமாவைப் பற்றிய முக்கியமான அத்தியாயம் நான் சொல்ல விடுபட்டுப்போனது. அவள் என்னுடன் நீண்டகாலம் இருந்தவள். எனது சுயசரிதையில் அவளுக்கு ஒரு தனி அத்தியாயம் இல்லாமல் இருப்பது நாணயமானது அல்ல. என்னைப் பேணி வளர்த்தவள் பிரேமா" என்றார் அவர்.

"முதலில் உடல்நலம் சரியாகட்டும். பிறகு அந்த அத்தியாயத்தை நீங்கள் சேர்க்கலாம். அதற்குப் போதிய அவகாசம் இருக்கிறது. இப்போது உடல்நலத்துக்குத்தான் முன்னுரிமை" என்று அவரைத் தேற்ற முயற்சித்தார் காய்க்கினி.

"இல்லை. இல்லை. பிரேமாவைப் பற்றி எதுவும் இல்லை என்றால், அது உண்மையிலேயே தவறாகப் போய்விடும்" என்று அவர் மீண்டும்மீண்டும் வலியுறுத்தினார்.

"முதலில் உங்கள் உடல்நலம் சரியாகட்டும். அதன்பிறகு நானே வந்து பிரேமாவைப் பற்றி நீங்கள் சொல்வதை எழுதிக்கொள்வேன்" என்றார் காய்க்கினி. இதுவரை சிறிதளவு அமைதிப்படுத்தியது போலத் தோன்றியது. சிறுகுழந்தையைப்போல அவர் கேட்டார், "உறுதியாக."

வாக்குறுதியை அவர் கேட்டுப் பெற்றவிதம், வறுமையில் பிறந்து தனது மகத்தான திறமையால் சவால்களை எல்லாம் வென்று, மிகப்பெரிய பெயர் பெற்ற பின்னரும்கூட அவரிடமிருந்த அப்பாவித்தனம் போய்விடவில்லை என்பதையே காட்டியது.

அந்த நாளில், ஃபியூஷன் இசையைப் பிரபலப்படுத்திய சக்தியின் பாட்டை எங்களுக்காகப் போட்டுக் காட்டினார். "இது எப்படி ஆசுவாசப்படுத்துகிறது?" என்று கூறிய அவர், எனது கையைப் பிடித்துக் கொண்டு, அந்தப் பாடலிலேயே தன்னை அவர் இழந்துவிட்டார்.

லங்கேஷ் பத்திரிகே, 28 ஆகஸ்ட் 2002

பாபா ஆம்தே

பசவங்குடியில் நேஷனல் காலேஜில் புகுமுக வகுப்பில் நான் படித்த போது, பாபா ஆம்தே எனது கல்லூரிக்கு வருகிறார் என்ற செய்தி வந்தது. கன்னியாகுமரியிலிருந்து காஷ்மீர்வரை, அருணாசலப் பிரதேசத்திலிருந்து குஜராத் வரை நாடு முழுவதையும் இணைக்கும் வகையிலும் அமைதியையும் சுற்றுச்சூழல் பாதுகாப்பையும் குறித்த செய்திகளைப் பரப்பும் வகையிலும் இந்தியாவை இணைப்போம் பிரசார இயக்கத்தை தலைமை வகித்து நடத்திவந்தார்.

அந்த முதிய மனிதர் முதுகெலும்பு[1] இல்லாமல் இருக்கிறார் என்று நான் கேள்விப்பட்டிருந்தேன். அதனால், அவர் படுத்துக்கொண்டோ, நின்று கொண்டோதான் இருக்க வேண்டும். எனினும், இந்த 'முதுகெலும்பு இல்லாத' மனிதரின் உணர்வுகளை யாராலும் குலைக்க முடியவில்லை. உண்மையிலேயே அவரைக் காண்பதற்கு ஆர்வமாக இருந்தேன்.

1978இல் ஒரு மாலைப் பொழுது. பாபா ஆம்தேயும் அவருடன் சைக்கிளில் நூற்றுக்கணக்கான இளைஞர்களும் எங்களது கல்லூரிக்குள் நுழைந்தனர். நாற்கரமாக நாங்கள் கூடினோம். மேடையில் ஒரு

---

1. 1970களில் முதுகெலும்பு அறுவைச் சிகிச்சை இருமுறை நடந்த பிறகு, பாபா ஆம்தேயால் நிமிர்ந்து உட்கார முடியாது. குறுகிய நேரம்தான் அவரால் நிற்க முடியும்.

கட்டில் வைக்கப்பட்டது. மேடைக்கு வந்த பாபா, வரவேற்புரையும் மற்ற சம்பிரதாயங்களும் முடியும்வரை கட்டிலில் படுத்துக் கொண்டார். இறுதியாக, அவர் பேச எழுந்ததும், நாங்கள் அனைவரும் மெய்சிலிர்த்தோம். இந்தியாவை இணைப்போம் இயக்கத்தில் சேர வேண்டும் என்று நான் உணர்ந்தேன். ஆனால், எனது தாய் அதற்கு அனுமதி தரமாட்டார் என்ற அச்சத்தில் அதிலிருந்து பின்வாங்கினேன்.

21 ஆண்டுகளுக்குப் பிறகு, ஆனந்தவன ஆசிரமத்தில் இரண்டு நாட்கள் தங்கவும் அவருடன் நேர்காணல் செய்யவும் அவரது மனைவியுடனும் இரண்டு மகன்களுடனும் கலந்துபேசவும் எனக்கு வாய்ப்புக் கிடைத்தது. தில்லி ஈடிவி அலுவலகத்தில் நான் பணிபுரிந்து வந்தேன். அப்போதுதான், டர்பன் அருகே உள்ள பீனிக்ஸ் என்ற இடத்திலுள்ள காந்திஜியின் முதல் ஆசிரமத்தைப் பார்த்துவிட்டுத் தென்னாப்பிரிகாவிலிருந்து திரும்பியிருந்தேன். மகாராஷ்ட்ர சேவா கிராமத்திலுள்ள அவரது கடைசி ஆசிரமத்தையும் பார்ப்பது நல்லது என்று நினைத்தேன். செல்லும் வழியில் ஆனந்தவனத்தில் இறங்கி, பாபாவை நேர்காணல் செய்ய முடிவு செய்தேன்.

நான் ஆனந்தவனத்தை அடைந்தபோது இரவு 10.30 மணி. ஆசிரமத்திலிருந்த பணியாளர், எனது அறையைக் காட்டினார். பாபாவை நேர்காணல் செய்ய காலையில் நேரம் ஒதுக்கப்பட்டுள்ளது என்றும் அவர் கூறினார்.

அந்த நேர்த்தியான சிறிய அறையில் கட்டில், டேபிள், இரும்பு நாற்காலி தவிர வேறு எதுவும் இல்லை. அறையைச் சுத்தமாக வைக்க வேண்டியது அறையில் தங்கி இருப்பவர்கள் பொறுப்பு என்பது ஆசிரம விதி. எனவே, துடைப்பமும் வாளியும் துணித்துடைப்பானும் அங்கு இருந்தன.

காலையில் எனது அறையைச் சுத்தப்படுத்திவிட்டு எட்டு மணிக்குத் தயாரானேன். பாபா காலை 4.30 மணிக்கு எழுந்து காலையில் நடந்துவிட்டு, குளித்து, காலை உணவையும் முடித்திருந்தார். அவரும் அவரது மனைவி சாதனாவும் என்னை தங்களது மகள்போல நினைத்து அன்புடன் நடத்தினர். ஆனந்தவன ஆசிரமத்தை பாபா எனக்குச் சுற்றிக் காண்பித்தார். தொழுநோயாளிகள் இருந்த அந்த ஆசிரமம் மலைக்கவைக்கும் அளவுக்குத் தூய்மையாக இருந்தது.

கர்நாடகத்திலிருந்த பலர் உள்பட நாடு முழுவதிலுமிருந்து ஏராளமான மக்கள் ஆசிரமத்தில் நெசவு, தோட்டவேலை, தச்சுவேலை செய்கிறார்கள். அவர்களும் என்னைப் போன்ற

விருந்தினர்களும் ஒன்றாக உணவு அருந்துகிறார்கள். அதன்பிறகு, தங்களது தட்டுகளைத் தாங்களே கழுவிவைக்கிறார்கள்.

பாபாவின் ஆம்புலன்ஸ் போன்ற வாகனத்தில் ஆசிரமத்தைச் சுற்றிப்பார்த்தேன். பாபா வேலை செய்வதையும் நோயாளிகளுடன் பேசுவதையும், உதவியாளர்களுக்கு ஆலோசனை கூறுவது போன்றவற்றையும் என்னுடன் வந்த வீடியோ ஒளிப்பதிவாளர் பதிவுசெய்தார். படத்தில் நான் தெரியாமல் இருப்பதற்காக ஒளிப்பதிவாளர் அருகே நின்றுகொண்டேன். எனினும், அவர் அருகில் வந்து நிற்பதற்காக "இங்கே வா! கௌரி," என்று அழைத்தார். எனது கையைப் பிடித்துக்கொண்டு, அவருடன் நடந்து வரும்படி கேட்டுக்கொண்டார்.

இங்குள்ள அடர்த்தியான மரங்களைச் சுட்டிக்காட்டிய அவர், "இங்கு மாலை ஆறு மணிக்கு வந்தால் நீ ஓர் அதிசயத்தைக் காணலாம். பின்னர் சேர்ந்து இரவு உணவு சாப்பிடலாம்" என்றார்.

சரியான நேரத்துக்கு அங்கு நான் வந்துவிட்டேன். சூரியன் மறைந்துகொண்டிருந்தது. சிறிது நேரத்துக்கெல்லாம், பல்வேறு திசைகளிலிருந்து சில பறவைகள் வந்தன. கொஞ்ச நேரத்துக்குள் அதன் எண்ணிக்கை ஆயிரங்களாகப் பெருகியது. அதன்பிறகு, கூட்டிலுள்ள குஞ்சுகளிடம் அவை திரும்பின. அது மிகவும் நினைக்கத்தக்க, இயற்கையோடு நான் சங்கமித்த உன்னத தருணங்களில் ஒன்று. பின்னர், பாபாவின் இடத்துக்கு நான் சென்றபோது, 'அது எப்படி இருந்தது?' என்று மேஜிக் தந்திரத்தைக் காட்டிய குழந்தைபோல மகிழ்ச்சியுடன் அவர் கேட்டார்.

சேவாகிராமத்துக்குப் போய்விட்டு அடுத்த நாள் ஆனந்த வனத்துக்கு நான் திரும்பியதும், பாபாவின் மகன்கள் விகாஸ், பிரகாஷ் ஆகியோரைப் பார்த்தேன். பாபாவின் தொடக்க ஆண்டுகள் குறித்தும், அவரது வாழ்க்கையைக் கட்டியமைத்த பல்வேறு அனுபவங்கள் குறித்தும் அவர்களிடம் விரிவாகப் பேசினேன். காலையில் நான் தில்லி திரும்புவதாக இருந்தேன். ஆனால், நான் மேலும் தங்க வேண்டும் என்று பாபா வலியுறுத்தினார். "ஏன் இந்த அவசரம்?", என்று அவர் கேட்டார். அதற்குச் சம்மதித்து மேலும் ஒரு நாள் கூடுதலாக அங்கு தங்கி இருந்தேன்.

தனது வாழ்க்கையில் நூற்றுக்கணக்கான விருதுகளையும் கௌரவங்களையும் பெற்றிருக்கிறார் பாபா. இருந்தாலும் அவர் மிகவும் அடக்கமான மனிதராக இருக்கிறார். அவரது நாணயம்,

சேவை மனப்பான்மை, போராடும் குணம், ஒவ்வொருவரையும் அன்புடன் நடத்தும் நல்ல குணம் ஆகியவை என்னைத் தொட்டன. தொழுநோயாளிகளின் நலனுக்காக தனது வாழ்க்கையை அர்ப்பணித்த மனிதர், ஆயிரக்கணக்கானவர்களை வீடு இழக்கச் செய்யும் நர்மதா அணைத் திட்டத்துக்கு எதிரான போராட்டத்தில் குதித்தார், அவரது உடல்நலம் மோசமானபோதிலும்கூட. தண்ணீரினால் மூழ்கத் தயாராக இருக்கும் நதியையொட்டியுள்ள பகுதியில் சிறிய குடிசை போன்ற கட்டடத்தில் தனது மனைவியுடன் வசித்தார். அவருக்கு ரத்தப் புற்று நோய் இருப்பது கண்டுபிடிக்கப்பட்டதைத் தொடர்ந்து, ஆனந்தவனத்துக்குத் திரும்புவதைத் தவிர வேறு வழியில்லாமல் போயிற்று.

உள்ளன்புடன் கவனிப்பு, அறவழி, சமூகப் போராட்டங்களுக்கு ஊக்கம் ஆகியவற்றுக்கு முன்மாதிரியாக இருந்துவந்த அந்த மனிதர் நம்மிடம் இல்லையே என்பது எனக்கு வேதனை தருவதாக உள்ளது. இருந்தாலும், அவருடன் கழித்த அந்த இரண்டு நாட்களை நன்றியுடன் உணர்கிறேன்.

கௌரி லங்கேஷ் பத்திரிகே, 20 பிப்ரவரி 2008

கே.பி. பூரணச்சந்திர தேஜஸ்வி

எங்கிருந்து தொடங்குவது? வேகமா நெருக்கி யடிக்கும் நினைவுகளை எப்படிச் சொல்வது? எனக்குத் தெரிய வில்லை. அப்பாவுடன் சண்டை இருந்தபோதிலும் பூரணச்சந்திர தேஜஸ்வி என்மீது பொழிந்த பேரன்பைப் பற்றி நான் பேசுவதா? தொல்லை என்று என்னை அவர் குறைபட்ட போதிலும் என்மீது பொழிந்த அன்பைப் பற்றிக் கூறுவதா? சிக்கலான விஷயங்களைப் புரிந்துகொள்ள முடியாமல் தவிக்கும்போது அவரது கடுமையான கண்டிப்பைப் பற்றியா? என்னைப் பொருத்தவரை அவரைப்பற்றி அடிக்கடி நான் உடன்படும் விஷயம்: "ஆம். நீ சொல்வதும் சரியானதாக இருக்கலாம். ஆனால் அனைத்தும் அழுகிக் கிடக்கின்றன" என்பது போன்ற பல்வேறு நினைவுகள் . . . அவை கொண்டுவரும் ஏக்கப் பெருமூச்சுகள் . . .

எனது அப்பா, அவரது பத்திரிகை உலகிலும் அவரது எழுத்துகளிலும் அவரது நண்பர்கள் வட்டத்திலும் எப்போதும் தன்னை இழந்துவிடக் கூடியவர். வீட்டில் அவருடன் எங்களது நேரம் ஒரு வரம்புக்குட்பட்டது. அவரது நண்பர்களை நாங்கள் அபூர்வமாகச் சந்திப்போம். நான் பத்திரிகையாளரான பிறகுதான், அவரது பல நண்பர்களையும் முன்னாள் நண்பர்களையும் சந்தித்து அவர்களுடன் தொடர்பை ஏற்படுத்திக்கொண்டிருக்கிறேன்.

ஆனால், அந்த வகையில் தேஜஸ்வி விதிவிலக்கு. மூடிகெரேயிலுள்ள அவரது எஸ்டேட் ஒரு காரணம். அப்பா, மாதந்தோறும் அந்த எஸ்டேட்டுக்குச்

செல்லத் தொடங்கிய நேரத்தில், பத்திரிகையைத் தொடங்கிய பிறகு, நாங்கள் வளர்ந்துவிட்ட குழந்தைகள் என்பதால், அவரைத் தொல்லைப்படுத்தாமல் இருக்க அம்மா காவலுக்கு இருக்க வேண்டிய தேவை ஏற்படவில்லை. மூடிகெரே செல்லும்போது அடிக்கடி அவர் எங்களையும் அழைத்துச்செல்வார்.

அதுபோன்ற ஒரு பயணத்தின்போது, நான் ரூபிக் கியூப்பை தேஜஸ்வியின் குழந்தைகளுக்கு எடுத்துச் சென்றேன். அப்போது அதைப் பார்த்து அவருக்கு ஆத்திரமாக வந்தது. "இதை ஏன் கொண்டுவந்தாய்?" என்று என்னிடம் இருப்பதைப் பார்த்துச் சிரித்துக்கொண்டே கேட்டார். "நான் அதைத் தீர்ப்பதற்கு ஓர் இரவு முழுவதையும் வீணாக்கிவிட்டேன்."

அது மிகப்பெரிய வீடு. அதைச் சுற்றிப் பெரிய, அழகிய தோட்டமும், முழுவதும் மலர்ச்செடிகளும் பெரிய மரங்களும், காபி தோட்டமும் இருந்தன. பின்புறம் சிறிய ஏரி. அங்கு ஆமைகள் ஆண்டுதோறும் தலைகாட்டும். குளிர்ந்த காற்றும் மழையும் எங்களுக்கு மகிழ்ச்சி தரும். அதனால், அந்தப் பயணத்துக்காக நாங்கள் ஆர்வத்துடன் காத்திருப்போம்.

ஒரு முறை முற்றத்தில் அப்பா அமர்ந்துகொண்டு காலைக் காபியை குடித்துக்கொண்டிருந்தார். எதிரே நின்ற தேஜஸ்வி, அவரைப் படம் எடுத்துக்கொண்டிருந்தார். அப்போதுதான் கண்விழித்து வெளியே வந்த என்னையும் அப்பா அருகே அமரும்படி அவர் கேட்டுக்கொண்டார். அவருக்குப் பின்னால் மண்டியிட்டு, அப்பாவின் தோளில் எனது கன்னத்தை வைத்துக்கொண்டேன். தேஜஸ்வி அப்போது எடுத்த புகைப்படம் எனது அன்புக்குரியது. அது எனது அலுவலகத்தில் தொங்கிக் கொண்டிருக்கிறது.

அந்த தினத்தில் அவர், எனது சகோதரியையும் என்னையும் நிறையப் படங்கள் எடுத்தார். இருட்டறையில் நெகட்டிவைக் கழுவிப் படத்தை பிரிண்ட் எடுத்து, பின்புறம் கையெழுத்திட்டு, அங்கிருந்து கிளம்பும்போது எங்களிடம் கொடுத்தார். தேஜஸ்வியிடமிருந்த இந்தப் புகைப்படம் எடுக்கும் ஆர்வம் படிப்படியாக அப்பாவையும் தொற்றிக்கொண்டது. எங்களையும் அலுவலகத்துக்கு வருபவர்களையும் அவர் தொடர்ந்து படம் எடுப்பார். இந்தப் பொழுதுபோக்குக்காக தேஜஸ்வியும் அப்பாவும் செலவழித்தது கொஞ்சநஞ்சமல்ல.

○

எனது சகோதரி பேபி (கவிதா) திரைப்படமாக்குவதற்கு தேர்வு செய்த முதல்கதை தேஜஸ்வியின் 'கிரகூரின் வம்புக்காரிகள்'

(கிரிகூர்ன கய்யாளிகளு). இந்த யோசனை குறித்து அவரிடம் விவாதிக்க, ஒரு நாள் அதிகாலையில் நாங்கள் இருவரும் மூடிகெரேவுக்கு சென்றோம். அவரது மனைவி ராஜேஸ்வரி, எங்களுக்காக அற்புதமான அசைவ உணவைச் சமைத்திருந்தார். மதிய உணவுக்காக அமர்ந்தபோது நான் சிலிர்த்துப் போனேன். ஆனால், பேபி பதற்றப்பட்டாள். கறியையும் மீனையும் திகட்டத் திகட்ட மகிழ்ச்சியோடு சாப்பிட்டேன். அதேசமயம், வறுக்கப்பட்ட காய்கறிகளுடனும் தயிருடனும் நிறைவடைந்தாள் பேபி.

திரைப்படத்துக்காக விவாதிக்க நாங்கள் அமர்ந்தபோது, “திரைப்படம் தயாரிப்பது என்பது பெரிய தலைவலி. ‘தபரனின் கதை’ (தபரன கதே) படப்படிப்பைப் பார்ப்பதற்காக நான் சென்றிருந்தேன். அதைவிட சலிப்படைய வைக்கும் விஷயம் வேறு எதுவும் இல்லை. ‘கய்யாளிகளு’வை எப்படித் திரைப்படமாக்கத் திட்டமிட்டிருக்கிறீர்கள்? அது சிரமமானது என்று நினைக்கிறேன். அதைப்பற்றி யோசித்துப் பாருங்கள்...” என்று அவர் சொன்னார். மாலைவரை பேசிக்கொண்டிருந்தோம். பின்னர் தோட்டத்தைச் சுற்றிப் பார்த்துத் திரும்பினோம். ‘கய்யாளிகளு’வைத் திரைப்படமாக்கும் யோசனை அவருக்கு மகிழ்ச்சி அளிக்கவில்லை என்பதை நாங்கள் இருவரும் உணர்ந்தோம். பின்னர் ‘அப்பாவின் அக்கா’ என்ற குறுநாவலை அடிப்படையாக வைத்து ‘தெவீரி’ என்ற பெயரில் திரைப்படமாக்கினாள் பேபி. அவளது முதல் முயற்சிக்கு சர்வதேச அளவில் கௌரமும் விருதுகளும் கிடைத்தன.[1]

பின்னர், நான் அமெரிக்காவுக்கு ஆறுமாதப் பயணமாக புறப்பட்டபோது, பாதியளவுக்குப் படித்திருந்த தேஜஸ்வியின் ‘ஜுகரி திருப்பம்’ (ஜுகரி க்ராஸ்) என்ற நாவலை முழுவதும் படிக்க நேரம் கிடைத்தது. அதை ஏன் மொழிபெயர்க்க முயற்சிக்கக்கூடாது என்று எனக்கு திடீர் ஆர்வம் ஏற்பட்டது. என்னுடைய பொருள்களுடன் கன்னட – ஆங்கில அகராதியையும் வைத்திருந்தேன். அமெரிக்காவில் இருக்கும்போது இந்த நாவல் முழுவதையும் மொழிபெயர்த்தேன்.

நான் அமெரிக்காவிலிருந்து திரும்பிய நேரத்தில், அப்பாவுக்கும் தேஜஸ்விக்கும் சண்டை ஏற்பட்டு ஒருவருக்கொருவர் பேசுவதை நிறுத்திவிட்டார்கள். நிறையத் தயக்கத்துடன் அவருடன் பேசினேன். அவரது நாவலை மொழிபெயர்த்திருப்பது குறித்துக் கூறினேன். அப்பாவுடன் சண்டை இருந்தபோதிலும்,

1. ‘தெவீரி’க்கு 1999–2000 ஆண்டுக்கான சிறந்த திரைப்படத்துக்கான கர்நாடக மாநில விருது கிடைத்தது. பல சர்வதேசத் திரைப்பட விழாக்களிலும் திரையிடப்பட்டது.

முன்பு இருந்த அதே பாசத்துடன் அவர் பேசினார். “உனது மொழிபெயர்ப்பின் தரத்தைப் பற்றிச் சொல்வதற்கு எனது ஆங்கில அறிவு போதாது. ஆனால், அதை எனக்கு அனுப்பிவை. நான் படித்துப் பார்த்து, அது எப்படி இருக்கிறது என்று உன்னிடம் தெரிவிக்கிறேன்,” என்றார். வாக்களித்ததுபோலவே, அவர் படித்துவிட்டு அடுத்த சில நாட்களில் என்னிடம் திரும்பப் பேசினார். “மொழிபெயர்ப்பை நன்றாகச் செய்திருக்கிறாய். அங்கும் இங்குமாக சிறிய அளவுக்குச் சரிசெய்ய வேண்டியதிருக்கிறது” என்று அவர் ஊக்கமளிக்கும் வகையில் பேசினார்.

அப்பா இறந்த பிறகு, பத்திரிகையின் ஆசிரியர் பொறுப்பை நான் ஏற்றுக்கொண்டேன். எங்களுக்காக மீண்டும் எழுதும்படி தேஜஸ்வியைக் கேட்டுப் பல முறை எழுதினேன். “இதோ பார்! உன் மீது ஏராளமான அன்பு இருக்கிறது. ஆனால் உனது அப்பா என்னைக் கடுமையாகக் காயப்படுத்திவிட்டார். அந்த வார இதழுக்கு மீண்டும் எப்போதும் நான் எழுத முடியாது. இதுபோல என்னைத் தொந்தரவு செய்ய வேண்டாம்” இது அவரது மறுப்பு. ஆனால், வேஷம்போடாத பாசத்துடன் சொல்லியிருக்கிறார்.

ஆனால், நான் அவரை விட்டுவிடுவதாக இல்லை. ஒரு முறை எனது நண்பர் சந்தன் கௌடாவும் நானும் மூடிகெரேயிலுள்ள அவரது வீட்டுக்குச் சென்றோம். நாங்கள் காரைவிட்டு இறங்கி, தோட்டத்தில் ராஜேஸ்வரியுடன் பேசிக்கொண்டிருந்தபோது, தேஜஸ்வி கதவு அருகே தோன்றினார். காபி தோட்டத்திலிருந்து அப்போதுதான் அவர் திரும்பியிருந்தார். அந்தப் பார்வை எனது மனதில் இப்போதும் பொறித்து வைக்கப்பட்டுள்ளது. பரந்த தோள்களையும் வலுவான கைகளையும் கொண்ட தேஜஸ்வி பிரம்மாண்டமாகத் தெரிந்தார். பருத்திச் சட்டையும் நீலநிற ஜீன்ஸும் அணிந்து நின்றிருந்த அவரது கையில் துப்பாக்கி இருந்தது. “ஒருவழியாக இருவரும் வந்து சேர்ந்துவிட்டீர்கள்! ஏன் இவ்வளவு நேரம்? என்று தாமத்திற்கான காரணத்தைச் சொல்லியே ஆக வேண்டும் என்பதுபோலக் கேட்டார். அவரோடு அதிகப்படியாக ஏதாவது பேசினால் சுட்டுவிடுவார் போல் இருந்தது. மறக்கமுடியாத காட்சி அது. அந்த நாளில் அவருடன் நடத்திய நேர்காணலை நான் வெளியிட்டேன். எங்களுக்கு எழுதும்படி அவரைத் தொடர்ந்து தொந்தரவு செய்துகொண்டிருந்தேன். அவர் மனம் இறங்காத நிலையில், நான் புதிய திட்டத்துடன் வந்தேன். “ தற்போதைய பிரச்சினைகள் குறித்துப் பத்துக் கேள்விகளின் பட்டியலை நான் உங்களுக்கு அனுப்புகிறேன். அதற்கு நீங்கள் பதில் அளிக்க முடியுமா?” என்று கேட்டேன். அதற்கு உடனே சம்மதித்தார். எனது சில

சகாக்களுடன் அமர்ந்து பேசி, கேள்விகளைத் தயாரித்தோம். அவற்றைப் படித்ததும், தேஜஸ்வி என்னை அழைத்தார்.

"இந்தக் கேள்விகள் மிகவும் நன்றாக இருக்கின்றன. யார் இதைத் தயாரித்தார்கள்?" என்று அவர் கேட்டார். ரகசியத்தைச் சொல்லாமல் "நான்தான். ஏன்?" என்றேன்.

"நீங்கள் என்னை ஏமாற்றுகிறீர்கள் . . . இந்த வகையான கேள்விகளுக்கெல்லாம், நான் மூன்று அல்லது நான்கு வரிகளில் பதில் எழுத முடியாது. ஒவ்வொன்றுடனும் விரிவான பதில்களை அனுப்புகிறேன்" என்றார் அவர். நான் முழுமையாகச் சிலிர்த்துப் போனேன்.

பொருளாதாரம், தாராளமயமாக்கல், தொழில்நுட்பம், கன்னட இலக்கியம், கலாச்சாரம், காபி விலைகள் இதைப்போன்ற சில தற்கால தலைப்புகளில் தேஜஸ்வி அனுப்பிய விடைகளை இதழில் வெளியிட்டோம். இது 17 வாரங்களுக்கு மேல் தொடர்ந்தது. இந்த சமயத்தில் மட்டும்தான், தேஜஸ்வி, தற்காலப் பிரச்சினைகள் பற்றி இவ்வளவு விரிவாக எழுதத் தன்னை ஈடுபடுத்தியிருக்கிறார்.

இந்தப் பத்திரிகையில் எப்போதும் எழுத மாட்டேன் என்று சொன்ன தேஜஸ்வி, எழுதத் தொடங்கிவிட்டார். அவரது பதில்கள் சரியான நேரத்துக்கு வருகிறதா என்பதை உறுதிப்படுத்தும் பொறுப்பு என்னிடம் விழுந்தது. "இது ஒரு தலைவலி. நேற்றுத்தான் ஒரு கேள்விக்கு நான் பதில் அளித்ததுபோல உணர்ந்தேன். அதற்குள் அடுத்தவாரம் வந்துவிட்டது. நான் துல்லியமாக எழுதுவதை விட்டுவிட்டேன், ஏனெனில் ஒவ்வொரு வாரமும் என்னால் எழுத முடியாது. இப்போது நீங்கள் எனக்கு இந்தப் புதிய தலைவலியைக் கொடுத்திருக்கிறீர்கள்" என்று குறைபட்டுக்கொண்டாலும், அவரது பதில்களைச் சரியான நேரத்துக்கு அனுப்பி விடுவார். தேஜஸ்வியின் பத்திக்கு நான் இட்ட பெயர், 'மூடிகெரே போஸ்ட்'. அவர் எனக்கு அனுப்பும்போது, இமெயிலில் 'சப்ஜெக்ட்' என்ற இடத்தில் 'நியூசென்ஸ்' என்று எழுதியிருப்பார். இப்படி, என்மீது கொண்ட அன்பினால், தேஜஸ்வி மீண்டும் எங்களுக்கு எழுதினார்.

***கௌரி லங்கேஷ் பத்திரிகே*, 18 ஏப்ரல் 2007**

முத்துராஜ் என்கிற ராஜ்குமார்

நாங்கள் இருந்த அறைக்குள் ராஜ்குமார் திடீரென்று நுழைந்ததும் எனது சகோதரி பேபியும் (கவிதா) நானும் திகைத்துப் பின்னால் எட்டி நின்றோம். வெள்ளைச் சட்டையும் வெள்ளைப் பஞ்சகச்சமும் அணிந்த அவர் நடந்துகொண்டே ஒவ்வொருவரையும் வாழ்த்தியதை நாங்கள் கவனித்தோம். நாங்கள் ஆடை மாற்றிக்கொண்டிருந்ததால், சங்கடத்துக்கு ஆளானோம். உள்ளாடையுடன் இருந்தபோது சிக்கினோம். எப்படியோ கையை மடித்துக்கொண்டு அவரை வணங்கினோம். அவர் எங்களது கன்னத்தைத் தட்டிக்கொடுத்து நகர்ந்தார். ராஜ்குமாரை நேரடியாகப் பார்ப்பதில் நாங்கள் இருவரும் ஆர்வமாக இருந்தோம். ஆனால், அவரைச் சந்தித்தபோது முழுமையாக ஆடை அணியாமல் இருந்தது எங்களைச் சங்கடப்படுத்தியது.

இந்தச் சம்பவம் நடந்தபோது, எனக்கு பத்து வயதிருக்கும். எனது சகோதரிக்கு ஏழு வயது. அந்த நாளில், ரவீந்திர கலாசேத்ராவில் எனது அப்பாவும் அவரது நண்பர்களும் ஏற்பாடு செய்திருந்த நாடக விழாவில் கடைசி நாடகம், 'கிங் ஈடிபஸ் அண்ட் அந்திகொனே' (பி. லங்கேஷ் எழுதிய நாடகப்பிரதி). எனது சகோதரி கவிதாவும் நானும் அதில் ஈடிபஸின் மகள்களாக நடித்தோம். ஈடிபஸாக நடித்த கிரிஷ் கர்னாட்டைக் கட்டிப்பிடித்து அழ வேண்டும். அதற்கு நாங்கள் இருவரும் அதிக வெட்கப்பட்டோம். எங்களது கதாபாத்திரத்துக்கு ஒரு வரிகூட வசனம் கிடையாது.

அந்த நாடகம் முடிந்ததும், மற்ற நடிகர்களுடன், நாங்களும் (வயது குறைந்தவர்கள் என்பதால் ஆண்களின் ஒய்வறைக்குள்) அழைத்துச் செல்லப்பட்டோம். நடிப்புச் சக்கரவர்த்தி (நடசார்வ பௌமா) ராஜ்குமார் உள்ளே நுழைந்தபோது, நாங்கள் எங்களது ஒப்பனைகளைக் கலைத்துக்கொண்டிருந்தோம். திரைப்படங்களில் நடிக்கும்போது இருக்கும் மீசை இல்லை. பஞ்சகச்சத்துடன் இருக்கும் சாதாரண கிராமத்துக்காரர் போன்று அவர் காட்சியளித்தது எனது இளம் மனதுக்கு ஏமாற்றமளிப்பதாக இருந்தது. ராஜ்குமாரின் எளிமையும் ஒவ்வொருவரையும் வாழ்த்திய முறையும் இப்போதும் நினைவில் இருக்கிறது.

தனது திரைப்படங்கள் வழியாக, ராஜ்குமார் பல ஆண்டுகள் எனது வாழ்க்கையின் முக்கியப் பகுதியாக இருந்தார் என்பது உண்மை. என்னிடமும் எனது தலைமுறையைச் சேர்ந்த மற்றவர்களிடமும் அவரது படங்கள் அளவில்லா மகிழ்ச்சியை தந்திருக்கின்றன. அவரது படங்களிலிருந்த நெருக்கத்தையும் உணர்ச்சிமயப் பாங்கையும் ரசித்த எங்களைப் போன்றவர்கள், அந்தப் படங்கள் காட்டும் வாழ்க்கை அந்தக் காலத்து யதார்த்த வாழ்க்கையுடனும் ஒத்துப்போகிறதா என்பதை ஆய்வு செய்வதற்கோ அல்லது ஒப்பீடு செய்வதற்கோ திறன் இல்லாதவர்களாக இப்போதும்கூட இருக்கிறோம். ஆனால், இப்போதும் நாங்கள் அவற்றைப் புரிந்துகொண்டபோதிலும், எங்களது ஆய்வு அணுகுமுறையை ஒதுக்கிவைத்து விட்டு, அவருக்கு தாதா பால்சாகிப் விருது (1995) அளிக்கப்பட்டபோது, நாங்கள் கொண்டாடினோம். விவேக் ஷான்பக் வீட்டில் 'ராஜ்' சிறப்பு விருந்துக்கு நாங்கள் ஏற்பாடு செய்தோம். விசிஆரில் ராஜ்குமார் நடித்த 'மயூரா' படத்தைப் பார்த்ததுதான் அந்த விருந்தின் முக்கிய அம்சம்.

இதேபோல, எனது குழந்தைப் பருவ துணைவனாக இருந்தவர் குழந்தை எழுத்தாளர் எனிட் பிளைட்டன். ராஜ்குமாரின் திரைப்படங்கள் எனது நினைவுகளின் பகுதியாக உருவானதற்கு முக்கியக் காரணம் அம்மா. நாங்கள் பார்க்கும் திரைப்படங்களின் எண்ணிக்கையை அவர் கட்டுப்படுத்துவார். அதனால், நாங்கள் ஒரே மாதிரியாக ராஜ்குமார் படங்களையும் ஆங்கிலத்தில் சில குழந்தைகள் திரைப்படங்களையும் தேர்வு செய்தோம்.

நான் முதிர்ச்சி அடைந்ததும், மற்ற மொழிகளில் உள்ள படங்கள் எனது வாழ்க்கையை வளப்படுத்தின, முழுமையான புத்தக உலகைப்போல. உணர்ச்சிமயத்தின் அடையாளமாக ராஜ்குமாரின் திரைப்படங்கள் தங்கிவிட்டன. எடுத்துக்காட்டாக, சில ஆண்டுகளுக்குப் பிறகு, பாக்கியசாலிகள் (பாக்கியவந்தரு)

திரைப்படத்தை நான் பார்த்தபோது, அந்த பிற்போக்குப் படத்தைப் பார்த்து முன்பு ஒரு முறை அழுதது ஆச்சரியத்தை அளித்தது. எனது இருபது ஆண்டுகால நாடோடி வாழ்க்கையில் எப்போதெல்லாம் சாத்தியமோ அப்போதெல்லாம் ராஜ்குமார் திரைப்படங்களைத் தொடர்ந்து பார்த்திருக்கிறேன். 'ஒலிமேடை' (ஷப்தவேதி – 2000) போன்ற மிகவும் சாதாரணப்படம் அவரது வாழ்க்கையின் கடைசிப் படம் என்பது இன்று எனக்கு வருத்தத்தைத் தந்தது.

கோகாக் போராட்டம் (1980களில் நடைபெற்றது) அதன் வீச்சை இழந்து மொழிப்பெருமைக்காகத் தன்னை குறுக்கிச் சுருக்கிக்கொண்ட காலத்தில் நான் எனது இதழியல் பணியைத் தொடங்கினேன். அந்தப் போராட்டத்திலிருந்து ராஜ்குமார் விலகிய அந்தக் கணம் இன்னமும் என் நினைவில் உள்ளது. அசோகா ஹோட்டலில் ஏற்பாடு செய்யப்பட்டிருந்த பத்திரிகையாளர் சந்திப்பில், கோலாரில் உள்ள தமிழர்கள்மீது அவரது ரசிகர்கள் நடத்திய வன்முறைகளை அவரால் ஏற்க முடியாத நிலையில், அவர் அந்தப் போராட்டத்திலிருந்து விலகிக்கொண்டார். அந்த நாளிலிருந்து ராஜ்குமார், கன்னட செயல்பாட்டாளர் என்ற நிலையிலிருந்து பின்வாங்கிவிட்டார். நடிகராக மட்டுமே ராஜ்குமார் மிஞ்சி இருந்தார்.

சுயதேவைக்கான முயற்சிகள் மூலம் முத்துராஜ், ராஜ்குமாராக எப்படி, ஏன் மாறினார் என்பதுபற்றிச் சிவசுந்தர், *பத்திரிகே* இதழில் எழுதியிருக்கிறார். பின்தங்கிய, ஒடுக்கப்பட்ட சமூகத்தைச் சேர்ந்த முத்துராஜ், சமூக மோதல்கள் குறித்துத் திரைப்படத்தில் காட்சிப்படுத்தியது திரைப்பட உலகில் நாடகத்தன்மை கொண்டது. விரிவாகச் சொல்ல வேண்டுமானால், சமூக ஏற்றதாழ்வுகளுக்கான அவரது போராட்டங்கள், எப்போதும் காதலில் விழுந்து, பிறகு ஒடுக்கியவரின் மகளைத் திருமணம் செய்துகொள்வதில் முடிந்து விடுகிறது. தொழிற்சங்கத் தலைவர், தொழிற்சாலை முதலாளியின் மகள்மீது காதலில் விழுவார். அல்லது ஏழை விவசாயி, நிலப்பிரபுவின் மகளைத் திருமணம் செய்துகொள்வார். இந்த வரையறைகளுக்குள் பலவீனமான பாத்திரங்களில் அவர் கதாநாயகனாக நடிப்பார். ஆனால், நிஜ உலகில் வர்க்கப் போராட்டங்களுக்கும் வெள்ளித்திரையில் அவை சித்திரிக்கப்படுவதற்கும் எட்டமுடியாத வித்தியாசங்கள் இருக்கின்றன. தங்களது சுய தேவைக்காக ஏற்கெனவே இருந்து வருவதைக் கட்டிக்காக்கும் வகையில் அவரைப் பயன்படுத்திக் கொண்டதை ராஜ்குமாரின் தோல்வியாக மட்டுமே பார்க்க முடியாது. அமைப்புகளின் வெற்றியும் யதார்த்தத்தின் தோல்வியும் இரண்டும் அவரது வெற்றியில் மறைந்து கிடக்கின்றன.

ஒரு காலத்தில் தனது திரைப்படத்தால் என்னை ஈர்த்தவரும் சமூகத்தில் அநீதிகள், ஏற்றத்தாழ்வுகள் குறித்து எனக்கு விழிப்புணர்ச்சி ஏற்படுத்தியவரும், ஏதோ வகையில் விமர்சனம் என்னிடம் பிரதிபலிப்பதற்கும் காரணமாக இருந்த ராஜ்குமாரின் மறைவுக்காக – தனது திறமையால் மக்களின் மனதில் இடம்பெற்று புகழ்பெற்ற முத்துராஜ் மறைவுக்காக நான் இரங்கல் தெரிவிக்கிறேன்.

அனைத்தும் சொல்லிவிட்ட பிறகும்கூட, ஒரே ஓர் உண்மை மிச்சமிருக்கிறது. வாழ்க்கை முழுவதும் பொதுமக்களிடம் அவர் ராஜ்குமார். தனிப்பட்ட வாழ்க்கையில் அவர் முத்துராஜாவாகவே இருந்தார். இந்த நடிப்புச் சக்கரவர்த்தி (நடசார்வ பௌமா) மனித அடையாளத்தை ஈட்டியதும் வென்றதும் தோடாகஞ்சனூரிலிருந்து வந்த அப்பாவி மனிதனாகத்தான்.

ராஜ்குமார், திரைப்படம் மூலம் எனக்கு நன்கு தெரியவந்தாலும்கூட, அப்பாவி முத்துராஜ்தான் என் இதயத்தை ஆழமாகத் தொட்டவர். அவருக்கு என் அன்புப் பிரியாவிடை.

***கௌரி லங்கேஷ் பத்திரிகே*, 26 ஏப்ரல் 2006**

யு.ஆர். அனந்தமூர்த்தி

இளம் வயதிலிருந்தே யு.ஆர். அனந்தமூர்த்தியை புகழ்ந்திருக்கிறேன். அவர் மீது பொறாமைப் பட்டிருக்கிறேன்.[1] அவர் புகழ்பெற்ற இலக்கிய வாதியாக இருந்தாலும்கூட, அவருக்கு நெருங்கிய நண்பர்களாக இருந்தால், இளம் தலைமுறையினரிடம் அவர் பேசுவார். அவரிடம் உள்ள இந்த குணத்துக்காக அவரைப் பாராட்டினேன். தேசிய அளவிலும் சர்வதேச அளவிலும் அவருக்கு இருந்த புகழைப்போல எனது அப்பாவுக்கு இல்லையே என்ற பொறாமையும் எனக்கு உண்டு (இதைப்பற்றி என் அப்பா கவலைப்பட்டதில்லை. ஆனால், இது நிச்சயமாக என்னைத் தொந்தரவு செய்தது.)

எனது அப்பா கடுமையான குணம் கொண்ட மனிதர். கிராமத்து ஆள். மேற்கத்திய செயற்கைப் பண்பாட்டில் அவர் பின்தங்கிய மனிதர். வெளிநாடுகளுக்குத் தனியே செல்ல எங்களை அனுமதித்த அவர், பெரும்பாலான இந்திய மாநிலங்களைக் கூடப் பார்த்ததில்லை. ஆனால், அனந்தமூர்த்தி வித்தியாசமானவர்.

தீர்த் ஹள்ளி மட்டுமல்ல, நியூயார்க்கும்கூட அவருக்கு ஏற்ற இடமாகவே உணர்வார். பல்வேறு வகையான மனிதர்களிடம் தொடர்புகொள்ள அவரால் முடியும். வெளிநாடுகளில் ஏராளமான

1. அனந்தமூர்த்திக்கு 81வது பிறந்த நாள் வாழ்த்துகள், *கௌரி லங்கேஷ் பத்திரிகே*, 1 ஜனவரி 2014.

இடங்களுக்குப் பயணம் செய்திருக்கிறார். அங்கு வாழ்ந்திருக்கிறார். என் அப்பாவைப்போல அவர் முன்கோபியோ அல்லது எதற்கெடுத் தாலும் சண்டை போடுகிறவரோ அல்லர். அவர் மற்றவர்களிடம் எளிதாகக் கலந்துவிடுவார்.

என் அப்பா, தனது நண்பர்களுடன் கூடச் சண்டை போட்டுவிட்டுத் தனிமைப்படுவது ஏன் என்று ஆய்ந்தறிய நான் முயற்சி செய்ததுண்டு. அனந்தமூர்த்தி எப்படி மக்களிடம் எளிதாகத் தொடர்புகொள்கிறார் என்பது என் ஆச்சரியம். இருந்தபோதிலும், நேர் எதிராக உள்ள இரண்டு ஆளுமைகள் பரஸ்பரம் பாராட்டுதல்களைப் பகிர்ந்து கொள்கிறார்கள் என்பது இன்னமும் என்னைத் திகைக்கவைக்கிறது.

எனது அப்பாவுக்கும் அனந்தமூர்த்திக்கும் இடையே உள்ள வித்தியாசங்கள்பற்றி விவாதித்துக் கொண்டிருந்தபோது, டி.ஆர். நாகராஜ் ஒரு முறை சொன்னது இன்னமும் ஞாபகத்தில் இருக்கிறது: "அனந்தமூர்த்திபோல ஆக லங்கேஷ் விரும்பினார். லங்கேஷ்போல ஆக அனந்தமூர்த்தி விரும்பினார். இதுதான் அவர்களுக்கிடையே சண்டை வருவதற்கான காரணம் என்பது ஏ.கே. ராமானுஜன் கருத்து." ராமானுஜன் கூறுவது எந்த அளவுக்குச் சரி?

❍

"நான் உங்களுடன் எப்போதும் இருக்கிறேன். எனது பெயரை உங்களது பட்டியலில் சேர்த்துக்கொள்ளுங்கள். நலமாக இருந்தால், நான் வந்து கலந்துகொள்கிறேன்."[2] இவைதான் அனந்தமூர்த்தியின் கடைசி வார்த்தைகள் என்னிடம். இது, ஆகஸ்ட் 10 அல்லது 11ஆம் தேதியாக இருக்கும். கர்நாடக சமூக நல்லிணக்க அமைப்பின் தேசிய மாநாடு அந்த வாரம் நடக்க இருந்தது. அந்த நிகழ்ச்சியைத் தொடங்கிவைக்க அவரை அழைத்தேன். மதவாதம், நியோ லிபரல் பாசிசம் குறித்து தீஸ்டா செதல்வாட், ஆனந்த் டெல்டும்ப்டே, சுபாஷ் கெட்டேடே உள்ளிட்டோர்களின் பேச்சைக் கேட்க அவர் ஆர்வமாக இருந்தார். "தீஸ்டா உறுதியான பெண்" என்றார் அவர். 'இந்துத்துவா அல்லது இந்து ராஜ்யா?' என்ற நூறு பக்கப் புத்தகத்தை நான் எழுதியிருக்கிறேன். எனவே, அந்தப் புத்தகத்தை அவர் மூலம் வெளியிட நான் உண்மையிலேயே விரும்புகிறேன்" என்றார்.

2. 'அனந்தமூர்த்தி விட்டுச்சென்ற வெற்றிடத்தில் எழுத்துகள்', *கௌரி லங்கேஷ் பத்திரிகே*, 10, செப்டம்பர், 2014.

“தீஸ்டா அந்தப் புத்தகத்தை மகிழ்ச்சியுடன் வெளியிடுவார். சனிக்கிழமை உங்களால் வரமுடியாவிட்டால், நான் அவரை உங்களது இல்லத்துக்கு அழைத்து வருகிறேன்'' என்று பதிலளித்தேன்.

ஆனால், எதிர்பாராதவிதமாக சனிக்கிழமையன்று நான் பெங்களூரிலிருந்து செல்ல வேண்டியதிருந்தது. எனவே, அவரைச் சந்திக்க தீஸ்டாவை அழைத்துக் கொண்டு செல்ல முடியவில்லை. ஆறு நாட்கள் கழித்து, எங்களை எல்லாம் அனாதைகளாக உணர வைத்துவிட்டு, அனந்தமூர்த்தி இறந்துபோனார்.

சிறுவனாக இருந்தபோது மத சம்பந்தமான சிலைகள்மீது அனந்தமூர்த்தி சிறுநீர் கழித்தார் என்று ஒரு சில மாதங்களுக்கு முன்னதாக, எம்.எம். கல்புர்கி குறிப்பிட்டது சர்ச்சையைக் கிளப்பியது.[3] இந்தப் பிரச்சினையால் ஆழமாகப் பாதிக்கப்பட்ட, அனந்தமூர்த்தி ஒரு நாள் என்னைக் கூப்பிட்டார். ''நமது புரிதலுக்கு அப்பால் தெரியாதவை இருக்கிறதா என்று பார்க்க, நான் சின்னப் பையனாக இருந்தபோது, தேவதை கல்லில் சிறுநீர் கழித்திருக்கிறேன். பின்னர் அதை வரம்புமீறிய செயலாக உணர்ந்தேன். இந்த நிகழ்வை, தவறாகத் திரித்துச் சொல்லி, கடவுள் சிலை மீது நான் சிறுநீர் கழித்ததாக அவர்கள் கூறுகிறார்கள்'' என்றார்.

“உங்களது எதிராளிகளின் மனம் அவ்வாறு இருக்கிறது. அதற்காக மனம் உடைந்து போக வேண்டாம். அப்பாவும் இதுபோன்ற சம்பவத்தைத் தனது சுயசரிதையில் நினைவு கூர்ந்துள்ளார். அவரது கிராமத்தில் பிளேக் அல்லது காலரா நோய் பரவும்போது, அந்தக் கிராமத்தைச் சேர்ந்தவர்கள் கிராம தெய்வமான மாரம்மாவுக்கு சிறிய தேர் ஒன்றைச் செய்து, அதனை வணங்குவார்கள். அதன்பிறகு, அந்தத் தேரை ஊருக்கு வெளியே கொண்டுபோய் வைத்துவிடுவார்கள். ஒருமுறை அப்பாவுக்கும் அவரது இரண்டு நண்பர்களுக்கும் இடையே ஒரு போட்டி. அந்தக் கடவுள் சிலையைத் தூரத்திலிருந்து கல் கொண்டு யாரால் சரியாக எறிய முடியும்? அப்பாவால் அந்தத் தேரைத்தான் கல்லால் அடிக்க முடிந்தது. மற்ற இருவரும் அந்தத் தேரில் உள்ள சிலையை நோக்கிக் கல்லால் சரியாக அடித்தார்கள். சில நாட்கள் கழித்து, அவரது நண்பர்கள் இருவருக்கும் பிளேக்

3. பெங்களூரில் நடைபெற்ற, ‘மூடநம்பிக்கைக்கு எதிரான மசோதா’ குறித்து நடைபெற்ற கருத்தரங்கில் பேசிய கல்புர்கி, ‘சிலைகள் மீது மூத்திரம் பெய்வதில் தவறில்லை’ என்று குறிப்பிட்டு, யு.ஆர்.அனந்தமூர்த்தி அதை ஒரு முறை செய்திருக்கிறார் என்றார்.

வந்து இறந்துபோனார்கள். அப்பாவுக்கும் பிளேக் வந்தது. ஆனால், அதிலிருந்து மீண்டுவிட்டார். யாராவது ஒருவர் இந்தச் சம்பவத்தைப் படித்துவிட்டு, கடவுள் மீது கல்லெறியும்படி அப்பாதான் நண்பர்களைக் கேட்டுக்கொண்டார் என்று சொல்வது அபத்தமாக இருக்காதா?"

"ஆம். அப்படிச் சொல்லக்கூடாது இல்லையா? இந்தச் சம்பவத்தை நான் மறந்துவிட்டேன். இதை நினைவுபடுத்தியதற்கு நன்றி" என்ற அவர், "அடுத்த வாரம் வீட்டுக்கு வா! பேசலாம்!" என்றார்.

சிலைகளில் சிறுநீர் கழிப்பது குறித்து ஜி. ராஜசேகர் மற்றும் ராம்ஜன் தர்கா ஆகியோர் கட்டுரைகள் அனுப்பினார்கள். முக்கியத்துவம் வாய்ந்த வகையில் அவற்றை வெளியிட்டு, அனந்தமூர்த்திக்கு எங்கள் ஆதரவை வெளிப்படுத்தினோம். இது அவரது வேதனையைச் சற்றுக் குறைத்திருக்கும் என்று உணர்ந்தேன். தனது நன்றியைத் தெரிவிக்க என்னிடம் பேசினார். "இல்லை. இல்லை. நாங்கள் எங்களது கடமையைத்தான் செய்தோம்" என்று நான் பதிலளித்தேன்.

சில நாட்கள் கழித்து, கல்புர்கியின் கருத்துகள், அனந்த மூர்த்தியை மற்றொரு சர்ச்சைக்குள் தள்ளியது.[4] அது பசவா விருது அளிப்பது தொடர்பானது. அனந்தமூர்த்தி தனது மகிழ்ச்சியின்மையைப் பகிர்ந்து கொள்ள அழைத்தார். "பார், நான் பராம்பரியமான குடும்பத்திலிருந்து வந்தவன். நவீன உலகைப் பின்னர்தான் எதிர்கொண்டேன். கடவுள் இல்லை என்று என்னால் அவ்வளவு எளிதாகச் சொல்லிவிட முடியாது. அவர் இருக்கிறாரா அல்லது இல்லையா என்பது குறித்துப் புரிந்துகொள்ள நான் இன்னமும் போராடிக்கொண்டிருக்கிறேன். எனது ஜாதியினரின் நம்பிக்கைகளையும் நடைமுறைகளையும்தான் நான் கேள்வி கேட்கும் அளவுக்கு வளர்ந்துள்ளேன். அதற்கு வெளியே உண்மையைக் காணத் தொடர்ந்து முயன்று வருகிறேன். பசவா என்னை உயிரோட்டமாக வைத்திருக்கிறார். தொடக்கத்தில், அவரது தத்துவங்களைப் பரப்புவதற்கு ஆதரவு இருந்தது.

4. அனந்தமூர்த்திக்கு கர்நாடக அரசின் பசவ விருது வழங்கப்பட்டபோது, கல்புர்க்கி அதற்கு ஆட்சேபம் தெரிவித்தார். பசவண்ணரின் உணர்வுகளைப் பிரதிபலிக்கும் வகையில் அனந்தமூர்த்தியில் படைப்புகள் இல்லை என்றார். சாதி சமத்துவம் குறித்த பசவண்ணரின் கருத்துகளுக்கு எதிராக அனந்தமூர்த்தி பேசியிருப்பதாகக் குறிப்பிட்டு, கல்புர்க்கி ஆட்சேபம் தெரிவித்திருந்தார். வேறு எவரோ சொன்னதை அனந்தமூர்த்தி சொன்னதாகத் தவறாகக் குறிப்பிட்டது பின்னர் தெரியவந்தது.

பின்னர் கவலை தொற்றிக்கொண்டது. இந்தத் தத்துவத்தின் நம்பிக்கையில் யாருக்காக நிற்பது? அவரது வாழ்க்கையில் பசவா முடிவெய்தினார். இப்போதெல்லாம், புத்தர் எனது மனதில் நிறைய இருக்கிறார். எனக்கு நேரம் இருந்தால், இதனைப் பயன்படுத்தி, அவரை மேலும் நன்றாகப் புரிந்துகொள்வேன்."

அந்த நாளில் அவரது குரல் தடுமாறியது. அவர் நம்மிடம் நீண்டகாலம் இருக்கமாட்டார் என்று நான் கவலையுடன் உணர்ந்தேன். பசவா விருதை ஏற்றுக் கொள்வதில் தான் தவறு செய்யவில்லை என்பதை விளக்கிய அனந்தமூர்த்தி, "மருத்துவ சிகிச்சைக்கு மாதம் ரூ.80 ஆயிரம் செலவாகிறது. இதற்கு நான் எங்கு பணத்தைத் தேட முடியும்? இந்த விருதுப் பணம் எனது சிகிச்சைக்குப் பயன்படும்" என்று மேலும் தெரிவித்தார். இதைக் கேட்டதும் எனக்கு மேலும் கவலையாகிவிட்டது.

இப்போதும் பிறகும், அனந்தமூர்த்தியுடன் நான் தொலைபேசி மூலம் பேசினேன். கடைசியாக நான் அவரைப் பார்த்தது, இரண்டு மாதங்களுக்கு முன்னால். நான் எனது நண்பர் சந்தன் கௌடாவுடன் அவரது வீட்டுக்குச் சென்றிருந்தேன். அவர் ஓய்வாக இருப்பார் அவருடன் பல்வேறு விஷயங்களைச் சில மணி நேரங்கள் விவாதிக்கலாம் என்று சந்தனும் நானும் நம்பினோம். ஆனால், அவருடனான நேர்காணலை இன்னொருவர் பதிவு செய்துகொண்டிருப்பார். எப்போதெல்லாம் இடைவெளி கிடைக்கிறதோ, அப்போதெல்லாம் அவர் எங்களிடம் பேசினார். எப்போதும்போல, அவர் அன்புடன் பேசினார். ஆனால், அவரது உடல் சோர்வடைந்தது. அவர் உட்கார்ந்திருந்த இடத்திலிருந்து எழுந்துகொள்வதற்குச் சிரமப்பட்டார். அவர் எழுந்து நின்றபோது, அவரது உடல் நலிந்து காணப்பட்டது.

விட்டுவிட்டு நடந்த எங்களது உரையாடல் மாலை வரை சென்றது. எதையும் விரிவாக விவாதிக்க முடியவில்லை. மற்றவர்கள் செல்வதற்குத் தயாரானார்கள். அது, அனந்தமூர்த்தி மருந்துகளையும் உணவும் சாப்பிடும் நேரம். அவர் சாப்பிட்டு முடித்தும், அருந்ததிராய் முன்னுரையுடன் வெளிவந்த அம்பேத்கரின் 'சாதியை அழித்தொழித்தல்' பற்றி அவருடன் சந்தனும் நானும் விவாதித்தோம். பிற்பகலில் அவர் ஓய்வு எடுத்துக்கொள்ள இருந்ததால், நாங்கள் அங்கிருந்து செல்லத் தயாரானோம். எனது அப்பாவுடன் தனது அனுபவங்கள், அவருடன் நடத்திய வாழ்க்கை போன்றவற்றைச் சொல்லும் எனது அம்மாவின் புத்தகத்தை அவர் பாராட்டினார். "அவர்

நன்றாக எழுதியிருக்கிறார். அது லங்கேஷை என்னிடம் மீண்டும் கொண்டுவந்தது" என்றார்.

விரைவில் மீண்டும் திரும்பிவந்து அவரைப் பார்க்கிறேன் என்று நான் சொன்னேன். ஆனால், நான் பார்த்ததுதான் அவருடனான கடைசிச் சந்திப்பாகி விட்டது.

எல்லாவகையிலும் அனந்தமூர்த்தி எனக்கு மூத்தவர். ஆயினும், கடந்த இரண்டு ஆண்டுகளாக, மதவாதத்துக்கான எங்களது போராட்டங்களில், எங்களைப் போன்ற உற்சாகத்துடன் அவர் பங்கேற்றார். எனக்கு அவர் வழிகாட்டி. ஒரு தலைவர்.

அவர் காலமான செய்தியைக் கேட்டதும் ஒரு சக போராளியை இழந்துவிட்ட வலியை என் ஆழ்மனதில் உணர்ந்தேன்.

கௌரியைப் பற்றி இவர்கள்

என் மகள்

இந்திரா லங்கேஷ்

ஜனவரி 29ஆம் தேதி காலை 6.55க்கு எனக்குக் குழந்தை பிறந்தது. அது பெண் குழந்தை. அதன் எடை ஒன்பது பவுண்டுகள். அந்தக் குழந்தையைப் போன்ற அழகான குழந்தையை எப்போதும் நான் பார்த்ததில்லை என்று நினைத்தேன். அவளது முகத்தைப் பார்த்த நிமிடத்தில் நான்பட்ட வலியின் வேதனை என் நினைவுகளிலிருந்து மறைந்துவிட்டது. நான் சிறப்பு வார்டுக்கு மாற்றப்பட்டேன். லங்கேஷ் அப்போது அரசுக் கல்லூரியில் வேலை பார்த்து வந்ததால், அதற்குக் கட்டணம் இல்லை. அவர் அவளைப் பார்க்க வந்தபோது சென்னம்மா பாட்டி, குழந்தையைத் துணியால் இறுக்கமாகச் சுற்றி அவரிடம் கொடுத்தாள். நீண்ட நேரம் அவளையே அவர் பார்த்துக் கொண்டிருந்தார். அந்த நாளில் அவரது கண்களில் மின்னிய மகிழ்ச்சியை நான் எப்போதும் மறக்க முடியாது.

கடையிலிருந்து ஃபிராக் உள்பட குழந்தைக்கான ஆடைகளை வாங்கி வந்தார். அதைக் குழந்தைக்குப் போட்டுப் பார்க்க விரும்பினார். "பிறந்த குழந்தைக்கு புதிய துணிகளை நாம் போட முடியாது. மற்ற குழந்தைகள் போட்ட பழைய ஆடையைத்தான் முதலில் போட வேண்டும்," என்றார் எனது பாட்டி சென்னம்மா. ஆனால், அவர் கேட்கவில்லை.

"இதையே போடுங்கள். இந்த ஆடையில் எனது மகளைப் பார்க்க விரும்புகிறேன்" என்று வலியுறுத்தினார். வேறுவழியில்லாமல், சென்னம்மா பாட்டி புதிய ஆடையை, மருத்துவமனை வளாகத்தில் திரிந்த பசுவின் மீது வைத்துவிட்டு அதை எனது மகளுக்கு அணிவித்தார்.

நான் மருத்துவமனையில் ஒரு வாரம் இருந்தேன். ஒவ்வொரு நாளும் காலையிலும் மாலையிலும் லங்கேஷ் வருவார். உட்கார்ந்துகொண்டு குழந்தையை மடியில் வைத்து, அதையே பார்த்துக்கொண்டிருப்பார்.

நாங்கள் அவளுக்குக் கௌரி என்று பெயர் வைத்தோம். அது எனது அம்மாவின் பெயர். இரண்டரை மாதங்களுக்குப் பிறகு ஷிமோகாவிலுள்ள எங்களது வீட்டுக்கு நான் திரும்பினேன். லங்கேஷ் பச்சை நிறத்தில் புதிய தொட்டிலை வாங்கி வந்தார். படுக்கையும் தலையணையும் கொண்ட அதை, தனது மகளுக்காகத் தயார்படுத்தினார். அதே தொட்டிலில் தான் எனது அனைத்துக் குழந்தைகளும் படுத்து வளர்ந்தார்கள்.

◯

ஒரு நாள் எங்களது வீட்டுக்கு வரும் வழியில் சவுத் எண்ட் சர்க்கிள் அருகே கௌரி பானிபூரி சாப்பிட்டிருக்கிறாள். அன்றிரவு அவளுக்குக் கடும் காய்ச்சல். அவளது உடல் தணல் போலக் காய்ந்தது. அவள் பிதற்றத் தொடங்கினாள். அவள் என்ன பேசுகிறாள் என்பதை எங்களால் புரிந்துகொள்ள முடியவில்லை. இது சாதாரணக் காய்ச்சல் இல்லை என்பதை உணர்ந்து கொண்டோம். இரவு 11 மணி வாக்கில் பண்டு நர்சிங் ஹோமிற்கு அவளைக் கொண்டு சென்றோம்.

அப்போது கௌரி சுயநினைவை இழந்திருந்தாள். இடையே ஒவ்வொருமுறை விழிக்கும்போதும் பிதற்றினாள். "நீங்கள் உங்களது குழந்தையைச் சரியான வழியில் வளர்க்கவில்லை. அவளைப் பிறகு பரிசோதிக்கிறேன்" என்று டாக்டர் கூறிச் சென்றுவிட்டார். நள்ளிரவு நெருங்கியும் அவர் வரவில்லை. நர்ஸ்களிடம் நாங்கள் கேட்டபோது, மறுநாள் காலையில்தான் டாக்டர் மீண்டும் வருவார் என்று சொன்னார்கள்.

லங்கேஷ் கடும் சீற்றம் கொண்டார். கௌரியைத் தூக்கிக் கொண்டு அங்கிருந்து கிளம்பத் தயாரானார். "டாக்டர் அனுமதியில்லாமல் குழந்தையை நீங்கள் எடுத்துச் செல்லக்கூடாது" என்று கூறிய நர்ஸ், அவரைத் தடுத்து நிறுத்த முயன்றாள். "உங்கள் மருத்துவமனையில் உள்ள ஒவ்வொரு கண்ணாடியையும் நான்

உடைத்து விடுவேன். இங்கே எங்கள் குழந்தை கடும் காய்ச்சலால் அவதிப்பட்டுக் கொண்டிருக்கிறது. நாங்கள் குழந்தையைச் சரியாக வளர்க்கவில்லை என்று உங்கள் டாக்டர் கூறுகிறார். உங்களை நான் பிறகு பார்த்துக் கொள்கிறேன்" என்று கூறிக்கொண்டே வெளியில் வந்தார்.

கௌரியை மார்த்தா மருத்துவமனைக்கு ஆட்டோவில் கொண்டுசென்றோம். அன்று கனமழை. மருளசித்தப்பாவை லங்கேஷ் அழைத்தார். அவரும் வந்துவிட்டார். குழந்தையின் நிலையைப் பார்த்து, அங்குள்ள டாக்டர்கள் அவளை உடனடியாக அனுமதித்தனர்.

கௌரிக்கு மூளைக் காய்ச்சல் என்று கண்டறியப்பட்டது. அவளுக்கு அவர்கள் சிகிச்சையைத் தொடங்கினர். அவளின் முதுகெலும்புத் திரவ மாதிரி எடுக்க வேண்டிய தேவை இருப்பதாக டாக்டர்கள் கூறினர். எங்கு இருக்கிறோம், நமக்கு என்ன நடந்து கொண்டிருக்கிறது என்பது குறித்து கௌரிக்குச் சுயநினைவு இல்லை. ஆனால், அவள் அலறிக்கொண்டிருக்கிறாள். அவளைப் பிடித்திருப்பவர்களிடமிருந்து தப்பிக்க முயற்சித்துக்கொண்டே இருக்கிறாள். நான்கு பேர் அவளை இறுக்கப் பிடித்துக்கொண்ட பிறகுதான், ஊசி மூலம் முதுகெலும்பு திரவ மாதிரியை எடுக்க முடிந்தது.

முழுமையான சோதனைகளுக்குப் பிறகு, "42 மணி நேரத்துக்குள் உங்கள் குழந்தைக்கு நினைவு திரும்ப வேண்டியது அவசியம். அவ்வாறு இல்லாவிட்டால், அவளது உயிருக்கு நாங்கள் உத்தரவாதம் தர முடியாது. அவ்வாறு உயிர் பிழைத்தாலும், அவளது வாழ்க்கை முழுவதும் கண் பார்வை இருக்காது" என்று டாக்டர்கள் சொன்னார்கள். நாங்கள் இருவரும் அதிர்ச்சியால் உறைந்துபோனோம். எனது மகளின் கண்கள், அவரது அப்பாவின் கண்கள்போல அழகானவை. ஹேமமாலினியின் கண்கள், எனது மகளின் கண்களுக்கு நிகராகாது என்று நான் பெருமையடித்துக்கொள்வது வழக்கம்.

கடினமான தருணங்கள் தொடங்கின. எனது மனம் வெறுமையாக இருந்தது. அவளைத் திகைப்போடு பார்த்தபடி நான் அமர்ந்திருப்பேன். ஐந்து நிமிடத்துக்கு ஒரு முறை எனது கடிகாரத்தைப் பார்ப்பேன். விரைவில் மறுபடியும் சுயநினைவுக்கு வருவாள் என்று நம்பினேன். கௌரி எந்த அசைவும் இல்லாமல் சுயநினைவின்றிப் படுத்திருந்தாள். 36 மணி நேரத்துக்குப் பிறகு, அவளது கை கால்களில் லேசான அசைவு இருந்தது. ஆனால், அவளது கண்கள் மூடியே இருந்தன. சுயநினைவு இல்லாமல் 38

மணி நேரம் இருந்த பிறகு, இறுதியாக அவள் தனது கண்களைத் திறந்தாள்.

எனது உடலிருந்து பிரிந்த உயிர் மீண்டும் திரும்பி வந்ததுபோலத் தோன்றியது. அவளால் பார்க்க முடிந்தது. ஆனால், அவளது கை, கால்கள் மிகவும் பலவீனமாக இருந்தன. நிற்பதற்குக்கூட முடியவில்லை. அவளை நிற்க வைக்க நாங்கள் முயற்சி செய்தால், ஒவ்வொரு முறையும் அவள் விழுந்துவிடுகிறாள். அவள் தீவிர சிகிச்சைப் பிரிவில் சில நாட்கள் வைக்கப்பட்டாள்.

அந்த நாட்களில் லங்கேஷின் மாணவி ஹரிகரப்ரியா வீட்டுக்கு வழக்கமாக வந்துபோவார். நாங்கள் முறை வைத்துக் கௌரியுடன் மருத்துவமனையில் அமர்ந்திருந்தோம்.

சில நாட்களுக்குப் பிறகு கௌரியை அவர்கள் வார்டுக்கு மாற்றினார்கள். அவள் குணமடைய நீண்ட காலம் ஆனது. நாங்கள் மார்த்தா மருத்துவமனைக்குக் கொண்டுவராமல் இருந்திருந்தால் அவள் நிச்சயம் பிழைத்திருக்கமாட்டாள்.

❍

கல்லூரியில் புகுமுக வகுப்பில் கௌரி படிக்கும்போது, "ஒரு பையனுடன் அவள் சுற்றுகிறாள்" என்று என் தோழி ராணி கூறினாள். சித்தானந்த் ராஜ்கட்டா என்ற அந்தப் பையன் கல்லூரியில் அவளுக்கு இரண்டு ஆண்டுகள் சீனியர். ஒரு முறை காந்தி பஜாரில் உள்ள கணேஷ் பேக்கரிக்கு அவன் வந்தபோது, கௌரி அவனை என்னிடம் அறிமுகப்படுத்தினாள். அவன் உயரமாகவும் கருப்பாகவும் ஒல்லியாகவும் இருந்தான். மயில் போன்ற அழகான என் மகள், எப்படி காக்கை போன்ற பையனை விரும்ப முடியும் என்று ஆச்சரியப்பட்டேன்.

மேலும், அவர்கள் இருவரும் இளம் வயது. அவர்கள் கடுமையாகப் படிக்க வேண்டிய வயதில் இருக்கிறார்கள். அவனைப் பற்றி லங்கேஷிடம் நான் கூறினேன். "அந்தப் பையனை வீட்டுக்கு வரச் சொல். அவனிடம் நான் பேசுகிறேன்" என்று அவர் சொன்னார். வாழ்க்கையின் இந்தத் தருணத்தில் கல்விக்கு முக்கியத்துவம் அளிக்க வேண்டும் என்று லங்கேஷ் அவனுக்கு அறிவுரை சொன்னார். அவன் அமைதியாகக் கேட்டுவிட்டுப் போனான். தனது படிப்பில் கவனம் செலுத்தவதாகவும் அவனை மீண்டும் சந்திப்பதில்லை என்றும் கௌரி உறுதியளித்தாள். ஓராண்டு கழித்து, வகுப்பைப் புறக்கணித்துவிட்டு, சித்தானந்துடன் திரைப்படம் பார்ப்பதற்காகச் சென்றபோது, அவள் ராணியிடம் பிடிபட்டாள்.

இதற்கிடையே, கௌரியைத் திருமணம் செய்து கொள்ள விரும்புவதாக இரண்டு டாக்டர்களிடமிருந்து அழைப்புகள் வந்தன. இரு குடும்பங்களும் எங்களுக்குத் தெரிந்தவை. அவர்களில் ஒரு குடும்பத்தினர் சொல்லாமல்கொள்ளாமல் வீட்டுக்கு வந்தனர். அவளது அறைக்குச் சென்று கதவைப் பூட்டிக்கொண்ட கௌரி, அறையைவிட்டு வெளியே வரவே இல்லை. சில நாட்கள் கழித்து பியூட்டி பார்லருக்குச் சென்று அவளது நீண்ட கூந்தலை வெட்டி பாப் வைத்துக்கொண்டாள். அந்தப் பையனின் குடும்பம் பழமையில் ஊறியது, குட்டை முடியை வைத்திருக்கும் பெண்ணை அவர்கள் விரும்பமாட்டார்கள் என்பது அவளது தாக்கம். அது சரிதான். அவளது புதிய அவதாரத்தைப் பார்த்து எனது சகோதரன் ஷிவு அதிர்ச்சியடைந்து, அவள் கன்னத்தில் இரண்டு அறை விட்டான். அதற்கும் அவள் அமைதியாக இருந்தாள்.

மற்றொரு டாக்டர் தங்கப் பதக்கம் வென்றவர். அவர் தனது தந்தையுடன் எனது வீட்டுக்கு வந்தார். வீட்டில் அணியக் கூடிய பழைய ஆடைகளை அணிந்து அவர்கள் முன் வேண்டா வெறுப்பாகக் கௌரி அமர்ந்திருந்தாள்.

அந்தப் பையன் குட்டை. அவனுக்கு லேசான தொப்பை இருந்தது. இங்கு வந்து சென்ற பிறகு, பெண் என்ன முடிவு செய்திருக்கிறாள் என்று கேட்டு இரண்டு கடிதங்கள் எழுதினான்.

"எனக்குத் திருமணம் செய்துகொள்வதில் விருப்பமில்லை. நான் படிக்க விரும்புகிறேன்," என்று அவள் பிடிவாதமாகக் கூறிவிட்டாள். 'எலிண்டாலோ பாந்தவரு' என்ற திரைப் படத்துக்கான படப்பிடிப்பில் லங்கேஷ் சுறுசுறுப்பாக இறங்கிவிட்டார். இவற்றைப் பற்றியெல்லாம் அவர் பெரிதாக எடுத்துக் கொள்ளவில்லை. அம்மாவைக் காயப்படுத்தும்விதமாக நடந்துகொள்ளாதே என்று அறிவுரை சொல்லிப் படப்பிடிப்பு நடக்கும் இடத்திலிருந்து அவளுக்கு அவர் கடிதம் எழுதினார்.

நேஷனல் காலேஜில் புகுமுக வகுப்பைப் கௌரி படித்து முடித்தபோதும் நாங்கள் காந்தி பஜார் வீட்டில்தான் இருந்தோம். பெங்களூர் பல்கலைக்கழகத்தில் அப்போது தொடங்கிய பி.ஏ. ஆனர்ஸ் இதழியல் படிப்பில் அவள் சேர்ந்தாள். அந்த நேரத்தில், சித்தானந்த் ராஜ்கட்டா பட்டப்படிப்பை முடித்துவிட்டு, முதுநிலைப் பட்டப்படிப்பில் சேர்ந்து விட்டான். அவர்களது நட்பு தொடர்ந்தது. கௌரியும் சித்துவும் ஒருவர் இல்லாமல் மற்றொருவர் இருக்க முடியாது என்று எனக்கு உறுதிப்பட்டுவிட்டதால், இனி அமைதியாக இருப்பது என்று முடிவு செய்தேன். சித்து எனது கணவருக்கு நெருக்கமானான். டென்னிஸ் அல்லது கிரிக்கெட்

டெஸ்ட் விளையாட்டு நடக்கும்போது, லங்கேஷ், அஜித், சித்து ஆகியோர் கருப்பு வெள்ளை டெலிவிஷன் பெட்டி எதிரே நாள்கணக்கில் நேரத்தைக் கழிப்பார்கள்.

இந்தியன் இன்ஸ்டிட்யூட் ஆஃப் மாஸ் கம்யூனிக்கேஷன் கல்வி நிலையத்தில் இதழியலில் முதுநிலைப் படிப்பைப் படிக்க கௌரி தில்லிக்குத் தனியாகச் சென்றாள். எங்களது வீட்டிலுள்ள குழந்தை தொலைதூரத்துக்குத் தனியாகச் செல்வது அதுதான் முதல்முறை. பெங்களூரு ரயில்நிலையத்தில் அவளை வழியனுப்பும்போது என் கண்களில் இயற்கையாகவே கண்ணீர் வழிந்தது. லங்கேஷுும் கவலைப்பட்டார். அவள் வீட்டில் இருக்கும்போது அவளைப்பற்றி அவ்வளவாகக் கவலைப்படாத அவர், செய்திகளைப் பார்க்கும்போது, தில்லி வானிலையைக் கவனமாகப் பார்க்கத் தொடங்கினார். தில்லியின் கடும் குளிரிலோ அல்லது கடும் வெயிலிலோ அவள் சிரமப்படுவதை அவர் விரும்பவில்லை.

❍

தில்லியில் படிப்பை முடித்துவிட்டு ஓராண்டு கழித்து அவள் பெங்களூரு திரும்பினாள். *டைம்ஸ் ஆஃப் இந்தியா* இதழின் நிருபராகப் பணியில் சேர்ந்தாள். அந்த நேரத்தில் சித்துவும் நல்ல பெயரைச் சம்பாதிக்கத் தொடங்கினான். “இருவரும் ஒன்றாகச் சுற்றியது போதும். நீங்கள் திருமணம் செய்துகொள்ளுங்கள் அல்லது சேர்ந்து இருப்பதை நிறுத்திவிடுங்கள்”என்று நான் சொன்னேன். இப்போது எனது மகள் படிப்பை முடித்துவிட்டாள். அவள் தனது சொந்தக் காலில் நிற்கவும் சமாளிக்கவும் முடியும் என்று நான் உறுதியாக இருந்தேன்.

ஒரு நாள் லங்கேஷ் எங்கள் அனைவரையும் எம்.ஜி. ரோடில் உள்ள உணவகத்துக்கு அழைத்துச் சென்றார். “சித்துவும் நானும் அடுத்த மாதம் திருமணம் செய்து கொள்ளப் போகிறோம்” என்று கௌரி அறிவித்தாள். நாங்கள் எங்களது பெயர்களைப் பதிவாளர் அலுவலகத்தில் பதிந்துள்ளோம்” என்றாள். “என்ன கல்யாணம் இது?” என்று நான் கேட்டேன். ஆனால், எந்தவிதச் சடங்குகளும் இல்லாமல் எளிமையான முறையில் திருமணத்தை நடத்த அவள் முடிவு செய்ததைப் பார்த்து லங்கேஷ் மகிழ்ச்சியுடன் இருந்தார். எனது திருமணத்துக்குப் பதினைந்து ரூபாய் ஐம்பது காசுதான் செலவாகும் என்று அவள் சொன்னதைப் பார்த்து, அவரிடம் பெருமையுடன் புன்முறுவல். எளிமையான திருமணத்தில் நம்பிக்கைகொண்ட அவர் அவர்களை ஊக்கப்படுத்தினார்.

ஒரு நாள் அலுவலகத்திலிருந்து திரும்பிவந்த கௌரி, நாங்கள் நாளை காலை 11 மணிக்குத் திருமணம் செய்துகொள்ளப் போகிறோம்" என்று தகவல் சொன்னாள். அவளது அப்பா அப்போது வீட்டுக்கு வரவில்லை என்பதால், அவரைத் தொலை பேசியில் அழைத்துத் தகவலைச் சொன்னாள்.

அடுத்த நாள் காலை, எனது சேலைக் கடையைத் திறந்ததும், கடையைப் பார்த்துக் கொள்ளும்படி சாந்தாவிடம் சொல்லிவிட்டு, லங்கேஷுடன் பதிவாளர் அலுவலகத்துக்குச் சென்றேன். சித்துவும் கௌரியும் அங்கு ஏற்கெனவே இருந்தனர். சிறிது நேரத்தில், அவனது அப்பா ராஜண்ணாவும் அம்மா உமாவும் வந்தார்கள். அவர்கள் இருவருக்கும் இந்த மாதிரி பதிவுத் திருமணம் நடப்பதில் உடன்பாடு இல்லை. எங்களின் மகளைப்போல முன்பே சொல்லாமல், அன்றைக்குக் காலையில்தான் சித்து இந்தச் செய்தியைச் சொன்னதால் அவர்கள் பதற்றத்திலிருந்தனர்.

பதிவாளர் அலுவலகத்திலிருந்து நாங்கள் வெளியே வந்த பிறகு, "இது எந்த வகையான திருமணம்? பாரம்பரிய முறைப்படி திருமணம் நடத்தி, அதற்கு உறவினர்களையும் நண்பர்களையும் அழைக்க வேண்டும்" என்று அவனது அம்மா உமா உறுதியாகச் சொன்னார். கௌரி அதற்குச் சம்மதிக்கவில்லை. "பாரம்பரியம் என்ற பெயரில் பையனின் பெற்றோர்கள், பெண்ணின் பெற்றோர்களைச் செலவுசெய்ய வைக்கிறார்கள். அதை நான் விரும்பவில்லை. அப்பாவும் அம்மாவும் என்னைப் படிக்க வைத்திருக்கிறார்கள். அதுபோதும்" என்றாள் அவள். லங்கேஷ் அங்கே நின்றுகொண்டு அமைதியாகப் புகைப்பிடித்துக் கொண்டிருந்தார்.

இறுதியாக நான் அவளைச் சமாதானப்படுத்த முயன்றேன். "நமது வீட்டில் எளிமையான முறையில் நிகழ்ச்சியை நடத்துவோம். இரு பக்கமும் இருந்து 20–25 பேரை அழைப்போம்" என்றேன். இது எளிமையாக இருப்பதுபோலத் தோன்றியதால் லங்கேஷும் இதற்குச் சம்மதித்தார். இப்போது கௌரிக்கு வேறு வழியில்லை.

நான்கு அல்லது ஐந்து நாட்கள் கழித்து, வீட்டில் சிறிய நிகழ்ச்சிக்கு ஏற்பாடு செய்தோம். அவசர அவசரமாக அனைத்து முன்தயாரிப்புப் பணிகளையும் செய்து முடித்தேன். ஷிமோகாவிலிருந்து அப்பையா, சிவா, விமலா ஆகியோர் வந்தனர். லங்கேஷின் சகோதரர் சிவருத்ரப்பாவும் அவரது குழந்தைகளும் வந்தனர். சித்து தரப்பில் சுமார் 50 பேர் வந்தார்கள். ஆனால், சித்துவும் கௌரியும் தங்களது நண்பர்கள் யாரையும்

அழைக்கவில்லை. பாரம்பரியத் திருமணத்துக்கு எதிரான தங்களது எதிர்ப்பை அவர்கள் தொடர்ந்தனர். திருமணத்தில் எனது சகோதரர் ஷிவு, தாரை வார்த்துக் கொடுத்தார்.

எங்கள் வீட்டு சாப்பாட்டு ஹாலில் நடைபெற்றுக்கொண்டிருந்த திருமணச் சடங்குகளை லங்கேஷ் தனது படிப்பறையிலிருந்தவாறே கவனித்துக் கொண்டிருந்தார். யாரோ ஒருவர் அழைத்து, "வாருங்கள்! தம்பதிகளின் தலையில் அட்சதை போட்டு அவர்களை ஆசீர்வதியுங்கள்!" என்றார். "அதுபோன்று எதுவும் தேவையில்லை. எனது மகளுக்கு எப்படியும் எனது ஆசீர்வாதம் எப்போதும் உண்டு" என்று அவர் சொன்னார். ஆனால், ஒவ்வொருவரும் வலியுறுத்தவே, இறங்கிவந்து தம்பதிகளை ஆசீர்வதித்தார்.

ஒரு காட்டுப் பூ

ரஹமத் தரிகெரே

பி. லங்கேஷின் இலக்கிய, பத்திரிகை எழுத்து களைப் பற்றி அறிந்த என்னைப் போன்ற தீவிர வாசகர்களுக்கு அவரது குழந்தைகள் பற்றி எதுவும் தெரியாது. கௌரியைப் பற்றி அவரது அப்பா இறந்த பிறகே முதல்முறையாக நான் கேள்விப்பட்டேன். அவர் வார இதழின் ஆசிரியராகப் பொறுப்பேற்றார். புத்தகத்தை விமர்சனம் செய்வதற்காக *லங்கேஷ் பத்திரிகே*யிலிருந்து ஒரு நாள் எனக்குக் கடிதம் வந்தது. அந்தக் கடிதம் ஆங்கிலத்தில் இருந்தது. "நாங்கள் உங்களைத் தேர்வு செய்திருக்கிறோம்" என்று அதில் ஒரு வரி எழுதப்பட்டிருந்தபோதும், நான் எழுதச் சம்மதித்தேன்.

ஆனால், அதை நான் தொடங்குவதற்கு முன்பே, அந்த இதழுடன் எனது உறவு முறிந்துபோனது. எழுத்தாளர் பானு முஷ்டாக் தொடர்பான சம்பவம்தான் அதற்குக் காரணம். மசூதியில் பெண்கள் தொழுகை நடத்த உரிமை அளிப்பதற்கு ஆதரவளித்தால் அவரைப் புறக்கணிக்கப் போவதாக முஸ்லிம் சமூகத்தைச் சேர்ந்த சில அடிப்படைவாதிகள் மிரட்டல் விடுத்தனர். இந்தப் பிரச்சினையில் எனது கருத்தைக் கேட்டு *லங்கேஷ் பத்திரிகே*யிலிருந்து நிருபர் ஒருவர் என்னை அணுகினார். இந்தச் சர்ச்சை பற்றிய சூழ்நிலை குறித்து முழுமையாகத் தெரியாமல் உடனடியாகப் பதிலளிக்க நான் மறுத்தேன். என்னைப்போல பானு ஓர் எழுத்தாளர். ஷா பானு சர்ச்சை சமயத்தில்

ரம்ஜான் தர்கா, சாரா அபுபக்கர், ஃபக்கீர் முகமது காட்பாடி போன்ற மற்றவர்களுடன் அவரும் நானும் சேர்ந்து முஸ்லிம் முற்போக்கு எழுத்தாளர் அமைப்பைத் தொடங்கினோம். இந்தப் பிரச்சினையில் அவருடன் விவாதித்த பிறகு, எனது கருத்தைச் சொல்ல விரும்பினேன். கௌரி உடனடிக் கண்டனத்தை என்னிடமிருந்து எதிர்பார்த்தார். எனது தயக்கத்தை அவர் விரும்பவில்லை. என்னை மத அடிப்படைவாதியாகக் குறிப்பிட்டு அந்த வார இதழில் ஒரு கட்டுரை வெளியாகியது.

பின்னர், கௌரி சொந்தமாக ஓர் இதழைத் தொடங்கினார். அந்த சமயத்தில் பாபாபுடன்கிரி கோவிலுக்கு உரிமைகோரி அதைக் கைப்பற்றுவதற்கான இந்துத்துவா குழுக்களின் முயற்சிகளை எதிர்த்து போராட்டங்கள் தொடங்கின. பேரணிகள், உண்மை கண்டறியும் குழுக்கள், நிகழ்ச்சிகள், சிறையடைப்பு உள்பட நாங்கள் இணைந்து செயல்பட சில வாய்ப்புகள் கிடைத்தன. அவரை நெருங்கிப் பார்த்ததில் எளிமை, மனிதநேயம், சமூகப் பிரச்சினைகளில் அர்ப்பணிப்பு ஆகியவற்றுடன் கூர்மையற்ற, கண்மூடித்தனமான துணிச்சலுடன், பிடிவாதமும் இருப்பதைக் கண்டேன். அதிலிருந்து தொடர்ச்சியான அரசியல் நிகழ்வுகள் அவரது சிந்தனையையும் எழுத்துகளையும் செயல்பாடுகளையும் வடிவமைத்தது. கௌரி தொடர்ந்து மாற்றத்துக்கு உள்ளாகி வந்தார். இந்த மாற்றம் வரலாற்று முக்கியத்துவம் வாய்ந்தது.

❍

பெங்களூருவிலுள்ள ஆங்கிலவழிப் பள்ளிகளில் படித்த கௌரி, ஆங்கில ஊடகங்களில் பணிபுரிந்தார். தில்லியில் நீண்டகாலம் தங்யிருந்தார். கர்நாடகத்துடனோ அல்லது கன்னடத்துடனோ அவருக்கு நெருங்கிய தொடர்பு இருக்கவில்லை. வார இதழின் ஆசிரியரான பிறகு, அவரது அப்பாவின் பழைய கட்டுரைகளை மறுபதிப்புச் செய்தார். அப்பாவின் எழுத்துகளை எப்போதும் படித்திருக்காத குழந்தைகள் அவற்றைத் தாங்களே மறுபதிப்பு செய்து கொண்டிருக்கிறார்கள் என்று சிலர் அவளைக் கிண்டலாகச் சொன்னார்கள். ஆனால், உள்ளூர் விஷயங்களுக்குப் பதிலளிக்க கௌரி கற்றுக்கொள்ளத் தொடங்கினார். கன்னடத்தில் சிந்தித்தார். கன்னடத்தில் எழுதினார். அவரது சிந்தனைகளைச் சொல்வதற்கும் எளிமையான வாசகர்களுக்கு உணர்வுகளை நேரடியாக வெளிப்படுவத்துவதற்கும் எளியமொழி கைவரப் பெற்றார். அவரது இதழியல் எழுத்துகள் அரசியல் சிந்தனையாளராக பரிணமித்து வருவதைக் காட்டின.

அவரது அப்பாவைப்போல, கௌரி சிறந்த மேடைப் பேச்சாளர் இல்லை. கன்னடத்தில் தட்டுத்தடுமாறி வார்த்தைகள்

வரும். அவரது பேச்சு வெறுமனே ஐந்து அல்லது ஆறு நிமிடங்களில் முடிந்துவிடும். குறிப்பாக, தாவணெகரேயில் மதவாதத்துக்கு எதிராக ஏற்பாடு செய்யப்பட்ட நிகழ்ச்சி குறித்து எண்ணிப்பார்க்கிறேன். குறை சொல்வதற்காகவே மக்களிடம் பேசவந்துள்ளதாகத் தனது உரையை அவர் தொடங்கினார். இது அங்கே கூடியிருந்தவர்களில் சிலரைக் கோபப்படுத்தியது. அவர்கள் கேள்விகளால் அவரைத் துளைத்தெடுக்கத் தொடங்கினார்கள். கூச்சலிட்டார்கள். அவர் தனது உரையைச் சுருக்கமாக நிறுத்திக்கொள்ள வேண்டியதாகிவிட்டது. லங்கேசும் மக்களை விமர்சனம் செய்தார். ஆனால், அந்த விமர்சனத்தில் ஒரு தரம் இருந்தது. முதிர்ச்சியும் அறிவும் கொண்ட சிலரை அது சரியாகச் சிந்திக்கத் தூண்டும்.

இந்தியாவில் மதக்கலவரம் உச்சத்தில் இருந்த சமயத்தில் வெளியிடப்பட்ட, 'உயிர்கள் புனிதமானவை, செங்கல்கள் அப்படியல்ல...' என்ற அவரது கட்டுரையை எண்ணிப் பார்க்க வேண்டும். அயோத்தியில் கோவில் கட்டுவதற்காக வாதம் செய்து உரத்துக் கூச்சலிட்டவர்களைக் கண்டித்ததுடன், நம்மைச் சுற்றியுள்ள உயிர்களும் அன்றாடப் போராட்டங்களும் சாமானிய மக்களின் உறவுகளும் எந்தக் கோவிலையும்விட முக்கியமானவை என்று உணரவைக்கும் மெய்யறிவு கொண்டதாக அது இருந்தது. ஆழமான சதியை உணர்ந்து கொள்ளாமல் மதவாத அரசியலில் கைகோர்க்கும் அப்பாவி மக்களை மட்டுமல்ல, உணர்வோடு அதன் ஒரு பகுதியாக இருப்பவர்களையும் சற்று அழுத்தமாகத் தொடும் வகையிலும் அது இருந்தது. கௌரி இந்தக் கட்டுரையை எழுதியிருந்தால், "செங்கல் புனிதமானது என்று அழைக்கிறார்கள்" என்று தலைப்பு வைத்திருப்பார். சண்டைக்கு வரச்சொல்லி எதிரிகளுக்குச் சவால்விடும் போக்கு அவருக்கு இயற்கையாகவே இருந்தது. நவீன மனோபாவமும் மேற்கத்திய உணர்ச்சிப்போக்கும் உள்ளவர். ஏதாவது தீமை என்று அவர் உணர்ந்தால் அதை வெளிப்படையாகவே கண்டனம் செய்வார்.

இந்துத்துவா அரசியலை விமர்சனம் செய்யும்போது, இந்துமத நம்பிக்கையை அவர் விமர்சித்த முறையை நான் விரும்பவில்லை. எனது ஆட்சேபத்துக்குப் பதிலளிப்பதாக இருந்தால், இந்துத்துவா கூட்டம் புரிந்துகொள்ள இதுதான் ஒரே மொழி என்று அவர் சொல்லியிருப்பார். எடுத்துக்காட்டாக, மோசமான, கயமையான நாவலான பைரப்பாவின் 'ஆவரண'வை நாம் விமர்சனம் செய்வதன் மூலம், அதற்குத் தகுதியற்ற விளம்பரம் கிடைக்கச் செய்து விடக்கூடாது என்பது எனது கருத்து. ஆனால், அதை அவர் ஏற்கமாட்டார். எங்கள் அனைவரையும் கட்டுரை எழுதச் சொல்லி புத்தகத்தை வெளியிட்டார் அவர். கைகலப்பற்ற

சண்டை என்றால், அவரது கருத்துரீதியான பகைவரை எப்போதும் அவர் எதிர்கொள்வார். அவர் பிடிவாதமானவர். புகழைக் கண்டு ஒதுங்குவார். கனவை நனவாக்கத் தனித்துப் போராடுவார். அவரது எதிரிகளும் அவரது சில சகாக்களும்கூட இதை உணர்ந்துகொள்ளத் தவறிவிட்டனர்.

லங்கேஷ் மீது விமர்சனம் ஏதுமில்லாமல் பெருமைப்படுவார் கௌரி. பொதுநிகழ்ச்சியில் அவரை விமர்சனம் செய்தபோது, அதை கௌரி விரும்பவில்லை என்பதை அறிந்தேன். லங்கேஷ் அமரும் நாற்காலியின் பக்கத்திலுள்ள காலி நாற்காலியில் அவர் அமர்வார். அரியணையில் ராமரின் காலணிகளை வைத்து பரதன் ஆட்சி செய்ததுபோல என்று அவரை நான் அடிக்கடி கேலி செய்தேன். தனது பாதை வித்தியாசமானது என்று தெரிந்தாலும், லங்கேஷின் அறிவார்த்த வாரிசாக வர வேண்டும் என்று கௌரி விரும்பினார். இலக்கிய சாதனைகளைப் பொருத்தவரை கௌரியை அவரது அப்பாவுடன் ஒப்பிட முடியாது. ஆனால், சமூகப் பொறுப்புணர்வு, அரசியல் போராட்டங்களில் அவருக்குக் கருத்துரீதியான தெளிவு மிக அதிகம். பாஜகவில் உள்ள நல்லவர்கள் தேர்தலில் வெற்றி பெறட்டும் என்று லங்கேஷ் சொல்லக்கூடும். ஜனசங்கத்தின் வேட்பாளராக கோபாலகிருஷ்ண அடிகா அறிவிக்கப்பட்டபோது, யு.ஆர். அனந்தமூர்த்தி அவரை எதிர்த்தார். ஆனால், லங்கேஷ் அவருக்காகப் பிரச்சாரம் செய்தார். ஆனால், இதுபோல கௌரி எப்போதும் தடுமாறியது கிடையாது. இடதுசாரி அரசியலின் தாக்கம் அவருக்கு இருந்ததும், அவர் பத்திரிகையாளராகவும் செயல்பாட்டாளராகவும் அடியெடுத்து வைத்தபோது இந்தியாவில் வலதுசாரி அரசியல் பாசிச குணாம்சங்களைப் பெறத் தொடங்கியதும் இதற்குக் காரணம்.

சிக்கலான பன்முகத்தன்மை கொண்ட நமது நாட்டில், மக்களின் மதநம்பிக்கை கலாச்சார நடைமுறைகளுடன் கலந்திருக்கிறது. உணர்வுரீதியாக இந்த சமூகத்தைத் திசைதிருப்பி, கருத்துரீதியான எதிரிகளை மத எதிர்ப்பாளர்கள் என்றுகூறி வில்லன்களாக சித்திரித்து, மதத்தின் காவலர்களாகத் தங்களை முன்னிருத்திக்கொண்டு, மதத்தை அரசியல் ஆயுதமாகப் பயன்படுத்துவது மதவாதிகளுக்கு எளிதாகிவிட்டது. அவர்களுக்கு எதிரான அறிவுரீதியான போராட்டம் கத்திமுனைமீது நடப்பதைப் போன்றது. ஒரு முறை சொன்ன வார்த்தையை எடுத்துக்கொண்டு அவர்கள் எதிராளிகளைப் பலமிழக்கச் செய்து, மதநம்பிக்கையை வைத்து லாபம் பார்ப்பார்கள். மதத்தையும் மத வக்கிரத்தையும் பிரித்துப் பார்க்கும் உணர்வு அவர்களுக்குத் தேவை.

பாபாபுடன்கிரியை தெற்கின் அயோத்தியாக மாற்றுவோம் என்று சங்கப் பரிவாரங்கள் பிரகடனம் செய்ததை எதிர்த்து நடந்த போராட்டத்தில் கௌரி முக்கியப் பங்காற்றினார்.

ஆனால் பிந்தைய நாட்களில், வகுப்புவாதத்துக்கு எதிரான விடாப்பிடியான கொள்கைக்கும் தலித்துகள், பெண்கள், ஏழை முஸ்லிம்கள், பழங்குடியினர், ஒடுக்கப்பட்ட மக்கள் மீதான அக்கறைக்கும் இடையே பாலம் அமைக்க முயற்சிகளைத் தொடங்கினார். மோடி பிரதமரான பிறகு, இந்தியாவில் பாசிசம் வளர்ந்துவருவதற்கு எதிராக இடதுசாரி, அம்பேத்கர் இயக்கச் சிந்தனைகளை இணைத்து மாற்றுக்கான வழிகளைத் தேடுவதை அவர் முக்கியமாகக் கருதினார். எதிர்ப்புணர்வும் அன்பும் இணைந்த பக்குவத்தை அவர் மெதுவாகப் பெறத் தொடங்கினார். கௌரிக்கு துணைவரோ, குழந்தைகளோ இல்லை. அரசியல் இயக்கங்களிலிருந்த நண்பர்கள் அவருக்கு உறுதுணையாக இருந்தனர். இயக்கங்களில் இந்த இளம் பெண்களையும் பையன்களையும் தனது குழந்தைகளைப் போல கருதினார். அவர்களுக்காகத் துணிமணிகள் வாங்கித் தருவதிலும் உணவளிப்பதிலும் மகிழ்ச்சியடைந்தார். அவர்களது தொடர்பு அவரிடம் புதிய சக்தியைப் பாய்ச்சியது. புதிய சமூகத்தை உருவாக்கும் கனவுடன் இருந்த ஆயிரக்கணக்கான இளம் ஆண், பெண்களை அவர் ஒருங்கிணைத்தார். அவர் வாங்கித்தந்த நீலநிறச் சட்டையை அணிந்திருந்த ஜிக்னேஷ் மேவானியின் தோள்களில் சாய்ந்திருக்கும் அவரது படம் அதற்கு ஓர் அடையாளம்.

○

எதற்கும் வளைந்து கொடுக்காத பிடிவாதமான போராளி யான கௌரி, கடைசி சில ஆண்டுகளில் பொதுக் கருத்தை உருவாக்குவதற்காக அமைதியாகப் பணியாற்றும் அளவுக்கு முதிர்ச்சியடைந்தார். சமூகத்தில் வகுப்புவாத விஷம் செலுத்தப் பட்டவர்கள் அடிக்கடி வெறுப்பு மொழியில் அவரை உமிழ்ந்தார்கள். அவர்களைத் தவறான வழியில் சென்ற குழந்தை களைப் போன்று அவர் கருதினார். அவர்களுடன் இணையத்தில் நள்ளிரவு வரை அடிக்கடி விவாதித்தார். ஒவ்வொரு விஷயத்திலும் கருத்துரீதியான அல்லது அரசியல்ரீதியிலான எதிரிகளைக் கண்மூடித்தனமாக அவர் எதிர்க்கமாட்டார். மோடியின் வளமற்ற ஆங்கிலமொழி குறித்துச் சிலர் கேலி செய்தபோது, பிரிட்டிஷ் காலனி ஆதிக்கத்தின் கீழ் பாரபட்சமாக நடத்தப்படவும் அதிகாரத்தின் கருவியாகவும் ஆங்கிலம் இருந்தது என்று சொன்ன அவர், எனவே, கருத்துரீதியான எதிரிகளை இதற்காகக் கிண்டல்

செய்வது தவறு என்றார். 'ஆவரண', 'காவல்' (காவலு) ஆகிய நாவல்களுக்குப் பின்னால் பைரப்பாவின் நோய்பீடித்த மனம் குறித்துக் கௌரி கடுமையாக விமர்சனம் செய்தார். 'உத்தர கன்னடா' ஏன் நல்ல நாவல் என்பதையும் செல்லுமிடமெல்லாம் ஒவ்வொருவரிடம் விளக்கினார்.

எனது கட்டுரைகளை வெளியிடும்போதெல்லாம், எனது பழைய படம் ஒன்றையே எப்போதும் கௌரி பயன்படுத்தி வந்தார். அதனை நான் ஆட்சேபித்தேன். "அந்தப்படத்தில் உள்ளதைவிட, தற்போது மேலும் நன்றாகத் தோன்றுகிறேன். நன்றாக இருப்பதைப் பயன்படுத்தவும்" என்று நான் சொன்னேன். அவர் படத்தை மாற்றினார். ஒவ்வொருமுறை எனது கட்டுரை வெளியிடப்படும்போது, "தரிகெரே, நீ இப்போது இருப்பதைவிட நன்றாகத் தோன்றும் படத்தைப் பயன்படுத்துகிறேன்" என்று கிண்டல் செய்வார். அவரது அப்பாவின் பிறந்தநாளை நினைவுகொள்ளும் வகையில் ஏற்பாடு செய்யப்பட்ட ஆண்டு நிகழ்வைத் தொடங்கிவைக்க வரும்படி எனக்கு அழைப்பு விடுத்தார். எனக்குக் கிடைத்த மிகப்பெரிய விருது அது. நான் அவரது புகைப்படத்துக்கு மலர்தூவி அந்த நிகழ்ச்சியை தொடக்கி வைக்க வேண்டும்; நான் தயங்கினேன். கென்ய எழுத்தாளர் கூகி வா தியாங்கோ எழுதிய 'டீகாலனைசிங் தி மைண்ட்' என்ற நாவலை நான் மொழிபெயர்த்திருந்தேன். அந்தப் புத்தக விமர்சனத்தில் என்னை முற்றிலும் வெளுத்து வாங்கிவிட்டார் லங்கேஷ். "புகைப்படத்திலிருந்து வெளியே வந்து லங்கேஷ் மீண்டும் என்னைத் தாக்க வந்தால், நீங்கள்தான் என்னைக் காப்பாற்ற வேண்டும்" என்று நாடக பாணியில் கௌரியிடம் சொன்னேன். "கவலைப்படாதீர்கள்! அப்பா, இதுபோன்ற சின்ன விஷயங்களையெல்லாம் நினைவில் வைத்திருக்கமாட்டார். துணிச்சலுடன் வாருங்கள்" என்றார் அவர். கழுத்தளவு ஆழத்துக்கு அரசியல் போராட்டங்களில் கௌரி மூழ்கி இருந்தாலும், எப்போதும் சிரிப்பதை இழந்ததில்லை. மற்றவர்களையும் சிரிக்கவைப்பார். ஹம்பிக்கு அவர் வரும்போது, எனது வீட்டுக்குச் சாப்பிட வரும்படி அவரை அழைத்தால், "நான் முஸ்லிம் வீட்டுக்கு வருகிறேன். இனிப்புகளைக் கொடுத்தால் போதாது. பிரியாணி... பிரியாணி வேண்டும்" என்று என்னை எச்சரிப்பார்.

வார இதழ் அவருக்கு ஓர் அடையாளத்தை அளித்தது. அது அவரது வாழ்வில் ஒரு மைல்கல். பண மதிப்பிழப்பினால், பத்திரிகையின் விற்பனை குறைந்தது. ஒவ்வொரு மாதமும் ஊழியர்களுக்கு ஊதியம் வழங்கவே திண்டாடினார். கூடுதல் பணி, நிதிப்பளு, அவரது உடலைப் பாதித்தது. வாரஇதழ் நெருக்கடியில் இருப்பது குறித்த செய்தியைப் பகிர்ந்துகொள்ள

ஒரு முறை அனைத்து நெருங்கிய நண்பர்களையும் அழைத்துக் கூட்டம் நடத்தினார். அந்தக் கூட்டத்தில் என்னால் கலந்துகொள்ள முடியவில்லை. வார இதழுக்கு நிதி உதவிகோரி ஜி. ராஜசேகர், பணிராஜ் போன்ற நெருங்கிய நண்பர்கள் அனைவருக்கும் அனுப்புவதற்காக எழுதிய கடிதத்தின் நகல் ஒரு வாரம் கழித்துக் கிடைத்தது. அதைத்தொடர்ந்து விரைவிலேயே அவர் கொல்லப்பட்ட செய்தியும் வந்தது.

சிவபுராணத்தில், தட்சனின் மகளின் பெயர் கௌரி. அந்தப் பெயருக்கு அழகிய நிறம் கொண்டவள் என்று அர்த்தம். கருப்பாக இருந்த சிவனைத் திருமணம் செய்துகொள்ள அவள் முடிவு செய்தாள். தட்சன் இதனை அனுமதிக்கவில்லை. தனது கணவனாக வரப்போகிறவரை அவமரியாதை செய்ததற்கு எதிர்ப்புத் தெரிவித்து, கௌரி யாகத்தீயில் குதித்தார். மீண்டும் பார்வதியாகப் பிறந்து, கடும் தவம் புரிந்து சிவனை அடைகிறாள். ஆனால், நமது கௌரி தனது சொந்தப் பெயருடன் தனது தந்தையின் பெயரை சேர்த்துக்கொண்டு அந்தப் பாதையில் இறங்க முயற்சி செய்தார். புராண கௌரியைப்போல, இந்த கௌரியும் மாற்றத்துக்குள்ளானாள்.

தீயின் நாக்குகள் போன்ற இதழ்களைக்கொண்ட காட்டுப்பூவின் பெயர் கன்னடத்தில் 'கௌரி ஹூவு' (கௌரிப்பூ). நமது கௌரி, தீயைப்போல கடுமையானவர். ஆனால், ஆயுதங்கள் கொண்டு எந்தப் புரட்சியும் சாத்தியமில்லை என்பதை அவர் உறுதியாக நம்பினார். ஆனால், அதற்கு முரணாக, ஆயுதம் அவரது உயிரைப் பலிவாங்கியது. இதில் கவலைதரக்கூடிய விஷயம் என்னவென்றால், கூலிப்படைக் கொலையாளிகளின் கொடுமை மட்டுமல்ல, கருத்துரீதியாக முரண்பட்டவர்களைக் கண்டபடி திட்டலாம், தாக்கலாம், கொலையும் செய்யலாம் என்ற கருத்தை புதிய இந்தியாவை உருவாக்க விரும்பும் இளைய தலைமுறையினருக்குச் சொல்வதுதான். இளைய தலைமுறையினரின் மனதில் விஷத்தை நிரப்பும் சக்திகள் கட்டியெழுப்ப நினைக்கும் சமூகம் எது? இதற்கு மாற்று என்ன? கௌரியின் படுகொலை இந்தக் கேள்விகளை நம்முன் எழுப்புகிறது. இந்தக் கொலை நடந்தபிறகு வந்த பதில்கள், இந்தக் கேள்விக்குப் பதிலாக இருக்கும். ஒருமித்த கருத்துள்ள மக்கள் அனைவரும் ஒன்றுசேர்வதே முன்நோக்கிச் செல்ல ஒரே வழி.

○

குட்டையாக இருந்த கௌரி, பொது நிகழ்ச்சி ஒன்றில் தனது உயரத்துக்கு ஏற்ப குனிந்து மைக்கைப் பொறுமையாகச் சரிசெய்வது போன்ற காட்சியை வீடியோவில் நான் பார்த்தேன்.

கர்நாடகத்தில் சிக்கலான சூழ்நிலையைச் சரிசெய்வதற்காக, அதற்கேற்ப தன்னைச் சரிசெய்து கொள்வது மாதிரி இது தோன்றியது. இந்த மாற்றம் முழுமையாகும் முன்பே அல்லது கர்நாடகத்தில் மாற்றங்களைக் கொண்டுவருவதற்கு அணிதிரளும் மையமாக அவர் மாறுவதற்கு முன்பே கௌரி கொல்லப்பட்டுவிட்டார்.

அவரது அப்பாவின் மரணத்தையொட்டி அவர் எழுதிய கட்டுரையின் ஒரு வரி: "இந்த உலகத்தில் ஒரு மனிதன் எப்படி வாழ்ந்தான் என்பது முக்கியமோ, இந்த உலகத்திலிருந்து ஒரு மனிதன் எப்படி வழி அனுப்பி வைக்கப்பட்டான் என்ற கேள்வியும் முக்கியமானது." அவரது ஆளுமை, கருத்துகள், பேரார்வம் ஆகியவற்றின் தாக்கத்தை விரிவுபடுத்த கௌரியை கர்நாடகம் வழியனுப்பி வைத்துள்ளதுபோலத் தோன்றுகிறது.

கட்டுரையாளர், ரஹமத் தரிகெரே, ஹம்பி பல்கலைக்கழகத்தில் கன்னட இலக்கியத் துறைப் பேராசிரியர். கன்னட இலக்கிய விமர்சனத்துடன், கர்நாடகத்தில் சூபி, நாத, தத்துவ, சாக்த பாரம்பரியங்கள் குறித்து விரிவாக எழுதியவர்.

அக்காவின் உருமாற்றம்

கே. பணிராஜ்

நாங்கள் தீவிரமாகப் பங்கேற்ற இயக்கங்களில் அன்புக்குரிய தோழர் என்பதை விட, எனக்கு கௌரி மிகவும் தனிப்பட்ட நண்பர். பொதுவான சமூக அக்கறை, பொது இயக்கங்களில் ஆர்வம் இல்லாமல் இருந்திருந்தால், எங்களிடம் தனிப்பட்ட நட்பு ஏற்பட்டிருக்காது. சமூக இயக்கங்கள் குறித்து எங்களது அணுகுமுறையில் வேறுபாடுகள் இருந்தாலும், எங்களது நல்ல நட்பு நீடித்திருக்கும். சாதி, மதம், சமூகப்பாலினம், மொழி, தேசிய இனம், தீவிர கொள்கைப்பிடிப்பு போன்றவை மனித உறவுகளைக் கட்டியமைப்பதில் பிரச்சினை இல்லை. கர்நாடகத்தில் கடந்த 15 ஆண்டுகளாக கௌரி மேற்கொண்ட முயற்சிகள் முற்றுப்பெறாமல் போய்விட்டன.

என்னைவிடச் சில மாதங்கள் மூத்தவர் அவர். தனிப்பட்ட முறையிலும் பொது வெளியிலும் அவரை அக்கா என்று அழைப்பது வழக்கம். தனிப்பட்ட முறையில் என்ன தம்பி (தம்மா) என்றும் பொதுவெளியில் சகோதரா என்றும் அவர் அழைப்பது வழக்கம். ஒரு சமயம் இதுகுறித்து அவரிடம் கேட்டேன். தனியாகப் பேசும்போது, தம்பி என்று அழைப்பது அன்பின் வெளிப்பாடு. சகோதரா என்று சொல்லும்போது, சொந்தம் என்பதை வெளிப்படுத்தும் என்று சொன்ன அவர், "இந்த நுட்பமான விஷயம், உன்னைப் போன்ற முரடர்களுக்குப் புரியாது" என்றார்.

நமது மனிதர்களுக்கிடையே குறிப்பிடத்தக்க வித்தியாசங்கள் இருக்கின்றன: பெங்களூரில் இருப்பதைச் சொந்த வீட்டில் இருப்பதாக அவர் உணர்ந்தார். சிறிய நகரத்திலிருந்து வந்த என்னைப் போன்றவனுக்கு இது ஒரு கொடுங்கனவு. ஆங்கிலத்தில் அவர் ஆற்றல் வாய்ந்தவர். கான்வென்ட் பள்ளி உச்சரிப்பு. அதேசமயம், ஆங்கிலத்தில் அரிதாகத்தான் தொடர்ந்து இரண்டு வாக்கியங்களை என்னால் பேசமுடியும். உலகில் பல்வேறு பகுதிகளில் அவர் வாழ்ந்திருக்கிறார். நானோ கர்நாடகத்தைத் தாண்டி நிஜமாகவே காலெடுத்து வைத்ததில்லை. இடதுசாரி இயக்கங்கள் எவற்றுடனும் அவருக்குத் தொடர்பு இருந்ததில்லை. நான் எனது வாழ்க்கையில் இருபது ஆண்டுகளுக்குமேல் அந்த இயக்கங்களில் காலம் கழித்திருக்கிறேன்.

கர்நாடகத்தின் சமூக கலாச்சார வாழ்க்கையில் 2000ஆவது ஆண்டு ஒரு திருப்புமுனை. தகவல் தொழில்நுட்பம், பயோ டெக்னாலஜி தாக்கத்தால் மாநிலத்தின் பொருளாதார முன்னுரிமைகள் மாற்றம் பெற்றன. பெருவாரியான மக்களின் இதயத்திலும் மனதிலும் இந்துத்துவ அரசியல் சக்திகள் இடம்பெறத் தொடங்கின. இந்தப் போக்கு குறித்து, பொதுவெளியில் எதிர்வினை என்பது, தீவிர எதிர்ப்பு இல்லாத வெற்று ஆரவாரம்தான். வலதுசாரிப் பிரிவுகளின் ஏதேச்சதிகாரத்துக்கு எதிரான இயக்கங்கள் உறுதியாகத் தொடங்கின. ஆனால், அதனை விரிவாகவும் நீண்ட தூரத்துக்கும் பரப்புவதற்குப் போதிய ஆதரவுத்தளம் இருக்கவில்லை.

இந்துத்துவாவின் நிழல் நீண்டு பரவிவந்த நிலையில், இருபது ஆண்டுகளாக விரிவாகத் துடிப்புடனிருந்த சோசலிஸ இயக்கங்கள் மங்கத் தொடங்கின. அந்த நேரத்தில்தான் முப்பது – முப்பதுகளின் இறுதியில் இருந்த கௌரி துணிச்சலாக, கர்நாடகத்தில் குறிப்பிடத்தக்க நிகழ்வுகள் நிரம்பிய தனது வாழ்க்கை ஓட்டத்தைத் தொடங்கினார்.

இரண்டாயிரமாவது ஆண்டில், நவீன கன்னட இலக்கியத்தின் மூடநம்பிக்கை எதிர்ப்பு நட்சத்திரமாகத் திகழ்ந்த பி. லங்கேஷ் தனது இறுதி மூச்சை விட்டார். 'அறிவார்ந்த கன்னட ஆண்களுக்கும் பெண்களுக்குமான பத்திரிகை' என்ற கோஷத்துடன் வந்த செய்தி வார இதழின் மூலம் குறிப்பிடத்தக்க கலாச்சாரத் தலைமையை வழங்கியவர் அவர். அறிவார்ந்த ஆண்களுக்கும் பெண்களுக்கும் என்ற அவரது வாசகத்தை விரும்பிய நான், அவரோடு ஒரு சகாப்தம் முடிவுக்கு வந்து விட்டதாக நினைத்தேன். எனது நம்பிக்கைக்கு ஆதாரமாக ஏராளமான காரணங்கள் இருந்தன. கன்னட மொழியில் திறமைசாலியான அவர், ஆச்சரியப்படுத்தும் மொழித்திறனுடன்

பலவகையான உணர்வுகளை வெளிப்படுத்தும் வகையில் ஒவ்வொரு இதழிலும் ஐந்து, ஆறு கட்டுரைகளை எழுதுவார். துடிப்பான இடதுசாரி இயக்கங்கள் குறித்து, அவர்களை 'போலிப் புரட்சிக்காரர்கள்' என்றும் சொல்லுமளவுக்கு அவருக்குச் சந்தேகங்கள் இருந்தன. கம்யூனிஸ்ட்டுகள் குறித்து அவருக்கு மாற்ற முடியாத கருத்துகள் இருந்தன. அவர்கள்மீது எங்காவது ஓரத்தில் அனுதாபம் இருந்தாலும்கூட, அந்த எழுத்தாளர்களின் கட்டுரைகளை வெளியிட மறுத்துவிடுவார். ஆனால், தனது பாணியில் அதிகாரத்துக்கு எதிராகக் கருத்துகளைத் தெரிவிக்கும் ஆற்றலுள்ளவராக இருந்தார் அவர். ஆற்றல் வாய்ந்த கன்னடப் பேச்சுவழக்கு மொழியில் உருவகப்படுத்தி எதிர்ப்பை வெளிப்படையாகத் தெரிவிக்கும் அந்தச் செய்தி இதழை, இப்போதும் இடதுசாரி இயக்கங்களில் தீவிரமாக இருக்கும் என்னைப் போன்றவர்கள் படித்து வருகிறோம். ஓர் அமைப்பைப்போல, பெண்கள், இளம் எழுத்தாளர்களை இந்த வார இதழ் உணர்வுப்பூர்வமாகப் பேணி வளர்த்தது. விவேகமுள்ள பத்திரிகை ஆசிரியரான லங்கேஷ், அவரது வார இதழை வெளியிடுவதற்குப் போதிய பணத்தையும் திரட்டி வைத்திருந்தார். கவரும் விளம்பரங்களைச் செய்யாமல், பொறாமைப்படும் அளவுக்கு வாழ்ந்தார். 1990களின் தொடக்கத்திலேயே இந்துத்துவ அரசியலின் வளர்ச்சியை முதன்முதலாக உணர்ந்தவர் அவர். பிரிவினை அரசியலின் அபாயத்தை உணர்ந்து, தனது வழியில் கூர்மையான விமர்சனங்களை முன்வைத்தார். அவரது தனிப்பட்ட மேதமை, அவரது வார இதழின் வெற்றிக்கு அடித்தளம் அமைத்துக் கொடுத்தது. நியாயமாகச் சொல்வதென்றால், அவரது வழித்தோன்றலாக ஒருவரைக் கண்டுபிடிப்பது எளிதல்ல.

அவரது மரணத்துக்குப் பிறகு, ஆங்கிலப் பத்திரிகைகளில் பணிபுரிந்த அவரது மகள், அந்தச் செய்தி இதழை நடத்தும் பொறுப்பை ஏற்று அதன் போக்கை மாற்றுவார் என்பதற்கான சிறு அறிகுறிகூட ஒரு வாசகனான எனக்குத் தெரியவில்லை. ஆனால், அது நடந்தது. லங்கேஷின் திறமைவாய்ந்த எழுத்தாளர்கள் வட்டம் ஒதுங்கிக்கொண்டபோதிலும், எந்தத் தடங்கலும் இல்லாமல் அந்த வார இதழ் தொடர்ந்து வெளிவந்தது.

கௌரி ஆசிரியராகப் பொறுப்பேற்ற பிறகு, உடுப்பியில் உள்ள எட்டு மத்துவ மடங்களின் நிறுவனப் பரிவர்த்தனை குறித்த செய்தியை அவர் வெளியிட்டார். அந்த எட்டு மடங்களில் ஒரு மடத்தின் மடாதிபதி, விஸ்வ ஹிந்து பரிஷத்தின் தர்ம சம்சத் அமைப்பின் தீவிர உறுப்பினராக இருந்ததால், விஸ்வ ஹிந்து பரிஷத், பஜ்ரங் தளத்தைச் சேர்ந்தவர்கள், பத்திரிகை விற்பனை செய்யும் கடைகளை முற்றுகையிட்டு, லங்கேஷ் பத்திரிகையின்

அந்த வார இதழ்களின் பிரதிகளைக் கட்டாயமாகப் பறித்து, பொது இடத்தில் எரித்தனர். எட்டு மடங்களுக்கும் செல்லும் நால்வழிச் சாலை குறுக்குச் சந்திப்பில் பழிவாங்கும் எண்ணத்துடன் கூட்டம் போட்டனர். மடங்களுக்குப் பயங்கரவாதிகள் மிரட்டல் என்ற பொய்யான காரணத்தைச் சொல்லி, அந்த சதுக்கத்தில் மத சம்பந்தமான கூட்டங்கள் தவிர வேறு கூட்டங்கள் நடத்தக்கூடாது என்று உடுப்பி நகராட்சி சமீபத்தில் தடைவிதித்தது. அனல் கக்கும், பழிவாங்கும் எண்ணத்துடன் நடந்த அக்கூட்டத்தில் தங்களது அரசியல் வன்மத்தை மறைக்காமல் பஜ்ரங் தள தேசியத் தலைவர், விஸ்வ ஹிந்து பரிஷத் உள்ளூர் தலைவர்கள், செல்வாக்குமிக்க மடாதிபதிகள் பேசினர். சட்டம் ஒழுங்கைப் பாதுகாக்கும் போலீஸ் கூட்டத்தின் முன்னிலையில், பத்திரிகை ஆசிரியரும் பத்திரிகையில் எழுதும் எழுத்தாளர்களும் கடும் விளைவுகளைச் சந்திக்க நேரிடும் என்று எச்சரிக்கப்பட்டனர். பத்திரிகைக்கு எதிராக நடத்தப்பட்ட வன்முறைக்கு எந்த நடவடிக்கையும் எடுக்கப்படவில்லை.

நான் விரிவாகச் செய்தியை எழுதி, அதனைப் பத்திரிகைக்கு அனுப்பிவைத்தேன். அது கிடைத்ததும், எனக்குத் தனிப்பட்ட முறையில் தெரியாத புதிய ஆசிரியர் என்னைத் தொடர்புகொண்டு பேசினார். "எவ்வளவு பயங்கரமான இடம்! உங்களைப் போன்ற மனிதர்கள் எப்படி வாழ்கிறீர்கள்! எப்படி இருந்தாலும் அந்தச் செய்தியை அப்படியே வெளியிடுகிறேன். பத்திரிகைக்குத் தொடர்ந்து எழுதுங்கள்" என்றார் அவர். 1980இல் பத்திரிகை தொடங்கியதிலிருந்து அதன் ஆசிரியர் பி. லங்கேஷ், குற்றச்செயல்களைத் தூண்டி விட்ட அமைப்புகள், நபர்களின் பெயர்கள் குறித்துச் செய்திகள் வெளியிடும்போது, செய்தியாளர்களிடமும் எழுத்தாளர்களிடமும் சரிவர விசாரித்த பிறகே வெளியிடுவது என்பதில் கவனமாக இருந்தார். குற்றம் சாட்டப்பட்டவர் அல்லது ஓர் அமைப்பு என்று பெரிய பத்திரிகைகள் மொக்கையான வார்த்தைகளைப் போட்டு மூடிவிட முயற்சிக்கும்போது, அதற்கான அதிகார காரணங்களை லங்கேஷ் அறிந்திருந்தார். அதிகார மையங்களை மகிழ்விப்பதற்காக எதையும் அவர் செய்வதில்லை. கௌரியும் எந்தவித சமரசத்துக்கும் இடமில்லாத ஆசிரியத்துவக் கொள்கையைத் தொடர்ந்தார். அதனால், கடலோரக் கர்நாடக பகுதியில் தணியாமல் இருந்த இந்துத்துவா அரசியல் வன்முறை குறித்துப் பத்திரிகைக்குத் தொடர்ந்து எழுத எங்களில் பலருக்கு ஊக்கம் கிடைத்தது. நாங்கள் எழுதும் செய்திக் கட்டுரைகள் குறையும்போது, அவர் தொலைபேசி மூலம் தொடர்புகொண்டு, "நன்றி கடவுளே! அங்கு அமைதியாக இருக்கிறதா? அல்லது போர் நிறுத்தமா?" என்று கேட்பார்.

சமூகச் செயல்பாட்டாளர்கள் இந்தப் பத்திரிகைக்குத் செய்தி அனுப்புவது புதிதல்ல. 1980களிலிருந்து சோசலிஸ்ட் வட்டங்களிலிருந்து தலித், பெண் செயல்பாட்டாளர்கள் இந்தப் பத்திரிகைக்கு செய்தியாளர்களாக இருந்தனர். ஆனால், அவர்கள் லங்கேஷால் தெரிவுசெய்யப்பட்டவர்கள். களத்தில் செயல்படும் செயல்பாட்டாளர்கள் தரும் செய்திகள் பொதுவாக ஒதுக்கிவைக்கப்படும். கௌரியின் ஆசிரியத்துவத்தின் கீழ் அது மாற்றப்பட்டது. நடந்துவரும் போராட்டங்கள் குறித்துக் களச் செயல்பாட்டாளர்கள் தொடர்ந்து எழுதுவதைப் பார்க்க முடிந்தது. அந்த நாட்களில், கர்நாடகத்தில் செயல்பட்டுவந்த பல்வேறு வகையான அமைப்புகள் குறித்தும் அவர்களின் கருத்துத் தளம் குறித்தும் அவர் அறிந்திருக்கவில்லை. அதுபோன்ற செய்திகள் பிரசுரத்துக்காக வந்ததும், இயக்கங்களில் பல ஆண்டுகளாக இருக்கும் எங்களில் சிலரிடம் கேட்டுச் சந்தேகங்களைச் சரிபார்ப்பார். பல நேரங்களில் கருத்தியல்ரீதியான கடும் வேறுபாடுகள் இருப்பதை அவருக்கு விளக்கியதும், “இந்த மனிதர்களுக்கிடையே மயிர் பிளக்கும் மன வேறுபாடுகள் ஏன்? விரிவான ஐக்கியம் இருப்பது நல்லது இல்லையா? எப்படி இருந்தாலும், உங்களில் யாருடனும் இதுகுறித்துத் தலையிட விரும்பவில்லை!'' என்று அவர் கூறுவார். ஆனால், எந்தவிதத் தயக்கமும் இல்லாமல் கட்டுரைகளைப் பிரசுரிப்பார். கர்நாடகத்தின் சமூக யதார்த்தங்களையும் அதன் விளைவுகளையும் இப்படியாகத்தான் அவர் கற்றறிந்தார் என்று தோன்றுகிறது. அப்படித்தான், சிக்மகளூர் மாவட்டத்தில் பாபாபுடன்கிரியில் உள்ள தர்காவை அழிப்பதற்கானச் சங்கப் பரிவாரத்தின் பிரச்சாரத்துக்கு எதிராக, அவர் வருவதற்கு மூன்று ஆண்டுகளுக்கு முன்னர் தொடங்கப்பட்ட பாபாபுடன்கிரி நல்லிணக்க அமைப்பு(பி.எச்.எஃப்.) பற்றியும் அறிந்திருக்கிறார்.

❍

“கர்நாடகத்தைக் குஜராத் ஆக மாற்றுவோம். பாபாபுடன் கிரியை மற்றொரு அயோத்தி ஆக்குவோம்” என்று 2002இல் பாஜக தலைவர்கள் பகிரங்கமாகப் பிரகடனம் செய்தனர். இதற்குப் பதிலடி கொடுக்கும் வகையில், பாபாபுடன்கிரி நல்லிணக்க அமைப்பு கர்நாடகத்திலுள்ள இந்துத்துவாவுக்கு எதிரான சக்திகளைத் தீவிரமாக ஒன்றுதிரட்டி, கர்நாடக மத நல்லிணக்கக் குழு (கர்நாடக கோமு சைஹார்த வேதிகே) உருவாக்கப்பட்டது. சிக்மகளூரில் வரலாற்றுச் சிறப்புமிக்க பேரணிக்கும் பொதுக்கூட்டத்திற்கும் ஏற்பாடு செய்தது அது. வலதுசாரி அமைப்புகளின் பரவலைத் தடுக்கும் வகையில் முதல் எதிர்ப்பு நிகழ்வு தொடங்கப்பட்டது. கே.கே.எஸ்.வி.

அமைப்பின் செயல்பாடுகளால் ஈர்க்கப்பட்ட கௌரி, அதன் செயல்பாடுகளில் தன்னையும் ஈடுபடுத்திக் கொண்டார். மக்கள் அமைப்புகள், விருப்பமான தனிநபர்கள் என்று பரந்துபட்டிருந்த கர்நாடக மத நல்லிணக்கக் குழு, நெகிழ்ச்சியான கட்டமைப்பைக் கொண்டிருந்தது. இந்த நெகிழ்ச்சித்தன்மை எந்த அமைப்பின் கட்டுப்பாட்டுக்குள்ளும் இருக்க விரும்பாத, தாராள மனப்பான்மை கொண்ட கௌரிக்குப் பொருத்தமானதாக இருந்தது. கர்நாடகத்தின் முன்னணி எழுத்தாளர்கள், அறிவுஜீவிகள் மட்டுமல்லாமல், தீஸ்டா செதல்வாத், மேதா பட்கர், அருந்ததி ராய் போன்ற தேசிய அளவில் முக்கியத்துவம் வாய்ந்தவர்களையும் இயக்கத்துக்குள் ஈர்ப்பதில் கர்நாடக மத நல்லிணக்கக் குழு வெற்றிகண்டது. பத்திரிகை ஆசிரியரே அந்த இயக்கத்தில் களமிறங்கியதால், அந்த இயக்கத்தின் குரலாக இந்தப் பத்திரிகை மாறியது.

அடுத்த ஆண்டில், கர்நாடக மத நல்லிணக்கக் குழுவுக்கும் சங்கப் பரிவாரங்களுக்கும் இடையே மோதல் தீவிரமடைந்ததை யடுத்து, சிக்மகளூரில் திறந்த வெளிக் கூட்டங்கள் நடத்துவதற்கு கர்நாடக மாநில அரசு தடை விதித்துள்ளது. சூபி தர்காவில் தத்தரின் விழா (தத்த ஜெயந்தி) கொண்டாடப்படுவதைச் சாக்காக வைத்து, 2003ஆம் ஆண்டு டிசம்பர் மாதத்தில் தர்காவுக்கு அருகே சங்க பரிவாரங்களை அணி திரட்டும் முயற்சி நடந்தது. இதனைத் தீவிரமாக எதிர்கொள்ளும் வகையில் கர்நாடக மத நல்லிணக்கக் குழு துணிந்து உத்திகளை வகுத்தது. சிக்மகளூர் நோக்கிச் செயல்பாட்டாளர்களையும் அறிவுஜீவுகளையும் அணிவகுக்கச் செய்தது. இந்த இயக்கச் செயல்பாடுகளால் தீவிர உற்சாகம் அடைந்தார் கௌரி. இதற்கிடையே, அறிவுஜீவிகள் சிக்மகளூர் சென்றடைவதைப் போலீசார் தடுத்தனர். ஆயினும், பொதுக்கூட்டம் நடைபெறும் இடத்தில் சரியான நேரத்தில் நூற்றுக்கணக்கான செயல்பாட்டாளர்களுடன் அவர் நுழைந்தார். அதனால் அவர்கள் கைது செய்யப்பட்டனர். சிறைக்குள் இருந்தபோதிலும் பத்திரிகை உரிய காலத்தில் வர வேண்டும் என்று உறுதி கொண்டார். புதிதாகக் கண்டறிந்த செயல்பாட்டில் நம்பிக்கை வைத்து அவரது தலையங்கம் வெளியானது. கர்நாடக மத நல்லிணக்கக் குழுவின் முக்கிய முகமாக உருவான அவர், தர்காவிற்கு சட்டரீதியில் நியாயம் கிடைப்பதற்காக, தீஸ்டா செதல்வாத் தலைமையிலான நீதிக்கும் அமைதிக்குமான குடிமக்கள் அமைப்பின் (Citizens for Justice and Peace) உதவியுடன் உச்சநீதிமன்றத்தை அணுகினார். முற்போக்குப் பத்திரிகையாளரான அவர் தனது கடைசி மூச்சுவரை எந்த அமைப்பின் அடையாளமும் இல்லாமல் தனித்திருக்க விரும்பினார். இந்துத்துவா அரசியல் சதிகளை

எதிர்கொள்வதற்கான இயக்கத்திற்குப் பொதுவெளியில் முகமளிக்க விருப்பத்துடன் முன்வந்தார். கர்நாடக மத நல்லிணக்கக் குழுவில் நாங்கள் தீவிரமாக இருந்த போதிலும், அவரது முக்கியத்துவமும் வளர்ச்சியும் ஆச்சரியப்படத்தக்க வகையில் இருந்தது. ஆனால், சமூகச் செயல்பாடுகளில் உள்ள அழுத்தம், கடந்த இரண்டு ஆண்டுகளில் ஏற்பட்ட அவரது உருமாற்றத்தை ஆராய இடம் தரவில்லை.

கர்நாடக சமூக நல்லிணக்கக் குழுவில் கௌரியின் பங்கேற்பின் விளைவாக, ஒரே நேரத்தில் சமூகத்தில் பல்வேறு வகையான போராட்ட வடிவங்கள் குறித்து அவரது மனதில் உதித்தது. இந்தக் காலத்தில், நக்ஸலைட் பிரச்சினை குறித்து மனித உரிமைச் செயல்பாட்டாளர்கள் அவருக்கு அறிமுகப்படுத்தினர். அப்போது, சிபிஐ எம்.எல். (மாவோயிஸ்ட்) இயக்கத்தினர் மேற்குத் தொடர்ச்சி மலைக் காடுகளில் நுழைந்து, கர்நாடகத்தில் தங்களது கட்சியை வலிமைப்படுத்திக் கொண்டிருந்தனர். 2004ஆம் ஆண்டு ஜூன் மாதத்தில் அந்தக் கட்சியின் தலைவர் ஸேகத் ராஜன், தங்களது கட்சியின் நோக்கங்கள், கொள்கைகள்குறித்து விளக்குவதற்காகப் பத்திரிகையாளர்களை அழைத்திருந்தார். பெங்களூர் பல்கலைக்கழகத்திலும் பின்னர் புதுதில்லியில் உள்ள இன்ஸ்டிட்யூட் ஆஃப் மாஸ் கம்யூனிக்கேஷன் கல்வி நிலையத்திலும் கௌரிக்கு சீனியர் ஸேகத் ராஜன். அவரது தலையங்கம் தெளிவாக்கியதுபோல, அந்த இயக்கத்தின் நோக்கங்கள், கொள்கைகளால் மிகவும் ஈர்க்கப்பட்ட கௌரி, அதனை அடைவதற்காக அவர்கள் தேர்வுசெய்த வழிமுறைகளை எதிர்த்தார். அதே ஆண்டில், மனித உரிமைச் செயல்பாட்டாளர்களுடன் விவாதித்தபோது, ஆயுதப் போராட்டம் குறித்து மாவோயிஸ்ட் கட்சிகளுக்குள் கருத்துவேறுபாடு இருப்பது குறித்தும், ஒரு பிரிவினர் கெரில்லாப் போராட்டப் பாதையிலிருந்து விலக விருப்பம் தெரிவித்ததும் தெரியவந்தது.

மாவோயிஸ்ட் இயக்கத்தைச் சேர்ந்த ஒரு பிரிவினர் அமைதியாகப் பொதுவெளிக்கு வருவதற்காகக் கர்நாடக மாநில அரசுடன் அவர்களாகவே முன்வந்து பேச்சுவார்த்தை நடத்திய அமைதிக்கான குடிமக்கள் முன்முயற்சி *(Citizens Initative for Peace)* அமைப்பில் தன்னை ஈடுபடுத்திக் கொண்டார். ஆனால், 2005ஆம் ஆண்டில் சேகத் ராஜன் என்கவுண்டர் மூலம் கொல்லப்பட்டது இந்த நடவடிக்கைகளில் தேக்கத்தை ஏற்படுத்தியது. அப்போதும்கூட, நக்ஸலைட்டுகளின் நோக்கங்கள் நியாயம் என உணர்வதாகவும் அதனால்தான், அமைதிக்கான குடிமக்கள் முன்முயற்சி அமைப்பின் செயல்பாடுகளில்

ஈடுபடுவது அர்த்தமுள்ளதாக இருக்கிறது என்றும் கௌரி தீவிரமாக எழுதினார். பத்திரிகை ஆசிரியரின் உற்சாகம் காரணமாக, இதுபோன்ற நோக்கங்களுக்குப் பத்திரிகையில் தளம் அமைத்துக் கொடுத்த விஷயத்தில், பத்திரிகையின் சட்டரீதியான உரிமையாளரும் வெளியீட்டாளருமான அவரது தம்பி இந்திரஜித் ஒத்துப்போகவில்லை. ஆசிரியர் பொறுப்பிலிருந்து விலகுவது என்று கௌரி முடிவு செய்தார். அமைதிக்கான முன்முயற்சி ஆதரவாளர்களின் பலம் மற்றும் ஆலோசனையின் அடிப்படையில் சொந்தமாக 'கௌரி லங்கேஷ் பத்திரிகே'யைத் தொடங்கினார்.

2007ஆம் ஆண்டில் கர்நாடகத்தில் பாஜக ஆட்சியைப் பிடித்ததைத் தொடர்ந்து, சங்கப் பரிவாரங்கள் வகுப்புவாதத் தாக்குதலைத் தீவிரப்படுத்தியதன் விளைவாக, வலதுசாரி சக்திகளைத் தீவிரமாக எதிர்க்கும் பணியை அவரது பத்திரிகை மேற்கொண்டது. 2010வாக்கில் கர்நாடகத்திலுள்ள தலித்துகள், பெண்கள், இடதுசாரி இயக்கங்களின் பொதுக்குரலாகத் தன்னை அவர் மாற்றிக்கொண்டார். அதற்கேற்ப, பொதுவாழ்வில் அவரது பெயரும் வளர்ந்தது. 2013இல் சித்தராமையா தலைமையில் காங்கிரஸ் அரசு ஆட்சிக்கு வந்ததும், அமைதிக்கான குடிமக்கள் முன்முயற்சி அமைப்பின் செயல்பாடுகளில் மீண்டும் ஈடுபட்டார். இரண்டு மாவோயிஸ்ட் தலைவர்களை பொது நீரோட்டத்திற்கு மீண்டும் அவர் கொண்டு வந்த செயல், பொதுவெளியில் அவரது பிம்பத்தை ஓர் அடையாளச் சின்னமாக உயர்த்தியது. 2016களின் இறுதியில், அனைத்து வகையான மக்கள் இயக்கங்களிலும் இளம் செயல்பாட்டாளர்கள் புடைசூழ கலந்துகொள்வார் 'கௌரி மேடம்'.

2000ஆவது ஆண்டில், கர்நாடகத்தில் அவர் பத்திரிகையாளராக அறிமுகமானார். 2003இல் அவர் பத்திரிகையாளர் – சமூகச் செயல்பாட்டாளர். 2015இல், அவர் சமூகச் செயல்பாட்டாளர் – பத்திரிகையாளர் ஆனார். இந்த நிலையில் அவரோடு பயணிக்கும் எங்களைப் போன்றவர்கள்கூட, தனிச்சிறப்புமிக்க மாற்றத்துக்கான பாதையில் அவர் செல்வதை மதிப்பிட்டுத் தடுத்துவிட இயலவில்லை.

○

தொழில் சார்ந்தும் தனிப்பட்ட முறையிலும் பொறுப்புகள் மற்றும் அனைத்து வகையான ஈடுபாடுகளுடன் நடுத்தர வகுப்புப் பத்திரிகையாளராக முறையான பணியைத் தொடங்கினார் கௌரி. தகுந்த நேரத்தில் செயல்படுதல், நிலைப்பாட்டை எடுத்தல், ஒளிவுமறைவில்லாத பேச்சு போன்று தன்னல

மில்லாமல் இருப்பதற்கு உறுதியான துணிச்சல் தேவை. மேம்போக்காகப் பார்த்தால்கூட, 2000ஆவது ஆண்டுக்கு முந்திய அவரது வாழ்க்கை, ஆணாதிக்கத்தின் சவால்களைக் கண்டு பயப்படாத, அசாதாரணமான உறுதியான பெண் அவர் என்பதையே காட்டுகிறது. தனித்த பெண்ணாக வாழ்வதற்கான துணிச்சல் அவருக்கு இருந்தது. இது பொதுவாக நடப்பதோ அல்லது எளிதாகச் செய்யக்கூடியதோ அல்ல என்று நமக்குத் தெரியும். சமூக அமைப்புகளின் பாதுகாப்புக் கருதி எதிர்ப்பை நாம் விட்டுவோம். கௌரி அந்த மாதிரிச் செய்யமாட்டார். தனது தனிப்பட்ட சுதந்திரத்தை அப்படியே வைத்துக்கொள்வதில் தீர்க்கமாக இருப்பார் என்பது அவருடன் பயணப்பட்ட ஒவ்வொருவருக்கும் தெரியும். இயக்கங்களில் விரும்பிப் பங்கேற்றவர் அவர். அதேசமயம், அமைப்புகளின் விதிமுறைகளுக்கு அடங்கிப்போக மறுப்பார். மற்றவர்களின் சுதந்திரத்துக்கும் அவர் மரியாதை கொடுப்பார். ஆனால், அதற்காக அதுவே தனக்கு விலங்காக மாறுவதை எப்போதும் அனுமதிக்கமாட்டார். தனது உறவுகளில் பிடிவாதம் காட்டும் அவர், எப்போதும் எதேச்சதிகாரமாக இருந்ததில்லை.

இந்து தேசியவாதத்தின் எதிர்ப்புக் காரணமாக, குறிப்பாக ஆணாதிக்க அம்சம், தனிநபர் சுதந்திரத்துக்கு தடை போன்றவை காரணமாக, கர்நாடக சமூக நல்லிணக்கக் குழு இயக்கத்தின் ஒரு பகுதியாக அவர் ஆனார். பத்திரிகையின் ஆசிரியராகப் பொறுப்பேற்பதற்கு முன்பே, அவரிடம் பொது அறிவின் அடிப்படையில் இந்துத்துவ அரசியலைச் சுதந்திரமாக விமர்சிக்கும் உறுதியான பாரம்பரியம் இருந்தது. 1990களுக்கு முன்பே இந்துத்துவா சக்திகளை எதிர்கொள்ளத் தயாராக இருந்த சில முக்கிய கன்னட எழுத்தாளர்களில் அவரது அப்பாவும் ஒருவர். அந்தப் பாரம்பரியம் குறித்து கௌரி பெருமை கொள்வார். வேத மேலாதிக்கமும் ஒடுக்கப்பட்ட சாதி அமைப்பும் குறித்து அப்பாவின் அறிவார்ந்த விமர்சனங்களை ஏற்கெனவே மனத்தில் பதிய வைத்திருந்தவர் அவர். எனவே, கர்நாடக சமூக நல்லிணக்கக் குழு இயக்கத்தில் தன்னை ஈடுபடுத்திக்கொண்டது தற்செயலானதோ அல்லது நல்லிணக்கத்தின் மீது ஏற்பட்ட கருத்தியல்ரீதியான கவர்ச்சியால் ஏற்பட்ட விளைவினாலோ அல்ல. தனிநபரின் அறிவுக்கும் சமூக இயக்கத்துக்கும் இடையே ஏற்பட்ட பிணைப்பு நடவடிக்கைதான் அது.

அமைதிக்கான குடிமக்கள் முன்முயற்சி அமைப்புடன் கௌரியின் பிணைப்பைப் பற்றிப் பேசும்போது ஒரு விஷயத்தை முதலிலேயே சொல்லியாக வேண்டும். கர்நாடகத்தில், 1990களில், இந்துத்துவ வலதுசாரிப் பிரிவினரை முற்றிலும் எதிர்ப்பவர்கள்

எவரும் கம்யூனிஸ்ட் என்றோ, நக்ஸலைட் என்றோ அல்லது கடைசியாக நக்ஸலைட் அனுதாபி என்றோ முத்திரை குத்தப்படுவார்கள். இது சங்கப் பரிவாரங்களின் வழக்கம் மட்டுமல்ல. இந்துத்துவ வலதுசாரிப் பிரிவினரை எதிர்த்துச் சவால்விடாமல் மௌனமாக இருக்கச் செய்யும் தந்திரமும்கூட. இந்தச் சூழ்நிலையில் கௌரி நக்ஸலைட் ஆதரவாளர்களின் தலைவர் என்று முத்திரை குத்தப்படுவது தவிர்க்க முடியாதது. ஆனால், நக்ஸலைட்டுகள் பொதுவெளி அரசியல் வாழ்க்கைக்குத் திரும்ப வேண்டும் என்று விரும்பிய ஜனநாயகவாதியாக அல்லாமல் வேறுமாதிரியாக அவர் இருந்ததில்லை.

அமைதிக்கான குடிமக்கள் முன்முயற்சி அமைப்பில் அவரது செயல்பாடுகள் எந்த கருத்துரீதியான ஈர்ப்பின் வழிகாட்டுதலால் நடந்தது இல்லை என்பதை என்னால் உறுதியாகச் சொல்ல முடியும். யாரை ஜனநாயகப் பொதுவெளிக்குக் கொண்டுவருவதற்குக் கடும் முயற்சி செய்தாரோ, அவர்களிடம் சொல்வதற்கு அவரிடம் தெளிவான அரசியல் வழிகாட்டுதல் இருந்தது. குறிப்பாக, அமைதிக்கான குடிமக்கள் முன்முயற்சி அமைப்பில் இரண்டாவது கட்டமாகக் களம் இறங்கியபோது, பழம்பெரும் சுதந்திரப் போராட்ட வீரர் எச்.எஸ். துரைசாமி, கட்சிகள் மாறிய கர்நாடக அரசியல் அதிருப்தியாளர் ஏ.கே. சுப்பையா ஆகியோருடன் இணைந்து செயல்பட்டார். தங்களது கருத்துரீதியான சார்புநிலை பற்றிக் கவலைப்படாமல், பொது மக்களின் நலனுக்காக எந்தப் போராட்டத்திலும் இணைத்துக்கொள்ள இந்த மூவரும் தயாராக இருந்தனர்.

கர்நாடகத்தில் இடதுசாரிகளுக்கு கடும் நிதிப் பற்றாக்குறை யுடன் பொதுமக்களின் நல்லெண்ண ஆதரவும் குறைவாக இருந்தது. அமைப்புகளுக்குப் பயந்து, சமூகத்தில் விளிம்புநிலையினரின் எதிர்ப்பு இயக்கங்களுக்கு கௌரியோ துரைசாமியோ அல்லது ஒரு திரைப்பட நட்சத்திரமோ ஆதரவு அளித்ததால் அந்த இயக்கங்களின்மீது அரசாங்கத்தின் பார்வை திரும்பியதோடு, அதற்கு அச்சமும் ஏற்பட்டது. மிகக்குறைந்த நிதி ஆதாரங்களுடன் இந்த எதிர்ப்பு இயக்கங்கள் தாங்களே செயல்பட முடியும். செல்வாக்கு மிகுந்த அறிவுஜீவிகளின் ஆதரவு எப்போதும் கிடைக்காது.

கௌரி பிரமாதமான ஆங்கிலமொழிப் பத்திரிகையாளர். தனது சக்தியை விளிம்புநிலை மக்களின் பிரச்சினைகளுக்காகச் செலவிடாமல், பிரபலமான பெரிய பத்திரிகைகளில் பத்திகளை எழுதுவதற்குப் பயன்படுத்தி இருந்தால், மேலாதிக்க அழுத்தத்துக்கு உடன்பட்டு வெளிப்படையாக சமரசம் செய்துகொண்டிருந்தால், சமூக அந்தஸ்தும் நிதிவசதியும் கிடைத்திருக்கும். ஆம்,

இயக்கங்களில் அவரது தீவிர பங்கேற்பு, அவரது சமூக விழிப்புணர்வை விரிவாக்கியது. அதேநேரம், இந்த அறிவார்த்த பலன்களைச் சமூக இயக்கங்களின் பிரச்சினைகளைப்பற்றி மக்களிடம் விழிப்புணர்வு ஏற்படுத்துவதற்காகத் தான்பெற்ற அறிவைப் பயன்படுத்த வேண்டும் என்ற உறுதிப்பாடும் அவரிடமிருந்தது. விழிப்புணவு அடைந்ததற்காக இயக்கங்களுக்கு அவர் செலுத்திய கைம்மாறு இது. அவரது பங்களிப்பினால் பயன் பெற்ற இயக்கங்கள் செலுத்திய மரியாதை, எழுதுவதில் ஆர்வமற்றவர்களுக்கு அதிர்ச்சியைத் தந்தது. ஒரு தனிநபர் சமூகத்துக்கு அளித்த பங்களிப்புக்காக வழக்கமாக எழுத்தின்மூலம் பாராட்டி நினைவு கொள்வோம். ஆனால், இந்தப் பங்களிப்புக்காக நன்றியை நாங்கள் திருப்பிச் செலுத்தியது இல்லை. அவரது ஆதரவு செயல்பாடுகளால் மக்கள் பயனடைந்து இருக்கிறார்கள். அவர்களுடனான உரையாடலும் அவர்களுக்காக மேற்கொண்ட பிரச்சாரமும் அவரது வாழ்க்கைக்கு மதிப்பூட்டியிருக்கிறது. கௌரி சுமார் ஐந்தடி அல்லது ஓர் அங்குலம் கூடுதல் உயரம் இருப்பார், ஈர்க்கும் அளவுக்குத் தோன்றாவிட்டாலும், சுதந்திரமான தனித்துவம் அவருக்கு மேலும் அழகூட்டியது. ஆனால், கர்நாடகத்தில் வாழ்ந்து, உழைத்த காலத்தில், தனது மகத்தான இருப்பின் மூலம் மக்களின் சுமைகளை ஏற்றுகொண்டவர் அவர்.

❍

கௌரியின் தனிமையான வாழ்க்கை குறித்து எப்போதும் எனக்குப் பொறாமை உண்டு. எனது குடும்பக் கடமைகள் காரணமாக, அவரைப் போல செயல்களில் இறங்கும் துணிச்சல் எனக்கு இல்லை. சமூக இயக்கங்களுக்காகச் செய்ய வேண்டிய கடமைகள் காரணமாக அவருக்கு அதிக சுமைகள். பத்திரிகை ஆசிரியராக அவருக்கு எதிராக நீதிமன்றத்தில் ஏராளமான வழக்குகள். அவருக்குப் பிடித்த விஷயங்களைச் செய்யவும் குடும்பத்துக்காகச் செலவிடவும் நேரமில்லையே என்று அவர் வழக்கமாக வருத்தப்படுவார். சமூக செயல்பாடுகளுக்காக வார விடுமுறைகளில் நான் அடிக்கடி பயணம் செய்வதைப் பார்த்து, ‘‘நீங்கள் வீட்டில் இல்லாமல் இருப்பதற்கு உங்கள் மனைவியும் மகளும் ஆட்சேபிப்பது இல்லையா?’’ என்று ஒரு முறை என்னிடம் கேட்டார். “ஆம். நடுத்தரக் குடும்பத்துக்கும் சமூகச் செயல்பாட்டுக்கும் இடையே பிரிவினை என்பது ஃபெய்ஸ் அகமது ஃபெய்ஸ் சொல்வதைப்போல ஒவ்வொன்றையும் பாதிக்குப்பாதி செய்யவேண்டியதுதான்” என்று நான் பதிலளித்தேன். முழு மனதுடன் சிரித்துக்கொண்டே சொன்னார்: “ஆனால் நீ பொய் சொல்கிறாய். நீ பரந்து

விரிந்த குடும்பத்துடன் மகிழ்ச்சியாக நீ இருக்கிறாய். உனது மனைவியும் மகளும் உன்னைப் பிரிந்து மகிழ்ச்சியை இழந்து இருக்கிறார்கள்'' ஆம். சமூக இயக்கங்கள் குடும்பத்தை விரிவாக்கியுள்ளது. தனியாக இருக்கும் ஒருவர் இத்தகைய விரிந்த குடும்பத்தின் அன்பால் மகிழ்ச்சியடைந்திருக்கிறார். பிடித்தமான தொலைக்காட்சித் தொடரைப் பார்த்துக்கொண்டிருக்கும்போது, அவசர தொலைபேசி அழைப்புகளுக்குக்கூட எப்போதும் பதிலளிக்காத ஒருவர், தத்தெடுத்த சகோதரிகள், சகோதரர்கள், மகள்கள், மகன்களின் தொலைபேசி அழைப்புகளுக்காக, தற்போது தொலைபேசியை எடுத்துப் பேசுகிறார். ஏராளமான பையன்களையும் பெண் குழந்தைகளையும் அன்போடு நட்பாக மரி (பாலின சமநிலை வார்த்தையில்) என அழைப்பது இறுதியில் ஆச்சரியத்தை அளித்தது. 2015லிருந்து ஒவ்வொரு கூட்டத்திலும் அவரைச் சூழ்ந்துள்ள இளைய தலைமுறையினர் அம்மா என்று அழைப்பதைப் பார்த்திருக்கிறேன். அவருக்கு அவர்களுடன் நேசமான பிணைப்பு உள்ளது. பெரும்பாலானவர்கள் முழுநேரச் செயல்பாட்டாளர்கள் அல்லர். நடுத்தர வயதிலுள்ள செயல்பாட்டாளர்கள் அவரை கௌரி மேடம் என்று அழைப்பார்கள்.

பெங்களூரில் கௌரி கொல்லப்பட்டதற்கு அடுத்த நாளான 2017 செப்டம்பர் 6ஆம் தேதி, தலைநகரிலிருந்து 800 கிலோ மீட்டர் தொலைவில் உள்ள தாலுகுப்பா என்ற கிராமத்தில் முப்பது வயது மதிக்கத்தக்க தனிப் பெண்ணான பூர்ணிமா, கையில் கோஷ அட்டையை ஏந்தி, கிராமத்துச் சந்தைப் பகுதியில் ஒரு மணி நேரம் நின்றார். பின்னர் 21 கிலோ மீட்டர் தொலைவில் உள்ள சாகரா என்ற தாலுகா நகருக்கு தனியே அணிவகுத்து நடந்தார். பண மதிப்பிழப்புக்கு எதிராக அங்கு அவர் தனியே போராட்டம் நடத்தினார். அவர் ஓவியம் வரையக் கற்றவர். சொந்தமாக உள்ள சிறிய பண்ணையிலிருந்து கிடைக்கும் வருமானத்திலிருந்து வாழ்ந்து வருகிறார். அவர் கௌரியைச் சந்தித்ததே இல்லை. அவரது செயலில் இருந்த மனஉறுதி என்னை அதிர்ச்சிக்கு ஆளாக்கியது. எனக்கு கௌரியைத் தெரியும். பூர்ணிமாவுக்கு என்னைவிட அதிகமாகத் தெரியும்.

கட்டுரையாளர், கே. பணிராஜ், மணிப்பாலில் உள்ள மணிப்பால் இன்ஸ்டிட்யூட் ஆஃப் டெக்னலாஜியில் சிவில் என்ஜினியரிங் கற்பித்து வருகிறார். கர்நாடக சமூக நல்லிணக்க அமைப்பின் மத்தியக் குழு உறுப்பினர்; கௌரி லங்கேஷ் பத்திரிகேயில் தொடர்ந்து எழுதியவர்.

இதுவரை மங்களூர் செல்ல முடியவில்லை

ராஜ்தீப் சர்தேசாய்

ஆகஸ்ட் தொடக்கத்தில், கௌரி லங்கேஷ் தொலைபேசி மூலம் ஒரு சிறப்பு வேண்டுகோள் வைத்தார். "மங்களூரில் முற்போக்கு முஸ்லிம் எழுத்தாளர் நிகழ்ச்சி ஒன்றுக்கு ஏற்பாடுசெய்ய நான் உதவி வருகிறேன். அதில் நீ கட்டாயம் கலந்து கொள்ள வேண்டும்." அந்தக் குழுவைப் பற்றி மேலும் சில விவரங்களையும் முஸ்லிம் எழுத்தாளர்களோடு ஏன் நின்று விட்டீர்கள் என்றும் அவரிடம் கேட்டேன். "என்னை நம்பு ராஜ்தீப். அவர்கள் உண்மையான விளிம்புநிலை அறிவுஜீவிகள். அவர்கள் சொல்வதை நீ கேட்க விரும்புவாய். நீ சொல்லப்போவதையும் அவர்கள் நிச்சயம் கேட்க விரும்புவார்கள்" என்று அவர் பதிலளித்தார். இணைப்புகளை ஏற்படுத்துவதும், அமைதி சகிப்புத்தன்மை குறித்த பண்புகளை மேம்படுத்துவதற்கான வழிகளைக் கண்டடைவதும்தான் இந்த மாநாட்டின் நோக்கம் என்றார். விடாமல் முயற்சி செய்யக்கூடியவர் கௌரி. சில வாரங்கள் கழித்து, வாட்ஸ்ஆப் மூலம் மீண்டும் குறுஞ்செய்தி அனுப்பினார்: "எனது வேண்டுகோளை நினைவுபடுத்த விரும்புகிறேன். எப்போது உன்னை மங்களூரில் பார்க்கலாம்?" "ஒரு வாரத்துக்குள் நான் உறுதிப்படுத்துகிறேன்" என்று உறுதி அளித்தேன். துரதிர்ஷ்டவசமாக, அந்த வாரம் எப்போதும் வரவே இல்லை.

சில நாட்கள் கழித்து, நான் ஒன்பது மணி செய்தி நிகழ்ச்சிக்காகத் தயாராகிக்கொண்டிருந்தேன். அன்றைய தினம் மாலையில் ரோஹிங்யா பிரச்சினைதான் மனத்தில் தலைதூக்கி இருந்தது. குழந்தைகள், பெண்கள் உள்பட ஆயிரக்கணக்கான மக்களைத் திருப்பியனுப்பும் அரசின் கொள்கை குறித்து கேள்வி எழுப்பும் விவாதத்தை ஏற்கெனவே பதிவுசெய்திருந்தேன். ஸ்டூடியோவுக்குள் நான் நுழைந்தபோது, தளர்ச்சியின்றி இருந்த நான் கலங்கிப்போனேன். தொலைக்காட்சித் திரையில் ஃபிளாஷ் நியூஸ் ஓடியது: "பிரேக்கிங் நியூஸ்: கௌரி லங்கேஷ் சுட்டுக் கொலை" ஒரு கணம், நான் எனது மைக்கையும் ஆடையையும் சரிசெய்து, தலைப்புச் செய்திகளை வாசிக்கத் தயாரானேன். உணர்ச்சியற்ற நிலையில் உறைந்திருந்தேன். "சார். பத்திரிகையாளர் கௌரி லங்கேஷ் சுட்டுக்கொலை என்று நேரடியாக பிரேக்கிங் நியூஸிற்குச் செல்லுங்கள்" என்று எனது நிகழ்ச்சித் தயாரிப்பாளர் பின்னணியிலிருந்துச் சொல்வதற்கு முன்னதாக, அதிர்ச்சி நிலையில் நான் தலைப்புச் செய்திகளை வாசித்தேன்.

24 மணிநேரத் தொலைக்காட்சிச் சுழற்சியில் ஊடக வியலாளர்கள் வாழ்ந்துகொண்டிருக்கிறார்கள். நில நடுக்கம், திடீர் வெள்ளம், பயங்கரவாதம், பேரழிவு போன்று வழக்கமான இன்றைய செய்திகள் அடுத்த மணி நேர வரலாறு. உனக்குத் தெரிந்த ஒருவர் சற்றுமுன் சுட்டுக்கொல்லப்பட்டுள்ளார் என்று ஃபிளாஷ் நியூஸ் உங்களுக்குச் சொல்லும்போது, மனது உறைந்துவிடும். கைகள் நடுங்க ஆரம்பிக்கும். அவநம்பிக்கை, சோகம், ஆம், அத்துடன் கோபம் ஆகியவற்றுக்கு இடையே, அந்த மாலைச் செய்தி நிகழ்ச்சியை நாங்கள் சமாளித்து முடித்துவிட்டோம். என்னை நானே திட்டிக்கொண்டு, "வலதுசாரிக் கிறுக்கர்களில் ஒருவரால் கௌரி கொல்லப்பட்டிருக்கிறார், அவர்களுக்கு எதிராகப் பேசியதால்" என நிகழ்ச்சியில் பங்கேற்ற கர்நாடக பாஜக உள்ளூர் தலைவரிடம் கேள்வியை எழுப்பினேன். அந்தக் கேள்வி அவரை அதிர வைத்ததுபோல இருந்தது. ஒரு வேளை சரியாக இருந்தாலும், கொலை நடந்த சில நிமிடங்களிலேயே கொலையாளிகள் அல்லது அவர்களது நோக்கம் குறித்து ஒருவர் எப்படி முடிவுக்கு வர முடியும்?

இன்னும், கௌரியின் மரணம், ஏற்கெனவே நடந்த கொலைச் சம்பவங்களைப் போன்று உள்ளது. தீவிர பகுத்தறிவுக் குரல் எழுப்பிய பேராசிரியர் கல்புர்க்கி, டாக்டர் நரேந்திர தபோல்கர், கோவிந்தராவ் பன்சாரே ஆகிய அனைவரும் முகம் தெரியாத கொலையாளிகளால் சுட்டுக்கொல்லப்பட்டனர். அந்தக் கொலையாளிகள், இதுவரை கைது செய்யப்படவில்லை அல்லது தண்டிக்கப்படவில்லை என்பது வெட்கப்படவைக்கிறது.

இவர்கள் அனைவரும் கௌரியைப்போல, வெறுப்பு மற்றும் தவறான எண்ணங்களை விதைக்கும் கொள்கையால் ஈர்க்கப்பட்ட வகுப்புவாத விஷக் கீற்றுகளுக்கு எதிராகப் பேசியவர்கள். வெறுப்பை விதைப்பவர்களால் மேலும் பலியானவர் கௌரி என்று எளிதாகச் சொல்லிவிட முடியுமா? ஏனெனில், அவர்களுக்காக தனது நிலையிலிருந்து பின்வாங்க மறுத்தார். அதற்குப் பதிலாக அவர்களை எதிர்கொள்ள முடிவு செய்தார். அல்லது உடனடியாகத் தெரியாமல், அந்தக் கொலைக்கு வேறு சில கோணங்கள் இருக்கின்றனவா? தற்போதும் புலனாய்வு நடந்து வரும் நிலையில், யூகிப்பது சரியல்ல. கௌரியை யார் கொன்றார்கள் என்பது நமக்கு உறுதியாகத் தெரியவில்லை. ஆனால், அவரது மரணத்தில் யார் மகிழ்ந்தார்கள், யார் கொண்டாடினார்கள் என்பது நமக்கு உறுதியாகத் தெரியும். தேச விரோதி, இடதுசாரி, நக்ஸலைட் ஆதரவாளர் அவர்; எனவே, கொல்லப்படுவதற்குத் தகுதியானவர்தான் என்று பரிந்துரைப்பதையும் அவருக்கு எதிராக சமூக வலைத்தளங்களில் வெளியிடப்பட்ட விஷம் கக்கும் வாசகங்களையும் பார்த்து நான் திகைத்தேன். நமது சிவில் சமூகம் இந்த நிலைமைக்கு வந்துவிட்டதா? கண்ணியமாக சாவுக்கு இரங்கல் தெரிவிக்கக்கூட முடியாத அளவுக்கு வக்கரித்துவிட்டதா? நமது நாட்டின் பிரதமர் டிவிட்டரில் வந்த இத்தகைய அசிங்கமான குரல்களைத் தொடர முடிவு செய்தது ஏன்?

கௌரியை நெருக்கமாகத் தெரியும் என்று நான் சொல்ல முடியாது. ஆனால், பரந்துவிரிந்த பத்திரிகையாளர் சமூகத்தின் ஒருங்கிணைந்த பகுதி அவர். ஆம், ஒருவரைவிட ஒருவர் மேலானவர் என்று கருதி, அவர்களைப் போட்டியாளர்களாகக் கருதாமல், குறிப்பிட்ட சமூகத்தின் ஒரு பகுதியாகத் தங்களைப் பத்திரிகையாளர்கள் காணக்கூடிய நேரம் ஒன்றிருந்தது. கௌரியும் நானும் டைம்ஸ் ஆஃப் இந்தியா இதழில் ஒரே காலகட்டத்தில் பணியில் சேர்ந்தோம். அடுத்து, அவர் சண்டே இதழுக்குச் சென்றார். பின்னர், அவரது தந்தை தொடங்கிய 'லங்கேஷ் பத்திரிகே' கன்னடச் செய்தி இதழுக்கு உந்துசக்தியாக இருந்தார். மீண்டும் வேர்களைத் தேடி கௌரி செல்லும் நேரத்தில், நான் அச்சு இதழிலிருந்து நழுவி கவர்ச்சி வாய்ந்த தொலைக்காட்சி உலகைத் தேர்வு செய்தேன். பொது வெளியில் நான் பிரபலமான நெறியாளர். ஆனால், பிராந்திய மொழி இதழியலுக்கும் ஆங்கிலமொழி இதழியலுக்கு இடையேயுள்ள இடைவெளியை இட்டு நிரப்பும் பாலமாக ஓர் அமைப்பைக் கட்டியெழுப்ப, செல்வாக்குமிக்க ஊடகப் பணியை விட்டுவிட்டு வந்த கௌரியின் மனப்பாங்கு எப்போதும் பாராட்டுக்குரியது.

தேசிய செய்தித் தொலைக்காட்சி ஸ்டுடியோ உலகில், அரிதாக உண்மையான யதார்த்தமான தகவல்களுக்காக நாங்கள் தொடர்புகொள்பவர்களில் பெங்களூரு பிரச்சினை அல்லது வகுப்புவாத அரசியல் குறித்துத் தொலைக்காட்சி விவாதத்தில் கோபக்குரல் தேவைப்படும்போதெல்லாம், தெளிவான நோக்குடன் பேசக்கூடிய கௌரி பக்கம் நாங்கள் திரும்புவோம். நடைபெறும் விவாதங்கள் அவரைக் கோபப்படுத்தும் விதத்தில் இருந்தால், எஸ்எம்எஸ் அல்லது வாட்ஸ் ஆஃப் மூலம் சீற்றத்துடன் பதிலை அனுப்புவார்.

மாற்றத்துக்கான விருப்ப ஆர்வம், சரியான அரசியல் தேடலின் அவசரம், மேம்படுத்துவதில் ஆர்வம், மேம்பட்ட சமத்துவ சமூகம் ஆகியவற்றில் எப்போதும் கௌரி ஆற்றலுடன் செயல்படுபவர். அவரது அனைத்துக் கருத்துகளையும் நான் ஏற்காவிட்டாலும்கூட, அவரது நம்பிக்கையும் ஊக்கமும் மரியாதைக்குரியன. எரிந்து விழுபவர் அல்லர். ஆனால், சமூக, அரசியல் அமைப்புகளை மேம்படுத்தி நிறுத்துவதற்கான பேராவலுடன் கூடிய கருத்துவாதி. அவரது புரட்சிகர உணர்வுகளுக்கு நான் எப்போதும் நிகராக முடியாது. பாதிக்கப்பட்டுள்ளதை உணர்ந்தால், அவர்களுக்காகச் சமரசமில்லாத அணுகுமுறையுடன், மனித உரிமைகளுக்காக அச்சமின்றி வாதாடும் உணர்வுகளுடன் கூடிய வாழ்க்கையை வாழ்ந்தவர். அதனால்தான், மங்களூரில் நடக்க இருந்த முஸ்லிம் எழுத்தாளர்கள் அமைப்புக் கூட்டத்தில் கலந்துகொள்ள வேண்டும் என்று என்னை அவர் உந்தித்தள்ளியதாக நான் நினைக்கிறேன். சப்தம் மிகுந்த ஸ்டூடியோ கூண்டுக்குள் எக்காலத்திலும் கேட்க முடியாத விளிம்புநிலைக் குரல்களை நான் கேட்க வேண்டும் என்று அவர் நினைத்திருக்கலாம். விரைவில் ஒரு நாள் மங்களூருக்குச் செல்வதற்கு இன்னமும் முயற்சி செய்துகொண்டிருக்கிறேன். ஆனால் கௌரி மட்டும் என் அருகே இருக்கமாட்டார்.

கட்டுரையாளர், ராஜ்தீப் சர்தேசாய், பத்திரிகையாளர் – எழுத்தாளர்.

முக்தியார் அலிக்கு அவர் ஒதுக்கித்தந்த நேரம்

மம்தா சாகர்

1990களின் தொடக்க காலத்தில் கௌரி, கவிஞர் பிரதீபா நந்தகுமார் ஆகியோருடன் நானும் ஹெக்கோடுவுக்குச் செல்ல முடிவு செய்தோம். நாங்கள் பத்திரிகே அலுவலகத்தில் சந்தித்தோம். 1949இல் நீநாசம் என்கிற நீலகண்டேஸ்வர நாட்டியசேவா சம்ஹா என்ற அமைப்பைத் தொடங்கிய விமர்சகரும் நாடகக் கலைஞருமான கே.வி. சுப்பண்ணாவின், திருகதா என்ற பயண நாடகக்குழு அந்த ஆண்டில் 'மேக்பெத்' நாடகத்தை நடத்துகிறது. மேக்பெத் நாடகத்தைக் காண்பதற்காக மூன்று சூனியக்காரிகள் செல்கிறார்கள் என்று லங்கேஷ் கிண்டலடித்தார். பெங்களூருவிலிருந்து 400 கிலோமீட்டர் தொலைவிலுள்ள ஹெக்கோடுவுக்கு கௌரி தனது காரை ஓட்டிவந்தார். நாங்கள் செல்லும் வழியில் அவரது சித்தப்பாவை ஷிமோகாவில் சந்தித்தோம். அன்று மாலை ஹெக்கோடுவில் நாடக ஆசிரியர் இயக்குநர் பிரசன்னாவின் இடத்தில் வந்திறங்கினோம். அந்த வீட்டில் விருந்தினர் கூட்டம். எங்களுக்கு முதல்மாடியில் இடம் ஒதுக்கப்பட்டது.

நள்ளிரவுவரை கன்னட ஆண் அறிவுஜீவிகள் பற்றியும் ஆணாதிக்கச் சமூகம் இயல்பாகக் கட்டமைக்கப்படுவது பற்றியும் அரட்டை

அடித்துக் கொண்டிருந்தோம். காலையில் நாங்கள் எழுந்ததும், விமசர்கர் டி.ஆர். நாகராஜ், பிரசன்னா மற்றும் அனைத்து ஆண்களும் முந்திய நாள் விவாதத்தில் எழுப்பப்பட்ட எங்களது சந்தேகங்களுக்குப் பதிலளிக்கும் வகையில் விளக்கமளிக்கத் தொடங்கினார்கள். முதல் மாடியில் தங்கியிருந்த நாங்கள் பேசியது, கீழே இருந்தவர்களுக்குத் தெளிவாகக் கேட்டிருப்பதை உணர்ந்தோம். நாங்கள் சங்கடத்துக்கு ஆளானோம். ஆயினும், எங்களது குறும்பின் விளைவு குறித்துப் பெருமிதமாக உணர்ந்தோம். வாய்விட்டுச் சிரித்தோம்.

குழந்தைகளிடம் மிகவும் பிரபலமானவர் கௌரி. அவர்களிடம் அக்கறை செலுத்துவார். அவர்களுக்குத் தகுதியுடைய எதையும் அவர் எப்போதும் கட்டுப்படுத்தியதே இல்லை. கௌரி ஆன்டியின் இதயத்தில் எனது மகனுக்குச் சிறப்பு இடம் உண்டு. அவருக்கு சின்னஞ்சிறிய சிற்பங்களை அவன் பரிசாக வழங்கியிருக்கிறான். அவற்றை அவர் பாதுகாத்து வருவதுடன், அதுபற்றி நண்பர்களிடம் அடிக்கடி நேசத்துடன் சொல்வார்.

ஒவ்வொரு முறையும் ஹைதராபாத்திலிருந்து நாங்கள் வரும்போது, சுக்கிக்காக அவர் ஒரு நாளைச் செலவிடுவார். விரும்புகிற இடங்களுக்கு அவனை வெளியே அழைத்துச் செல்வார். வேறுபாடுகள் காண்கிற இந்தச் சிக்கல் நிறைந்த உலகம் வழங்கும் கலப்படமான செய்திகளுக்கிடையே ஆண் குழந்தை வளர்வதில் உள்ள அக்கறை பற்றி அவர், அவனிடம் பேசியிருப்பார் என நான் நம்புகிறேன்.

அதுபோன்று ஒரு முறை வந்தபோது, அப்போது புதிதாக எல்லோரும் போய்ப் பார்க்கக்கூடிய இடமாக இருந்த இந்திராகாந்தி கோளரங்கத்துக்கு இருவரும் சென்றனர். நிகழ்ச்சி ஆரம்பித்ததும், அந்தக் குளிர்சாதன அறையில் அவர்கள் அரைத் தூக்கத்தில் ஆழ்ந்தனர். நிகழ்ச்சி முடிந்ததும் காவலர்கள் அவர்களை எழுப்பியிருக்கின்றனர். இயல்பாகவே, குழந்தையைப் போன்றவர் அவர்.

பதினைந்து ஆண்டுகளுக்கு மேலாக நாங்கள் ஹைதராபாத்தில் வாழ்ந்துவந்தோம். சில நாட்கள் எங்களுடன் வந்து தங்குவார் கௌரி. நாங்கள் இருவரும் எங்களது நண்பர் பிரகாஷ் ராஜ் நடிக்கும் 'அனந்தபுரம்' என்ற தெலுங்கு திரைப்படப் படப்பிடிப்பைக் காணச் சென்றோம். அவர் தோன்றும்போதெல்லாம் விசிலடித்து உற்சாகப்படுத்தினோம். திரைப்படத்துறையைச் சேர்ந்த திருமணமாகாத நண்பர்

ஒருவரைப் பக்கத்து வீட்டுக்காரப் பெண்ணிடம் வேடிக்கையாக அறிமுகப்படுத்தினோம். திரைப்படத் துறையைச் சேர்ந்த ஒருவர் தனது மகளின் எதிர்கால நண்பராகக் கூடும் என நினைத்துக்கொண்டு, அந்தப் பெண்ணின் தாய் எங்கள்மீது கோபம் கொண்டாள். நாங்கள் குடிப்பதையும் புகைப்பதையும் சப்தம் போட்டுச் சிரிப்பதையும் அவர் அறிந்திருந்தார். கௌரியிடம் எப்போதும் தொடங்கும் களிப்பு முகத்தில் புன்சிரிப்பாக மலர்ந்து, பிறகு இதயத்திலிருந்து விரிந்து பெருஞ் சிரிப்பாக மாறும்.

கோடை கால விடுமுறையில் நாங்கள் பெங்களூருக்கு வரும்போதெல்லாம், எங்களுக்காக அவர் விருந்துக்கு ஏற்பாடு செய்வார். பழைய, புதிய நண்பர்களைச் சந்திக்கும் இடமாகக் கௌரியின் விருந்து நிகழ்ச்சி இருக்கும். ஒரு முறை வந்தபோது, ஓவியக்கலைஞரான எனது கணவர் ஷாம், கௌரி வீட்டின் பின்புறம் மரச்சிற்பத்தைச் செதுக்குவதில் ஈடுபட்டிருந்தார். பின்னர், நாங்கள் வெளியே சென்றிருந்தபோது, ஷாம் பயன்படுத்திய கருவிப் பெட்டியில் இருந்த சிறிய இரும்புக் கோடரியைப் பயன்படுத்தி கௌரி வீட்டின் கதவுகளை உடைத்துத் திறந்து வீட்டிலிருந்த விலை உயர்ந்த பொருள்களை திருடியது மட்டுமல்லாமல், வீடு முழுவதையும் திருடர்கள் சூறையாடிவிட்டுப் போய்விட்டனர். கௌரி, “உங்களுக்கு ஒன்றும் ஆகவில்லையே, நன்றி கடவுளே!” என்றார்.

அவரைப்போன்ற நண்பர்கள் அருகே இருக்க வேண்டும் என்பதற்காக பெங்களூருவில் ஆர்.ஆர். நகரில் எங்களது வீட்டைக் கட்டுவது என்று எனது கணவரும் நானும் முடிவு செய்தோம். ஆர்.ஆர். நகர சமூகத்தினரைப்போல, சந்திப்புகள், இசை நிகழ்ச்சிகள், பிறந்த நாள் விருந்துகள் அல்லது நண்பர்கள் வரும்போது காரணத்தோடும் காரணங்கள் ஏதுமில்லாமலும் ஒருவருக்கொருவர் வீடுகளில் சந்திப்பு நடைபெறும். அப்போது கடுமையான வாக்குவாதம் இருக்கும். மட்டம் தட்டி கிண்டல் பேசுதல், வம்புப்பேச்சு, வாக்கு மூலங்கள் ... இப்படி என்னதான் இருக்காது? அரசியல், நடப்பு நிகழ்வுகள், காதலில் வீழ்வதால் ஏற்படும் பலாபலன்கள் அதாவது, இந்த உலகில் காதல் மற்றும் அன்பின் மதிப்பை மக்களுக்கு உணரச் செய்வது போன்ற தலைப்புகளில் அனல் பறக்கும் விவாதத்தைப் பார்க்கலாம்.

மால்களில் திரைப்படம் பார்ப்பதற்கு நாங்கள் திட்டமிடு வோம். கௌரிக்கு ஓயாத வேலை. அடிக்கடி இதற்கு வரமாட்டார். இரக்கமற்ற இந்த உலகம் தன்னை எப்படி ஓயாது வேலையில்

ஆழ்த்தியுள்ளது என்று அவர் குறைபட்டுக்கொண்டு பேசுவார். இந்த சிறிய உரையாடல்கள் அவருக்கு மனநெகிழ்ச்சியையும் மகிழ்ச்சியையும் கொடுக்கும். மக்களின் பார்வையில் பொது மேடைகளில் பேசும் செயல்பாட்டாளராகத் தெரிவதிலிருந்து வித்தியாசமான கௌரியை எங்களுக்குத் தெரியும்.

நாட்டு மக்களுடன் அவர் பேசும்போது, இந்த சமூக, சாதி அடையாளங்களுடன் தொடர்புள்ள தனிநபர்களாகத்தான் அவர்களைப் பார்த்தார். அவர்களது வேறுபாடுகளும் பன்முகத் தன்மையும் மதத்தில் கரைந்துவிடும் என்று அவர் எப்போதும் பேசியதில்லை. நம்மைச் சுற்றியுள்ள உலகைத் தெளிவாகப் புரிந்துகொள்ள, இது எங்களுக்கு உதவியது. இதன்மூலம், சாதிப் பிரச்சினைக்குத் தீர்வு காண வேண்டியது அவசியம் என்பதைத் தொடர்ந்து அவர் வலியுறுத்துவார். சாதி, வர்க்க, சமூக, பாலின அடையாளங்களைத் தாண்டி அவருக்கு நண்பர்கள் இருந்தனர். நேர்மைக்காகவும் கடலைவிடப் பெரிதான இதயத்துக்காகவும் ஒவ்வொருவரும் அவரை நேசித்தனர். தங்களது வாழ்க்கையில் ஓர் இடத்தை உருவாக்கக் கடுமையாகப் போராடுபவர்களை அவர் நேசித்து மரியாதை செலுத்தினார்.

ராஜஸ்தானைச் சேர்ந்த கிராமிய இசைக் கலைஞர் முக்தியார் அலி, பெங்களூரு வரும்போதெல்லாம் எங்களது இடத்தில் அவரது நிகழ்ச்சிக்கு ஏற்பாடு செய்வோம். இதற்காக, எப்படியோ நேரத்தை ஒதுக்கி வந்துவிடுவார். எப்போதும் தாமதமாக வருவார். ஆனால், நீண்ட நேரம் இருப்பார். அவர் கொஞ்சமாகச் சாப்பிடுவார். ஆனாலும் கடைசியாகச் சாப்பிட்டு முடிப்பார், அதற்குள் ஒவ்வொன்றும் காலியாகி இருக்கும் அல்லது அதற்குள் அவை ஆறிப்போய் இருக்கும்.

கௌரி லங்கேஷ் பத்திரிகே இதழ் பணிகளில் அவர் மூழ்கிவிட்ட பிறகு, அவருக்கு நேரம் கிடைப்பதே அரிதாகிவிட்டது. கர்நாடக சமூக நல்லிணக்க அமைப்பில் அவர் ஈடுபாடு காட்டியதும், அவரது சமூகச் செயல்பாடுகளில் மத, சாதி அடிப்படையில் பாரபட்சம் காட்டப்படுவதற்கு எதிராகக் கடும் எதிர்ப்பு பிரதிபலித்தது. அவருக்கு ஏற்படத் தொடங்கிய மன அழுத்தம், அவரது தனிப்பட்ட, பொதுவெளிக்கு இடையேயான மெல்லிய கோடு மங்கத்தொடங்கியதைக் காட்டியது.

அவரது நீதி உணர்வு உலகளாவியதாக இருந்தாலும், அவரது அக்கறை இப்போது இங்குதான் வேர்பிடித்துள்ளது. தனிமனித நிலையில் அன்பு, பரிவு, உள்ளார்ந்த சமூக அக்கறையிலிருந்து பிறந்ததுதான் அவரது வெறுப்பு. தன்னலமற்ற

அவரது செயல்பாடுகள், ஒவ்வொன்றையும் ஒவ்வொருவரையும் அனுசரித்துப் போகச் செய்துள்ளது.

கொலையாளிகள் யார் என்று கௌரிக்குத் தெரிந்திருந்தால், கண்கள் மின்னப் பெருஞ்சிரிப்புடன் அவர்களை எளிமையாக அணுகி, அவர்களை அழுத்தமாகக் கட்டிப்பிடித்து, துப்பாக்கியை எறிந்து விட்டு, 'சேர்ந்து குடிக்கலாம் வா' என்று அவர் சொல்லி யிருப்பார்.

கட்டுரையாளர் மம்தா சாகர், பெங்களூருவில் உள்ள சிருஷ்டி இன்ஸ்டிட்யூட் ஆஃப் ஆர்ட், டிசைன் டெக்னாலஜியில் கிரியேட்டிவ் ரைட்டிங் குறித்து கற்பிக்கிறார். கன்னடக் கவிஞர், நாடக ஆசிரியர், மொழிபெயர்ப்பாளர்.

சாவுக்கு முந்தைய வாழ்வு

உமர் காலித்

இந்த ஆண்டு ஆகஸ்ட் முதல் வாரத்தில் மிகவும் அமைதியில்லாமல் இருந்த கௌரி லங்கேஷ் வாட்ஸ் அப் மூலம் எனக்குச் செய்தி அனுப்பினார். அந்த நாளில் முன்னதாக, கன்னையா குமார் பங்கேற்ற மாணவர் பேரணியில் வலதுசாரிக் குண்டர்கள் தாக்குதல் நடத்தியிருந்தாகள். மிகச் சுருக்கமாக இருந்த எங்கள் உரையாடலின்போது, நான் பயணம் செய்யும்போது கவனமாக இருக்கும்படி கேட்டுக் கொண்டார். அத்துடன், தனது உரையாடலை முடித்துக்கொண்ட அவர், பெங்களூரிலுள்ள அவரது இல்லத்துக்கு வரும்படி அழைப்புவிடுத்தார்.

ஒரு மாதம் கழித்து, அவரது வீட்டுக்கு வெளியே சுட்டுக்கொல்லப்பட்டார். அவரது கொலைக்கு எதிர்ப்புத் தெரிவித்து, தில்லியில் பிரஸ் கிளப் ஆஃப் இந்தியா வளாகத்துக்கு வெளியே பத்திரிகையாளர்கள், கல்வியாளர்கள், பொதுமக்கள், மாணவர்கள் கூடினர். பேசுவதற்கு என்னை அழைத்தார்கள். அதிர்ச்சியிலும் சீற்றத்திலும் இருந்த என்னால், சிந்தனைகளை ஒருங்கிணைக்க முடியவில்லை. “உங்களில் யாருக்காவது ஏதாவது நிகழ்ந்தால் என்னால் அதனைப் பொறுத்துக்கொள்ள முடியாது” என்று அவர் என்னிடம் கூறியிருந்தார். இதனை நான் வாசிக்கும்போது, கௌரி ஏற்கெனவே இறந்துவிட்டார். நான் இன்னமும்

உயிரோடு இருக்கிறேன். ஒரு நண்பர் எங்களிடமிருந்து கொடூரமாகப் பறித்துச் செல்லப்பட்ட, இந்த இழப்பை நான் எப்படி பொறுத்துக்கொள்ள முடியும்? இந்தக் கோழைத்தனமான செயல் மூலம் எங்களை அடக்கிவிடுவதுதான் நோக்கம் என்றால் அவரைக் கொலை செய்தவர்கள் எதையும் சாதிக்க முடியாது என்பது மட்டும் எனக்குத் தெரியும். அது எதிர்விளைவுகளைத்தான் ஏற்படுத்தியது. 'நான் கௌரி' என்ற கோஷங்களுடன் நாட்டின் பல்வேறு பகுதிகளில் தெருக்களில் ஆயிரக்கணக்கான மக்கள் கூட்டமாகப் போராட்டங்களை நடத்தினர்.

ஆனால் உண்மையில் கௌரியார்? அவர் கொல்லப்படுவதற்கு ஆறு மாதங்களுக்கு முன்புதான் அவரைச் சந்தித்தேன். என்னை அருகே அழைத்து, தன்னை அறிமுகப்படுத்திக்கொண்டார். 'கருத்துரீதியாக தத்தெடுக்கப்பட்ட மகன்களில் நீயும் ஒருவன்' என்று அதேமூச்சில் சொன்னார். அதைத் தொடர்ந்து, ஒவ்வொரு முறையும் நாங்கள் சந்திக்கும்போது, ஒரு தாய்தனது குழந்தைக்குக் கொடுப்பதைப்போல ஏதாவது பரிசுப்பொருளைக் கொண்டுவருவார். இந்த இடைக்காலத்தில், தொடர்ந்து என்னுடன் தொடர்பில் இருந்தார்.

அவரது படுகொலைக்குப் பிறகுதான், அவரது செயல்பாடு களுக்காகவும் அவரது வார்த்தைகளுக்காகவும் அவருக்கு மிரட்டல்கள் வந்து கொண்டிருந்தன என்ற விவரம் எனக்குத் தெரியவந்தது.

என்னுடன் தொடர்புகொண்டு பேசும் அனைத்துச் சந்தர்ப்பங்களிலும், எனது பாதுகாப்பு குறித்து விசாரிப்பார். தனக்கு வந்துள்ள மிரட்டல் குறித்து எப்போதும் அவர் கூறியதே இல்லை.

அச்சமற்ற, கொள்கைப் பிடிவாதத்துடன் கூடிய தனித்த பெண், இந்துத்துவத்துக்கு எதிரான தீவிர முக்கியக் குரல், சாதிக்கு எதிராக விரிவாக எழுதியவர்களுள் ஒருவர் என்று சங்கப் பரிவாரங்கள் கௌரியை வெறுக்கப் பல காரணங்கள் இருக்கின்றன. சில பத்திரிகையாளர்கள் அதிகார மையங்களுக்கு நெருக்கத்துடன் ஆதரவாக இருந்த நேரத்தில், அதிகார மையங்கள் பற்றிய உண்மையைப் பேசியதன் மூலம் இதழியலுக்கு உண்மையான அர்த்தத்தை அவர் தந்தார்.

தனக்கு வந்த மிரட்டல்களைக் கௌரி தீவிரமாக எடுத்துக் கொள்ளவில்லை. சில சந்தர்ப்பங்களில் அழைத்து, எனது பாதுகாப்புப் பற்றிக் கேட்ட பிறகு, நான் செய்துவருவதை

விட்டுவிடும்படியோ அல்லது நீர்த்துப்போகச் செய்துவிட வேண்டும் என்றோ அவர் எப்போதும் என்னைக் கட்டுப்படுத்தியது கிடையாது.

பெர்தோல்ட் பிரெக்ட்டின் 'மதர் கரேஜ்' நாடக உணர்வு களைப்போல எங்களில் பலருக்கு உச்சகட்ட வலிமையுடன் கூடிய அச்சமில்லாத அம்மா அவர். வயது வித்தியாசம் எங்களுக்கிடையே எப்போதும் பிரச்சினையாக இருந்தது இல்லை. அரசியலிலிருந்து பல்வேறு சமூக இயக்கங்கள் வரை, உறவுகள் பற்றியும்கூட, எல்லாவற்றைப் பற்றியும் நாங்கள் ஒருவருக்கொருவர் பேசிக்கொள்வோம். கௌரியின் மரணத்திற்குப் பின்னர் இரங்கல் செய்திகள் வந்து குவியத் தொடங்கியபோதுதான், பெரும்பாலானவர்களிடம் கௌரி எந்த அளவுக்கு அறிமுகமாகி இருந்தார் என்பதைக் கண்டுகொண்டேன்.

கர்நாடகத்தில் பல்வேறு ஜனநாயகப் போராட்டங்களுக்கு அவர் எப்படிப் பாலமாகத் திகழ்ந்தார் என்பதைப்பற்றிச் சிலர் ஏற்கெனவே விரிவாக எழுதியுள்ளனர். தில்லியில் இதுபோன்ற சக்திகளின் இயலாமையால், அதுபோன்று செய்ய முடியவில்லை. குறிப்பாக, ஜவஹர்லால் நேரு பல்கலைக்கழகத்தில் இடதுசாரிச் சக்திகளுக்கும் அம்பேத்கரிய சக்திகளுக்கும் இடையேயான பிளவுகள் அவரைப் பெரிதும் பாதித்தன. பல்வேறு சந்தர்ப்பங் களில் அவர் இதுபற்றிப் பேசியிருக்கிறார். மிகுந்த ஏமாற்றமளிப் பதாகவும் துரதிர்ஷ்டவசமானது என்றும் அவர் அதை வர்ணித்தார். இரு தரப்பினருக்கிடையேயும் அவநம்பிக்கை தொடர்ந்து இருக்கிறது என்றும், இவர்களுக்கிடையே ஐக்கியம் ஏற்படுவதற்கு நீண்ட காலம் பிடிக்கும் என்றும் அவரிடம் சொன்னேன். மற்றொருபுறம், ஆர்எஸ்எஸ்ஸை எதிர்கொள்வதற்கு உடனடியாகக் கூட்டணி தேவை என்பதைக் கண்டறிந்த அவர், இந்தப் பொதுநோக்கத்துக்காக இணைவதன் மூலம் இருபுறமும் இருக்கும் நீண்டநாள் அவநம்பிக்கையைக் களைய முடியும் என்றார். சாதிக்கு எதிரான மற்றும் இடதுசாரி இயக்கங்கள் போன்ற பல்வேறு இயக்கங்களுக்கிடையே பாலம் அமைக்கும் திறன்கொண்ட ஒருவரை ஒழித்துக்கட்டுவதையே முதன்மை நோக்கமாகக் கொண்டு, அவர்மீது துப்பாக்கிக் குண்டுகள் பாய்ந்தன. இனிமேல் கௌரி நம்மிடம் இல்லை. அவரது வார்த்தைகளுக்கு அவர்கள் மதிப்புக் கொடுக்கிறார்களா என்பதை இரண்டு தரப்பினரும் முடிவுசெய்ய நான் விட்டுவிடுகிறேன்.

சாவின் புழுக்கம் நம்மைச்சுற்றி உள்ளது. விவசாயிகள் காடுகளிலும் வயல்களிலும் தற்கொலை செய்துகொள்கிறார்கள். கொலைகாரக் கும்பல்களால் முஸ்லிம்களும் தலித்துகளும்

கொலை செய்யப்படுகிறார்கள். பல்கலைக்கழகங்களில் மாணவர்கள் தங்களது உயிரை மாய்த்துக் கொள்கிறார்கள். அல்லது மருத்துவ வசதிகளற்ற மருத்துவமனைகளில் குழந்தைகள் சாவை எதிர்கொள்கிறார்கள். இதற்கு மேலும், வீதிகளில் ஏராளமான ரத்தம்; எதிர்ப்பாளர்களின் குரல்கள் திடீரென்று ஒடுக்கப்படுகின்றன.

தனித்துவம் வாய்ந்தது கௌரியின் குரல். சில நேரங்களில், இப்போதும்கூட, அவரது குரல் எனது காதுகளில் எதிரொலிக்கிறது. எனது தொலைபேசி மணி ஒலி எழுப்பும்போது அவரது சிரிப்பைக் கேட்பதாக இப்போதும் உணர்கிறேன். எப்போதுமே இது நிகழாது என்று எனக்குத் தெரியும். ஆனால், அவரது சிரிப்பை உயிர்ப்புடன் வைத்துக்கொள்வதன் மூலம் அவரது வாழ்க்கையையே உயிர்ப்புடன் வைத்துக் கொள்வதே அவர் விட்டுச்சென்ற பாரம்பரியத்துக்கு செலுத்தும் அஞ்சலி. கௌரி எப்படி இறந்தார் என்பதை நாம் மறந்துவிடக்கூடாது. ஆனால், அவர் எப்படி வாழ்ந்து வந்தார் என்பதைத் தொடர்ந்து நாம் நினைவில் வைத்துக்கொள்ள வேண்டும்.

கட்டுரையாளர் உமர் காலித், ஜவஹர்லால் நேரு பல்கலைக்கழகத்தில் முனைவர் பட்டம் படித்து வருகிறார். பகத்சிங் – அம்பேத்கர் மண்டல அமைப்பின் செயல்பாட்டாளர்.

நாங்கள் எல்லோரும் கௌரி

கவிதா லங்கேஷ்

என் சகோதரி, என் அன்புக்கு இனியவள்
அவள் கட்டுப்பாடின்றிப் பேசினாள்
அவள் கோபத்துடன் சாடினாள்
பல நேரங்களில் அவள் கொந்தளித்தாள்.
உயர்சாதி இது... பிராமணியம் அது...
இவை அனைத்தும் மனிதாபிமானமற்றது...
இவை அனைத்தும் அநீதியானது...

ஒரு நிமிடம் பொறு!
இவள் அந்தப் பெண்ணா?
மென்மையாகப் பேசி
மென்மையாகத் தழுவி
அவள் கட்டியணைத்த...
சின்னக் குழந்தைகள்
தீண்டத்தகாதவர்கள்
முஸ்லிம்கள்
பெண்கள்
சிறுபான்மையினர்
மாவோயிஸ்ட்டுகள்.

சில வெறி நாய்கள்,
அவளைப் பெண் நாய் என்றன
சில நாய்கள் விபச்சாரி என்றுகூட அழைத்தன
ஏனெனில், அவள் தனியாக இருந்தவள்
தனது வாழ்க்கையைத் தனது வழியில் வாழ்ந்தவள்...

ஆனால், நூற்றுக்கணக்கானவர்கள்
அவளை சகோதரி என்கிறார்கள்
ஆயிரக்கணக்கானவர்கள்
அவளை அம்மா என்கிறார்கள்.
தற்போது லட்சக்கணக்கானவர்கள்
சொல்லிக்கொண்டிருக்கிறாக்கள்
“நாங்கள் அனைவரும் கௌரி...”

காரின் ஜன்னல் வழியே
சிகரெட் துண்டை எறிந்த ஒருவரை விளாசிவிட்டார்
அது இருசக்கர வாகன ஓட்டியைக் காயப்படுத்தும் என்று.

அவளது வீடு ஒரு தோட்டம்
அங்கு பல பாம்புகள் அலைந்து திரியும்.
அவள் பொறுமையாகக் காத்திருப்பாள்
அது வளைந்துநெளிந்து கடந்து செல்லும்வரை.

அதைத் தடுத்து நிறுத்தமாட்டாள்.
அதைத் தொந்தரவு செய்யமாட்டாள்.
அதைக் கொல்லமாட்டாள்...
பொறுமையாகக் காத்திருப்பாள்
அது கடந்து செல்லும்வரை, தொடர்ந்து வாழ..

ஆனால், இறுதியாக வந்த ஒரு பாம்பு
கடந்து போய்விடவில்லை.
இரு சக்கர வாகனத்தில் வந்த
மனிதப் பாம்பு
கௌரியின் கோபக்கனலை அணைக்க
நிசப்தமாக்கியது அவளை.

கௌரி மௌனமாகி விட்டாளா?
ஹா! ஹா! என்ன வேடிக்கை!!
சூரியகாந்தி விதையைப்போல
அவள் திடீரென்று வெடித்துத் சிதறி
அனைத்து இடங்களிலும் பரவினாள்
இந்தியாவிலும்,
கடல்களையும் தாண்டியும்...
தற்போது மௌனம் கோஷிக்கிறது... எதிரொலிக்கிறது...
“நாங்கள் எல்லோரும் கௌரி”

பெங்களூர் இலக்கிய விழாவில் கௌரி லங்கேஷ்
நினைவாக வாசிக்கப்பட்ட கவிதை.

பின்னிணைப்பு – 1
கௌரி லங்கேஷின் ஆக்கங்கள்

கட்டுரைகள்

1. கிடுககளிகே பலியாத கிளி பெனாசிர் (பெனாசிர்: பருந்துக்குப் பலியான கிளி), லங்கேஷ் ப்ரகாஷண (லங்கேஷ் வெளியீடு), 2008.

2. கண்ட ஹாகே (பார்த்தது போல), தற்காலக் கட்டுரைகள், தொகுப்பு-1, லங்கேஷ் வெளியீடு, 2009

3 கண்ட ஹாகே (பார்த்தது போல), தற்காலக் கட்டுரைகள், தொகுப்பு-2, லங்கேஷ் வெளியீடு, 2011

4. கண்ட ஹாகே (பார்த்தது போல), தற்காலக் கட்டுரைகள், தொகுப்பு -3, லங்கேஷ் வெளியீடு, 2013.

மொழிபெயர்ப்புகள்

1. தர்வேஷி கதெகளு (தர்வேஷி கதைகள்), இத்ரீஸ் ஷாவின் Tales of the Dervishes- கன்னட மொழிபெயர்ப்பு, சிஜிகே ப்ரகாஷண (சிஜிகே வெளியீடு), 2002.

2. கப்பு மல்லிகே (கருப்பு மல்லிகை, நவீன சிறுகதைத் தொகுப்பு), லங்கேஷ் வெளியீடு, 2010.

3. *Jugaari cross,* கே.பி. பூரணச்சந்திர தேஜஸ்வி, கன்னடத்திலிருந்து ஆங்கில மொழிபெயர்ப்பு, 2004 (வெளியிடப்படாதது)

தொகுத்த நூல்கள்

1. ஆவரண எம்ப விக்ரிதி (பிரகாரம் என்ற விகாரம்), லங்கேஷ் வெளியீடு, 2007

2. பஸவராஜமார்க: வ்யக்தி விசார (பசவராஜ மார்க்கம் ஆளுமைச் சிந்தனை), லங்கேஷ் வெளியீடு, 2010.

பின்னிணைப்பு – 2

கன்னடத்திலிருந்து ஆங்கிலத்தில் மொழிபெயர்த்தவர்கள்

பாக்யஶ்ரீ எஸ்.: பெங்களூருவில் ‘தி இந்து’ நாளிதழில் பணிபுரிகிறார். ஃபெய்ஸ் அகமது ஃபெய்ஸ் கவிதைகளின் இவரது கன்னட மொழிபெயர்ப்பு கௌரி லங்கேஷ் ப்ரகாஷணா வெளியீடாக (2012) வந்துள்ளது.

சுதாம்ஸ்சு மித்ரா: ஈக்கியுட்டபிள் டூரிஸம் ஆப்ஷன்ஸ் அமைப்பின் புரோகிராம் அசோசியேட்.

எஸ்.ஆர். ராமகிருஷ்ணா: பெங்களூருவில் டெக்கான் ஹெரால்ட் இதழில் சிட்டி எடிட்டர்.

சுஷ்மா வீரப்பா: பெங்களூரில் உள்ள திரைப்பட இயக்குநர்.